પ.પૂ.

કૃપાળુદેવના વચનો ગમે તે રૂપે
હોય તો પણ
સૌ અધિકારી વાચકને માર્ગદર્શક
હિતકારી, ઉપકારી જ બની રહેશે. એમાં
સંશયને સ્થાન નથી.

સાયલા
તા. ૧૪-૧-૧૯૮૪ } લાડકચંદ માણેકચંદ વોરા.

Whatever form the words of Param Krupalu Dev Shrimad Rajchandra take, they will show the path, uplift, and benefit worthy readers. There is no place for doubt in this.

- Ladakchand Manekchand Vora
(Param Pujya Bapuji),
Sayla, 14 Jan 1984

Param Pujya Bhaishree, beloved sadguru,
please accept this humble tribute
at your lotus feet.

ॐ

Nectar

A Collection of Letters by Shrimad Rajchandra

Selected by Param Pujya Bapuji
Shree Ladakchand M. Vora

Translated by Pujya Minalben Shah
with Menka Sanghvi and Ashik Shah

Written by Shrimad Rajchandra.

Translated by Pujya Minalben Shah, Menka Sanghvi and Ashik Shah.

Edited by Narendra Shah, Niraj Sanghvi, Paarul Shah, Parul Sheth and Sujit Nagda.

Designed by Ajay Sanghvi.

First published in 2023 on the occasion of Param Pujya Bhaishree's 80th Birthday

Publisher: Shree Raj Saubhag Satsang Mandal.
Saubhagpara, Sayla, Surendranagar district, Gujarat, India 363430.
www.rajsaubhag.org

Copyright of text and images © Shree Raj Saubhag Satsang Mandal

Current Edition: 1.0

All rights reserved for this book by the publisher. No part of this publication may be reproduced or transmitted in any form or by any means, electronic or mechanical, including photocopy, recording or any other information storage or retrieval system, without prior permission in writing from the publisher.

Any copy of this book issued by the publisher is sold subject to the condition that it shall not by way of trade, or otherwise be lent, resold, hired out or otherwise circulated without the publisher's prior consent in any form or binding or cover other than that in which it is published and without a similar condition including these words being imposed on a subsequent purchaser.

We wish to acknowledge that the original Gujarati letters and original photos of Shrimad were collated into the text: Shrimad Rajchandra Vachanamrut, published by Shrimad Rajchandra Ashram, Agas, Anand, Gujarat, India and Shree Paramshrut Prabhavak Mandal, Mumbai, Maharashtra, India. This landmark text illuminates the inner path to freedom and we pay homage to the words of enlightened souls throughout the ages that keeps this thread of truth intact.

Every effort has been made to ensure accuracy of the original Gujarati text. Any errors or omissions will be corrected in subsequent editions.

Credit for Shrimad images: Pinnacle of Spirituality (first published in 2000), Shree Raj Saubhag Satsang Mandal.

Front Cover Artwork: Dhoop Chaanv! Turquoise Water Lillies by Amita Dand. www.amitadand.com

Printers: CPI Antony Rowe, Bumpers Farm Industrial Estate, Chippenham, Wiltshire. SN14 6LH, UK. www.cpi-print.co.uk

Eighty trees have been planted to honour the use of paper in printing these books.

Contents

Foreword by Pujya Vikrambhai Shah   8

Introduction by Pujya Minalben Shah   9

Shrimad Rajchandra's Life   10

Mahatma Gandhi's Observations on Shrimad   14
    Extracts from the diary Gandhi wrote in Yervada Jail

Translation Notes   16

Selected Letters   19
    Shrimad Rajchandra Vachanamrut Letters: 47, 54, 128, 132, 135, 165, 166, 170, 172, 187, 194, 200, 201, 211, 213, 223, 238, 241, 254, 301, 322, 331, 332, 333, 334, 335, 385, 394, 395, 430, 431, 438, 449, 466, 472, 491, 506, 522, 551, 569, 572, 609, 613, 706, 710, 722, 727, 736, 745, 760, 771, 779, 780, 781, 782, 816, 832, 833, 856, 913, 935

Glossary   232

About Shree Raj Saubhag Satsang Mandal   255

Foreword
by Pujya
Vikrambhai Shah

I distinctly recall my first encounter with Param Pujya Bapuji, the enlightened master who later became my spiritual guide. As a child residing in Bombay, I was struck by his presence in many ways. One revelation was that this elderly gentleman from the humble village of Sayla, in rural Gujarat, spoke impeccable English. With divine compassion, Bapuji often translated spiritual texts from one language to another, depending on who he spoke to. Language is a fundamental medium that connects seekers with spiritual wisdom. These days, Sanskrit, Prakrit and Ardhamagadhi are barely known. Param Krupaludev Shrimad Rajchandra spoke in modern Gujarati, shedding light on the true inner path of spirituality that may otherwise have been lost to history. Now, a century later, the most common language, even in India, is English – which is why this translation project is so important.

You may wonder: What is the benefit of reading Shrimad Rajchandra's words? Firstly, contemplating these words enables us to perceive the great divinity inherent in the enlightened masters walking among us. Secondly, these words offer us a sequential path to our souls. They give us the fortitude needed to break free from our entanglement with the world and to cultivate the patience and tranquillity needed to navigate our worldly affairs peacefully. Our negative passions – anger, greed, pride and deceit – are quelled. We are graced with the meditative path of Lord Mahavir. Eventually, the fog of delusion dissipates; we can clearly distinguish the soul from matter and experience the bliss of self-realisation! No wonder these words are revered as *amrut* (nectar); they are an elixir allowing us to rest in the eternal presence of the soul while residing in the body.

It is, therefore, with the greatest enthusiasm that we present this book – a translation of sixty-one of Shrimad's letters taken from the compendium *Vachanamrut*, graciously published by *Agas Ashram*. While these translations only capture a fraction of Shrimad's writings, we hope that reading them will quench the thirst of true seekers while seeding a deeper thirst for more. We hope that this book acts as a gateway to Shrimad's extensive writings, his mystical poetry, and, ultimately, his soul.

A team of volunteers from around the world has undertaken this translation project over several years under the enlightened guidance of the widely respected Minalben Shah. Each phrase has been diligently crafted to convey the essence of the message. The original Gujarati letters appear alongside their English translation, as well as a list of keywords to aid a deeper understanding.

Nevertheless, please always remember that comprehending these words in their entirety is a feat beyond the grasp of any seeker without the shelter of a living, enlightened, true Guru. The words themselves are like a finger pointing to the moon; the Guru ensures we do not fixate on the finger alone – but turn our gaze to the moon itself.

Vikram Shah

Introduction
by Pujya Minalben Shah

The essence of Shrimad's teachings is profound but simple. Those who embark on the path of spirituality must earnestly seek a divine, enlightened master, place full faith in them, and unconditionally surrender to them. If one does this, self-realisation is not far. My own journey stands as a testament to this truth. Any spiritual progress I have made is the direct result of the deep devotion in my heart to my Guru, Param Pujya Bapuji, whose virtues now shine completely in Param Pujya Bhaishree, my current Guru and the spiritual head of our ashram.

Within the pages of this collection of Shrimad's writings, you will find letters that Bapuji himself carefully selected. These have come to be known as the 'Special Letters', revered and repeatedly studied in our ashram as foundational texts for spiritual aspirants. Each one holds a unique significance in illuminating the inner path of self-realisation. These writings offer us a rare glimpse of the innermost thoughts of a living saint. Often, we only have access to the poetry or aphorisms of enlightened souls. Here, we are blessed with detailed prose in plain language, at times written in deep contemplation and even in states of bliss.

It is important to recognise that Shrimad was a householder, not a wandering ascetic or mystic dwelling in remote caves. He lived amid the hustle and bustle of city life and engaged in written correspondence. For this reason, we have included a brief account of Shrimad's life as well as Mahatma Gandhi's observations on Shrimad's conduct in his personal and business affairs. These help us understand the landscape in which his profound inner journey unfolded. Much like many of us, Shrimad was busy fulfilling multiple responsibilities and had limited free time, yet he was able to make immense progress. This tells us that regardless of our circumstances and constraints, we, too, can always strive without losing hope.

Bapuji often said that if you want to understand Shrimad, you must see him through the eyes of Shree Saubhag. Many of the letters in the *Vachanamrut* (and in this collection) are addressed to Shree Saubhag. We are indebted to their relationship for unlocking Shrimad's heart and inspiring the ink to flow from his pen. Their extraordinary spiritual connection will be a timeless inspiration for generations to come—akin to the spiritual legacy of Lord Mahavir and Gautamswami; Anandghanji and Yashovijayji; and Rumi and Shams.

Cherished reader: know that within you lies the power to turn inwards and discover the eternal happiness that is your soul, your very nature. It is my heartfelt prayer that this book supports you on your journey and helps you achieve the immediate goal of self-realisation and, ultimately, the bliss of *moksha*.

Minal Shah

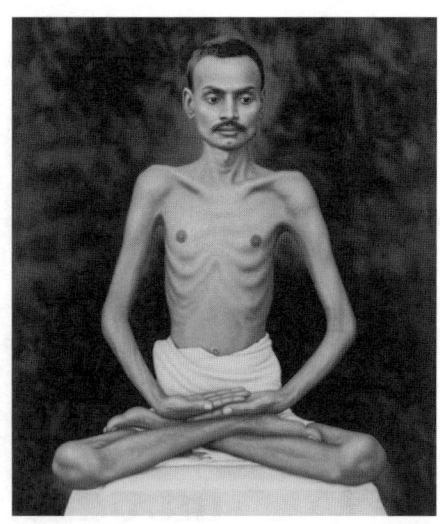

Shrimad Rajchandra's Life

Shrimad Rajchandra (1867–1901) was a Jain mystic, poet and self-realised saint. Within his divine but short life, he unearthed and revived the essence of Jainism that was becoming lost to mechanical ritualism and dry philosophy. He sparked a deeper understanding of spirituality that continues to guide true seekers towards the timeless inner path to the soul.

Early Life

Sunday, 9 November 1867. A full moon night. India was under British rule, having endured a decade of upheaval and strife. Illiteracy and superstition were commonplace. This was the world into which a saint was born: In the small coastal town of Vavania, Shree Ravji Panchan Mehta and Shreemati Devabai welcomed the birth of Raichand Mehta – later to be known as Shrimad.

From an early age, Shrimad had a remarkable mind. He began school at the age of seven and, within a year, completed four years' worth of education; in two years, seven. To the astonishment of his teachers, he left school at the age of eleven after composing a wide range of poetry and articles for local periodicals and winning several prizes.

Shrimad's childhood was influenced by different spiritual traditions. His paternal grandfather was an ardent devotee of Lord Krishna and, as a boy, Shrimad regularly accompanied him to worship at the local temple. He found the *Bhagavad Gita* particularly absorbing. Shrimad's mother, Shreemati Devabai, was a devout Jain – her firm faith and daily observance of Jain rituals inspired his interest in Jain teachings and the Jain way of life. The Jain advocacy of compassion and friendship towards all living beings struck a particular chord in young Shrimad's gentle heart.

At the age of seven, Shrimad had a life-changing experience. A young man Shrimad was very fond of, Shree Amichand, died of a snake bite. To understand this for himself, Shrimad quietly went to the crematorium and climbed a tree from which he could see Shree Amichand's body burning on the funeral pyre. This shocking sight propelled him into deep contemplation: If the body was still there, what was the nature of the substance that had left? In his contemplation, Shrimad recollected some of his past lives, which created a deep sense of detachment in him. Later on, at the age of 22, he wrote:

'What more can be said? At the end of past lives, I have wandered in delusion; by recalling this, a deep concern arises about how best to live now. This soul is lit up with a firm resolve, never to be born again, never to repeat these mistakes.' (Letter 128)

When Shrimad was 16, a group of nuns spending the monsoon season in Vavania asked Shrimad to share his spiritual insights with them. Within three days, he composed 108 lessons to form *Mokshmala* (Garland of Moksh) for the nuns, a book that accurately and succinctly describes the key concepts of *dharma* and is still used as a primer for seekers today.

During his teenage years, Shrimad rose to national fame for his *Shatavdhan*: his miraculous memory and capacity to perform one hundred simultaneous tasks. One such event, held in Mumbai, was reported in the *Times of India* on 24 January 1887. As a result, he met many notable figures of the time, and he was even invited to demonstrate his talents in London. He declined – forsaking stardom and fortune – choosing instead to

Key Events in Shrimad's Life

Gujarati Year (VS)	English Year	Age	Event	Place
1924	1867	0	Birth on 9th November, on a full-moon night known as Kartiki Poonam, 2.00am	Vavania
1928	1871	4	Name changed from Lakshminandan to Raichand	Vavania
1931	1875	7	Attained knowledge of past lives	Vavania
1935	1879	11	Left school after attending for four years	Vavania
1940	1884	16	Authored *Mokshmala* in three days	Morbi
1941	1885	17	Performed *Avadhaan* in Jamnagar, Wadhwan, Limbdi, Botad, Jetpur and Ahmedabad	Across Gujarat
1942	1886	18	Authored *Bhavnabodh*	Mumbai
1943	1887	19	Performed *Shatavdhan* in Mumbai at the Framjee Cawasjee Institute. This was the peak of his fame, after which he decided to no longer perform	Mumbai
1944	1888	20	Got married to Jhabakben in Morbi; they later had four children	Morbi
1944	1888	20	Published *Mokshmala* in Ahmedabad	Ahmedabad
1945	1889	21	Commenced jewellery business as Revashankar Jagjivan & Co.	Mumbai
1946	1890	22	Met Shree Saubhag in Jetpur, Shree Ambalal and Munishree in Khambat	Jetpur, Khambhat
1946	1890	22	Attained self-realisation in November	Mumbai
1947	1891	23	Met Mahatma Gandhi on 6 July and developed a friendship	Mumbai
1950	1894	26	Wrote *6 Padno Patra*, (Letter of Six Affirmations) to Munishree	Surat
1952	1896	28	Composed *Shree Atmasiddhi* poem	Nadiad
1954	1898	29	Intense spiritual retreats	Kavitha, Vaso, Uttarsanda, Kheda
1955	1899	31	Solitude in the mountains, valleys and caves of Idar; seven weeks of chanting and meditation on his own	Idar
1955	1899	31	Retirement from business and marital life; began the systematic reduction of possessions	Naroda, Chennai
1956	1900	32	Deterioration of health due to colitis; visited Dharampur for treatment by his wife's uncle	Dharampur
1956	1900	32	Establishment of a publishing house Param Shrut Prabhaavak Mandal	Wadhwan
1957	1901	33	Establishment of a library Shree Subodhak Pustakaalay	Khambhat
1957	1901	33	Death on Chaitra Vad Paancham, 9 April at 2.00pm in a state of pure, blissful awareness and detachment	Rajkot

   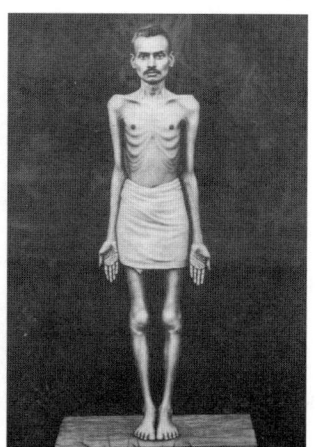

remain in India and focus on his spirituality. He vowed never to perform again.

Soon after, he asked his mother for permission to renounce the world and become a monk, which she denied. He was married at the age of 20 to Shreemati Jhabak. They had two sons, Chhagan and Ratilal, and two daughters, Javal and Kashi.

In 1889, he formed a business partnership with his wife's uncle Shree Revashankar Jagjivan and Shree Maneklal Ghelabhai. Together, they established the firm of Revashankar Jagjivan & Co. Shrimad's worldly engagements were not driven by desire but by a peaceful acceptance and shedding of his karma, enabling him to progress on his spiritual path. On his business, he writes, *'This current worldly engagement is the karmic fruition of this soul's thoughtless actions in previous lives. This is a cause of much remorse. However, knowing that I must endure it with appropriate equanimity, I do engage in such activity.'* (Letter 582) Elsewhere, he notes: *'The world conducts activity so as to gain something, while (for me) it appears this activity is undertaken so as to give.'* (Letter 576)

Shrimad was an open-minded seeker of the truth. Wary of sectarianism, he studied texts from all sects of Jainism as well as other schools of philosophy. In his letters, he translated verses from Digambar Acharya Kundkund's *Panchastikay* and explained Banarasidas' *Natak Samaysaar*. He also translated parts of the Shvetambar *Dasavaikalik Sutra* and poems by the Shvetambar monks Anadanghanji and Yashovijayji. He took pains to ensure that seekers would have access to such texts by establishing both a publishing house and a library.

Close Spiritual Associates

Shrimad met Shree Juthalal Ujamshi in Ahmedabad; this was his first intimate spiritual relationship, but it was not to endure. Shree Juthalal passed away within two years of their meeting. Shrimad's letters of sympathy and remembrance eulogise this dedicated soul. Through Juthalalbhai, Shrimad met Shree Ambalal Lalchand of Khambat. Shree Ambalal's devotion to Shrimad was tremendous. His inner life was entirely occupied with thoughts of Shrimad – he often accompanied him on retreats and acted as his personal assistant. He is immortalised in the image depicting the composition of the *Atmasiddhi Shastra* – Shrimad's poetic masterpiece – standing by his master's side in the middle of the night, holding a lantern aloft. He was entrusted with preparing the commentary for the *Atmasiddhi Shastra*. Along with Shrimad's brother, Mansukhbhai, Shree Ambalal was responsible for gathering and posthumously publishing the first edition of Shrimad's collected writings – of which this present collection is a selection.

Shrimad and Shree Saubhag Lallubhai (Lalchand) met in late 1889. A householder living in Sayla, Shree

Saubhag had been taught the technique of meditation called *Sudharas* (the Nectar of Immortality) by his father – who had, in turn, learned it from a Jain monk in Ratlam, Madhya Pradesh. The monk professed that this technique – when practised by a worthy soul – would benefit their attainment of self-realisation. Shrimad's fame as a poet and his many capabilities had come to Shree Saubhag's attention, and he was certain Shrimad was a worthy soul. He believed that sharing this technique with Shrimad would benefit many souls.

Shree Saubhag searched for Shrimad, eventually finding him in the town of Jetpar. After only a brief exchange, Shrimad entered into a deep trance. Within months, Shrimad attained self-realisation – a state of enlightenment. From this moment, despite Shree Saubhag being 44 years older, theirs would be an intimate friendship, and the root of the lineage present in Sayla, Gujarat – formalised into the Shree Raj Saubhag Ashram.

In 1890, Shrimad met the monk Munishree (also known as Laghuraja Svami and Prabhushree). At the Upaashray of Khambat, Shree Ambalal and a few associates would often gather to read Shrimad's letters instead of attending the sermons by the monks. Munishree noticed this; reading the letters, he recognised Shrimad's divinity and expressed his desire to meet with Shrimad. With permission from his religious senior, Acharya Harakchand, Munishree met with Shrimad alone. Munishree immediately fully bowed three times in an act of homage despite Shrimad's protestations. Such devotion from a monk to a householder is both rare and unorthodox but speaks great volumes of Munishree's devotion and willingness to rise above community and social expectations for the sake of the truth.

As disciples of a householder, Shree Ambalal and Munishree experienced hardships as the Jain community frowned upon their chosen path. Shree Ambalal was socially excluded, and Munishree was denied alms, yet neither wavered in their faith. Munishree later inspired the great ashram in Agas, which preserved Shrimad's words and published his literary legacy so that countless seekers might benefit from this rarely encountered wisdom.

Shrimad's Message and Legacy

Shrimad was concerned by the state of contemporary religion and spirituality, perceiving the true path to liberation as being lost. Seekers were following incomplete paths of mechanical ritualism or dry philosophising, approaches he saw as fraught with spiritual risk. He was troubled by sectarian obstinacy, sanctimonious piety and mere lip service in the pursuit of religion and spirituality.

Although Shrimad was reluctant to preach while still a householder, his compassion for explaining spirituality in accessible terms shines through in his poetry and writings to close associates. He urged true seekers to cultivate virtues – detachment, contentment, compassion and discrimination – so as to become worthy of this path. He wanted true seekers to turn inwards and experience the inner bliss found in self-realisation. Shrimad was clear that this must be the focus of every seeker.

Shrimad also frequently emphasised that surrendering oneself to the guidance of a living enlightened master, a true Guru, is the most powerful means to self-realisation. This is because such a master is of direct benefit (compared to a Lord Jina who is not directly present) and that the master enables an understanding of the Lord Jina.

Meditation, he believed, is necessary for a seeker to overcome the suffering of worldly life. He implored the soul to drink *Sudharas* (the Nectar of Immortality) – a meditation technique imparted by an enlightened master to a worthy disciple. Shrimad stated that this was the very same technique practised by Lord Mahavir, and it continues to be practised today.

In his lifetime, Shrimad directly influenced only a handful of seekers, yet the ripples of his teachings have travelled far and wide, leading to the establishment of many ashrams – with or without a direct lineage connecting back to Shrimad – focusing on his divine wisdom.

Mahatma Gandhi's Personal Observations of Shrimad

Mahatma Gandhi considered Shrimad Rajchandra to be one of his most influential spiritual mentors. In 1926, Gandhi was asked to pen a foreword for the second edition of the Vachnamrut, a compilation of Shrimad's letters. However, this foreword was never included in the publication. Here, we share excerpts which are preserved in the archives of Gandhi's extensive writings. In this remarkable account, Gandhi shares a series of intimate reflections recorded in his diary during his imprisonment in Yervada jail (from March 1922 to February 1924). In the solitude of confinement, Gandhi marvelled at Shrimad's conduct in his daily life and his extraordinary way of being in the world.

Source: The Collected Works of Mahatma Gandhi, Volume 36.
gandhiashramsevagram.org

5 November 1926

'Shrimad Rajchandra was a rare being. His writings are the quintessence of his experiences. Anyone who reads them, reflects on them and follows them in his life will find the path to moksha easier; his yearning for sense pleasures will become progressively weaker, he will become disinterested in the affairs of this world, will cease to be attached to the life of the body and devote himself to the welfare of the atman.

'The reader will see from this that Shrimad's writings are meant only for those who are qualified to study them. All readers will not find them interesting. Those who are inclined to be critical will get material for criticism. But those who have faith will find these writings of absorbing interest. I have always felt that Shrimad's writings breathe the spirit of truth. He did not write a single word in order to show off his knowledge. His aim in his writings was to share his inward bliss with his readers. I am sure that anyone who wishes to free himself from inner conflicts and is eager to know his duty in life will gain much from Shrimad's writings, whether such a reader is a Hindu or belongs to another faith.

'During the two years I remained in close contact with him, I felt in him every moment the spirit of vairagya which shines through these verses. One rare feature of his writings is that he always set down what he had felt in his own experience. There is in them no trace of unreality. I have never read any line by him which was written to produce an effect on others. He had always by his side a book on some religious subject and a notebook with blank pages. The latter he used for noting down any thoughts which occurred to him. Sometimes, it would be prose and sometimes poetry. The poem about the "supreme state" must have been written in that manner.

'Whatever he was doing at the moment, whether eating or resting or lying in bed, he was invariably disinterested towards things of the world. I never saw him being tempted by objects of pleasure or luxury in this world.

'I watched his daily life respectfully and at close quarters. He accepted whatever he was served at meals. His dress was simple… It was the same to him whether he squatted on the ground or had a chair to sit on. In the shop, he generally squatted on a gadi.

'He used to walk slowly, and the passer-by could see that he was absorbed in thought even while walking. There was a strange power in his eyes; they were extremely bright, and free from any sign of impatience or anxiety. They bespoke single-minded attention. The face was round, the lips thin, the nose neither pointed nor flat and the body of light build and medium size. The skin was dark. He looked an embodiment of peace. There was such sweetness in his voice that one simply wanted to go on listening to him. The face was smiling and cheerful; it shone with the light of inner joy. He had such ready command of language that I do not remember his ever pausing for a word to express his thoughts. I rarely saw him changing a word while writing a letter. And yet the reader would never feel that any thought was imperfectly expressed, or the construction of a sentence was defective or the choice of a word faulty.

'These qualities can exist only in a man of self-control. A man cannot become free from attachments by making a show of being so. That state is a state of grace for the atman. Anyone who strives for it will discover that it may be won only after a ceaseless effort through many lives. One will discover, if one struggles to get rid of attachments, how difficult it is to succeed in the attempt. The Poet made me feel that this state of freedom from attachment was spontaneous to him.

'The first step towards *moksha* is freedom from attachment. Can we ever listen with pleasure to anyone talking about *moksha* so long as our mind is attached to a single object in this world? If at any time we seem to do so, it is only the ear which is pleased, in the same way, that is, as we may be pleased merely by the musical tune of a song without following its meaning. It will be a long time before such indulgence of the ear results in our adopting a way of life which could lead towards *moksha*. Without genuine *vairagya* in the mind, one cannot be possessed with a yearning for *moksha*. The poet was possessed by such yearning.

'I formed the impression that he was completely upright in his dealings. I was accidentally present sometimes when he negotiated a deal. His terms were always clear and firm. I never saw any "cleverness" about them.

'Though he displayed such vigilance and intelligence in his business, he was never impatient or felt worried about his affairs. Even when he was attending the shop, some book on a religious subject would always be lying by his side and, as soon as he had finished dealing with a customer, he would open it, or would open the notebook in which he used to note down the thoughts which occurred to him. Every day he had men like me, in search of knowledge, coming to him. He would not hesitate to discuss religious matters with them.

'In all his discussions with me, he never told me that if I wished to attain *moksha* I should follow a particular dharma and no other. He advised me only to pay attention to my actions.

'Raychandbhai used to say that the different faiths were like so many walled enclosures in which men and women were confined.

'He was always bored by religious controversy and rarely engaged himself in it. He would study and understand the excellence of each faith and explain it to the followers of that faith. Through my correspondence with him from South Africa, too, this is the lesson which I learned from him.

'We are all worldly creatures, whereas Shrimad was not. We shall have to wander from existence to existence, whereas Shrimad may have only one life more to live. We are perhaps running away from moksha, while Shrimad was flying towards it with the speed of wind.'

MKGandhi

Mohandas Karamchand Gandhi

Translation Notes

Translating Shrimad's work has been an honour, a joy and a responsibility. Along the way, we developed guidelines for ourselves and, for the sake of transparency, here we explain our principal decisions.

Fundamental importance of lived experience

Our goal is to make Shrimad's message accessible in English without altering its essence. To the extent this has been possible, it's only because of Pujya Minalben Shah's lived inner experiences and direct understanding. Whenever our team hesitated in articulating Shrimad's message, she was able to shed light on the meaning of the words and the intention behind them. Without this spiritual depth and rigour, the translations would have been presented very differently – often in subtle but important ways.

A complete translation of all words

Our primary audience is the English speaker who may not understand Gujarati, which is why we have not left any words untranslated. This became particularly challenging when dealing with spiritual terminology such as *panchamkaal* (the Jain term for the current time era, the epoch of spiritual decline) or *aarambh* (meaning the initiation of worldly activities) because there are no equivalent English terms for such words. Another challenge was that many Gujarati words take their meaning from contexts. For example, *nirgranth* means 'unfettered' when talking about the state of an enlightened person but simply means a Jain monk or nun in other contexts – which is why we translated each word in context for clarity.

Gujarati that has entered the English language

Many Gujarati words, such as moksha, are now in the *Oxford English Dictionary* and widely understood – particularly by those with a spiritual interest. We have, therefore, left those words in the translations as they are. However, some words, such as satsang, that can easily be found in the English language, have a commonly understood meaning that is different from what Shrimad meant when using this word (he mostly used *satsang* to mean 'the company of an enlightened master'), which is why we have translated it to ensure the meaning is not misinterpreted. Similarly, a word like *samaadhi* is also found in English texts, but again we have translated it (as 'blissful awareness') to ensure its meaning (in the way Shrimad uses it) is clearly communicated.

Changes we made in the writing style

Shrimad was a poet by nature; he wrote by hand with an ink pen, typically while absorbed in a state of flow. For these reasons, his sentences were often long and structurally complex. We frequently edited his style for reasons of clarity: adding commas and full stops and changing the structure of his sentences. Additionally, Gujarati grammar doesn't call for a subject in the same way that English does, so we added missing pronouns as needed. He also used historical turns of phrase that we have translated into more modern phrases. For example, the term *vidyamaan* literally means 'present here' but was used to close a letter, similar to how we might today use 'respectfully yours'.

Protecting metaphors and analogies

There is a fine line between translating and explaining. We were reluctant to 'over-translate' by explaining the profound and esoteric metaphors and analogies present in Shrimad's writing. For example, the metaphor 'I am the dust of your feet' is not literal and requires some understanding of Indian history and culture to grasp that it alludes to a deep respect, and we have not attempted to unpack it in the text. Similarly, 'gazing into the ocean of the nectar of immortality' refers to the meditation technique he used.

Gender inclusivity

This was a recurring challenge for us. Shrimad's use of 'he', we believe, was consistent with contemporary use of language. Whenever Shrimad refers to *satpurush*, meaning 'enlightened men', we translate this as 'enlightened masters', 'enlightened souls', 'saints', or similar. We also use gender-neutral terms such as 'they' and 'them' wherever possible without confusing the subject matter.

Indian conventions for writing dates

Shrimad writes dates in the Indian Vikram Calendar, and we have done the same, adding VS before each year number for clarity. *Sud* and *vad* refer to the waxing and waning halves of the lunar month – which we have described as the bright and dark halves, respectively. We included this information to note the significance of the moon in Indian culture.

Studying the original Gujarati

We believe nothing is better than reading the original. For those interested in reading the letters in Gujarati, we have provided these alongside a definition of keywords. Those keywords we selected were the ones we spent the most time reflecting on as we translated. Some are unfamiliar spiritual words that may not be commonly used in Gujarati conversation; others are potentially misleading words with different meanings in everyday use. For example, *vikalp* means 'doubt' in common parlance, but in the realm of meditation, it connotes the 'arising of thoughts'. Each keyword appears in the glossary, which you can use as a helpful reference when reading any of Shrimad's other works.

Gujarati words transliterated

We decided not to use diacritical transliterations; while this book is meant to be read by scholars, we also want it to have a wider readership – including those who may be unfamiliar with the scheme. The purpose of our transliterations is simply to aid recognition and pronunciation. For example, we write 'aatma' with 'aa' to help the reader say it correctly. Proper Gujarati nouns, such as personal names, months, or towns, have been given their common English spelling, such as Ambalal (not Ambaalaal with double 'aa's). Other words that might be more familiar to an English-speaking reader, such as 'moksha' or 'Tirthankara', appear as you would find them in the dictionary, even though the final 'a' in each would be silent.

Having explained our process, we pass the baton to you. It is said that the best translators disappear from the writing, and that is precisely what we wish. Our Guru Param Pujya Bhaishree often says that whenever you sit down to read Shrimad's letters, you should imagine that he is talking directly to you. Your hands were meant to hold his letters at this moment, and your eyes were destined to fall on his words. This is for you.

કર વિચાર તો પામ.

Contemplate to realise.

Letters

Shrimad Rajchandra Vachanamrut Letters:

47	Page 20	331	Page 92	613	Page 176
54	Page 24	332	Page 96	706	Page 178
128	Page 26	333	Page 98	710	Page 182
132	Page 30	334	Page 100	722	Page 186
135	Page 34	335	Page 102	727	Page 190
165	Page 36	385	Page 104	736	Page 192
166	Page 38	394	Page 108	745	Page 194
170	Page 40	395	Page 112	760	Page 196
172	Page 44	430	Page 116	771	Page 198
187	Page 48	431	Page 120	779	Page 202
194	Page 52	438	Page 122	780	Page 206
200	Page 56	449	Page 128	781	Page 208
201	Page 60	466	Page 134	782	Page 212
211	Page 66	472	Page 138	816	Page 216
213	Page 68	491	Page 144	832	Page 218
223	Page 72	506	Page 148	833	Page 220
238	Page 76	522	Page 154	856	Page 224
241	Page 80	551	Page 158	913	Page 226
254	Page 82	569	Page 160	935	Page 230
301	Page 86	572	Page 164		
322	Page 88	609	Page 170		

Keywords

મનન - *manan* - contemplation

વૃત્તિ - *vrutti* - inner inclinations

અનંતાનુબંધી - *anantaanubandhee* - infinitely-binding intense forms of anger, pride, deceit and greed and the associated karma

મિથ્યાત્વમોહિની, મિશ્રમોહિની, સમ્યક્ત્વમોહિની - *mithyaatva mohanee, mishra mohanee, samyaktva mohanee* - deluded, mixed, uncertain perspectives of the identity of the soul

પ્રકૃતિ - *prakruti* - types of karma

સમ્યક્દ્રષ્ટિ - *samyakdrashti* - one who has right perspective

મંદતા - *mandtaa* - weakness

સમ્યક્ત્વ - *samyaktva* - self-realisation

ગ્રંથિ - *granthi* - knot of karma

દુર્લભ - *durlabh* - difficult

હસ્તગત - *hastagat* - in the palm of his hand, capable of grasping

સુલભ - *sulabh* - easy

તત્ત્વજ્ઞાની - *tattvagnaanee* - enlightened souls

બોધ - *bodh* - guidance, teachings

આત્મા - *aatmaa* - soul

અપ્રમાદ - *apramaad* - spiritual vigilance, absence of laziness or laxity

નિઃસંદેહ - *nisandeh* - no doubt

ભરપૂર - *bharpoor* - full, present in large quantities

દ્રષ્ટિ - *drashti* - perspective

નિજ ગૃહ - *nij graha* - inner home, one's own soul

પાત્રતા - *paatrataa* - worthiness

૪૭

વવાણિયા બંદર, મહા સુદ ૧૪, બુધ, ૧૯૪૫

સત્પુરુષોને નમસ્કાર

સુજ્ઞ,

મારા તરફથી એક પત્તું પહોંચ્યું હશે.

તમારો પત્ર મેં મનન કર્યો. તમારી વૃત્તિમાં થયેલો ફેરફાર આત્મહિતસ્વી મને લાગે છે.

અનંતાનુબંધી ક્રોધ, અનંતાનુબંધી માન, અનંતાનુબંધી માયા અને અનંતાનુબંધી લોભ એ ચાર તથા મિથ્યાત્વમોહિની, મિશ્રમોહિની, સમ્યક્ત્વમોહિની એ ત્રણ એમ એ સાત પ્રકૃતિ જ્યાં સુધી ક્ષયોપશમ, ઉપશમ કે ક્ષય થતી નથી ત્યાં સુધી સમ્યક્દ્રષ્ટિ થવું સંભવતું નથી. એ સાત પ્રકૃતિ જેમ જેમ મંદતાને પામે તેમ તેમ સમ્યક્ત્વનો ઉદય થાય છે. તે પ્રકૃતિઓની ગ્રંથિ છેદવી પરમ દુર્લભ છે. જેની તે ગ્રંથિ છેદાઇ તેને આત્મા હસ્તગત થવો સુલભ છે. તત્ત્વજ્ઞાનીઓએ એ જ ગ્રંથિને ભેદવાનો ફરી ફરીને બોધ કર્યો છે. જે આત્મા અપ્રમાદપણે તે ભેદવા ભણી દ્રષ્ટિ આપશે તે આત્મા આત્મત્વને પામશે એ નિઃસંદેહ છે.

એ [1]વસ્તુથી આત્મા અનંત કાળથી ભરપૂર રહ્યો છે. એમાં દ્રષ્ટિ હોવાથી નિજ ગૃહ પર તેની યથાર્થ દ્રષ્ટિ થઇ નથી. ખરી તો પાત્રતા, પણ હું એ, કષાયાદિક ઉપશમ પામવામાં તમને નિમિત્તભૂત થયો એમ તમે ગણો છો, માટે મને એ જ આનંદ માનવાનું કારણ છે કે નિર્ગ્રંથ શાસનની કૃપાપ્રસાદીનો લાભ લેવાનો સુંદર વખત મને મળશે એમ સંભવે છે. જ્ઞાનીદ્રષ્ટ તે ખરું.

જગતમાં સત્પરમાત્માની ભક્તિ-સત્ગુરુ-સત્સંગ-સત્શાસ્ત્રાધ્યયન-સમ્યક્દ્રષ્ટિપણું અને સત્યોગ એ કોઇ કાળે પ્રાપ્ત થયાં નથી. થયાં હોત તો આવી દશા હોત નહીં. પણ જાગ્યા ત્યાંથી પ્રભાત એમ રૂડા પુરુષોનો બોધ ધ્યાનમાં વિનયપૂર્વક આગ્રહી તે વસ્તુ માટે પ્રયત્ન કરવું એ જ અનંત ભવની નિષ્ફળતાનું એક ભવે સફળ થવું મને સમજાય છે.

સદ્ગુરુના ઉપદેશ વિના અને જીવની સત્પાત્રતા વિના એમ થવું અટક્યું છે. તેની પ્રાપ્તિ કરીને સંસારતાપથી અત્યંત તપાયમાન આત્માને શીતળ કરવો એ જ કૃતકૃત્યતા છે.

એ પ્રયોજનમાં તમારું ચિત્ત આકર્ષાયું એ સર્વોત્તમ ભાગ્યનો અંશ છે. આશીર્વચન છે કે તેમાં તમે ફળીભૂત થાઓ.

ભિક્ષા સંબંધી પ્રયત્નતા હમણાં મુલતવો. જ્યાં સુધી સંસાર જેમ ભોગવવો નિમિત્ત હશે તેમ ભોગવવો પડશે. તે વિના છૂટકો પણ નથી. અનાયાસે યોગ્ય જગા સાંપડી જાય તો તેમ, નહીં તો પ્રયત્ન કરશો. અને ભિક્ષાટન સંબંધી યોગ્ય વેળાએ પુનઃ પૂછશો. વિદ્યમાનતા હશે તો ઉત્તર આપીશ.

"ધર્મ" એ વસ્તુ બહુ ગુપ્ત રહી છે. તે બાહ્ય સંશોધનથી મળવાની નથી. અપૂર્વ અંતર્સંશોધનથી તે પ્રાપ્ત થાય છે. તે અંતર્સંશોધન કોઇક મહાભાગ્ય સદ્ગુરુ અનુગ્રહે પામે છે.

તમારા વિચારો સુંદર શ્રેણીમાં આવેલા જોઈ મારા અંતઃકરણે જે લાગણી ઉત્પન્ન કરી છે તે

47

Vavania Port, the 14th day of the bright half of Maha, Wednesday, VS 1945

Bowing to the Enlightened Ones

Wise one,

You will have received a letter from me.

I have contemplated your letter. I find the transformation that has occurred in your inner inclinations to be beneficial to your soul.

The four infinitely-binding, intense forms of anger, pride, deceit and greed; and the three delusions of perspective – namely the deluded perspective, the mixed perspective, and the uncertain perspective of the soul's identity: until these seven types of karma have subsided, partially subsided, or been completely annihilated, there is no possibility of attaining the right perspective. As the intensity of these seven types of karma progressively weakens, self-realisation progressively arises. To break open the knots of this karma is extremely difficult. But, for the one who does break the knots, grasping the soul is easy. Enlightened souls have guided us again and again to break these very knots. There is no doubt that the one who vigilantly pursues breaking them shall discover their true identity.

The soul has been full of these knots[1] of karma since beginningless time. Because the soul's perspective has remained externally focused, it has never rightly seen its true inner home. The real cause of your progress is your own worthiness, but your belief that I have been instrumental in the subsidence of your passions pleases me, for it indicates that I, too, at some beautiful time, will be blessed enough to attain the same path as those who have freed themselves from these knots. Well, only that which the enlightened ones have seen is true.

In this world, never at any time has the soul managed to attain the following: devotion towards a true Lord, a true Guru, satsang, contemplation of the writings of enlightened masters, right perspective, and association with the truth. If the soul had attained these, it would not now be in such a pitiable state. But dawn begins when one awakens, so with humility and determination, keep in mind the teachings from the wise ones about what we must persistently strive to attain, and this, I understand, is how to transform the failure of infinite lifetimes into the success of this one lifetime.

Without the imparted wisdom of a true Guru, and without true worthiness in the seeker, the task has remained unfinished. Having gained these, cooling the soul, that is heated by the treacherous fires of material existence engulfing it, is the only imperative.

The fact that your mind has become attracted to this noble effort is a fortune of the highest order. It is my wish that you achieve success in this.

47

Background

What is the true path to self-realisation? And what is blocking our progress on this path? Shrimad answers these profound questions for Shree Khimji, a sincere seeker who intensely longed to renounce worldly life and become a monk. 'Dharma', writes Shrimad, is a concept that has remained very esoteric. Shrimad's intense zeal to make dharma more accessible for seekers in the modern era radiates from every word.

નિમિત્ત - *nimitt* - instrumental cause

આનંદ - *aanand* - pleasure, happiness

નિર્ગ્રંથ - *nirgranth* - Jain, unfettered, free from knots

શાસન - *shaasan* - path, way, order

કૃપાપ્રસાદી - *krupaaprasaadee* - blessings

પરમાત્મા - *parmaatmaa* - Lord, God

સત્યોગ - *satyog* - association with the truth (true Lord, true Guru and true dharma)

પ્રાપ્ત - *praapt* - attained

રૂડા પુરુષો - *roodaa purusho* - wise ones, noblest of men

વિનય - *vinay* - humility

આગ્રહી - *aagrahee* - determined, insistent, persistent

નિષ્ફળતા - *nishfaltaa* - failure

સફળ - *safal* - successful

ઉપદેશ - *updesh* - imparted wisdom, teachings

સંસારતાપ - *sansaartaap* - the fire or heat of material existence

કૃતકૃત્ય - *krutkrutya* - imperative, only in this lies fulfilment

અનાયાસે - *anaayaase* - spontaneously

ગુપ્ત - *gupt* - esoteric, secretive, hidden

સંશોધન - *sanshodhan* - investigation, research

અપૂર્વ - *apoorva* - unprecedented

અનુગ્રહે - *anugrahe* - by the grace

બનનાર - *bannaar* - meant to be

ફરનાર - *farnaar* - alterable, changeable

નીરાગ શ્રેણી સમુચ્ચયે - *niraag shrenee samuchchaye* - striving for freedom from all desire

અહીં દર્શાવતાં સકારણ અટકી જઉં છું.

ચિ૦ દયાળભાઈ પાસે જશો. કંઈ દર્શાવે તો મને જણાવશો.

લખવા સંબંધમાં હમણાં કંઈક મને કંટાળો વર્તે છે. તેથી ધાર્યો હતો તેના આઠમા ભાગનો પણ ઉત્તર લખી શકતો નથી.

છેવટની આ વિનયપૂર્વક મારી શિક્ષા ધ્યાનમાં રાખશો કે:—

એક ભવના થોડા સુખ માટે અનંત ભવનું અનંત દુઃખ નહીં વધારવાનો પ્રયત્ન સત્પુરુષો કરે છે.

સ્યાત્પદ આ વાત પણ માન્ય છે કે બનનાર છે તે ફરનાર નથી અને ફરનાર છે તે બનનાર નથી. તો પછી ધર્મપ્રયત્નમાં, આત્મિકહિતમાં અન્ય ઉપાધિને આધીન થઈ પ્રમાદ શું ધારણ કરવો? આમ છે છતાં દેશ, કાળ, પાત્ર, ભાવ જોવાં જોઈએ.

સત્પુરુષોનું યોગબળ જગતનું કલ્યાણ કરો.

એમ ઇચ્છી વળતી ટપાલે પત્ર લખવા વિનંતી કરી પત્રિકા પૂર્ણ કરું છું.

લિ૦ માત્ર
રવજી આત્મજ રાયચંદના પ્રણામ — <u>નીરાગ શ્રેણી સમુચ્ચયે.</u>

-----

૧. ગ્રંથિથી

At this stage, put aside attempts to adopt monkhood. While we are bound by karma to live in the materialistic realm, we must endure it peacefully. Without this, liberation is not possible. If the opportunity for monkhood arises spontaneously, then it would be appropriate, otherwise keep striving. Feel free to ask me about monkhood again at an opportune time. If I am present, I shall surely respond.

'Dharma' is a concept that has remained very esoteric. It cannot be attained by external investigation. Only by unprecedented internal investigation is it attained. Such internal introspection is only possible for those greatly fortunate ones who are graced by a true Guru.

Seeing your thoughts reach such beautiful heights, I have responded with my heartfelt sentiments, and now, for inexpressible reasons, I must conclude.

Please pay a visit to young Dayal. Should he enlighten you in any matter, please do inform me.

I am experiencing an inertia of sorts when it comes to writing at the moment. This is why I have not been able to write even an eighth of what I had intended.

In conclusion, respectfully keep the following advice in mind:-

Merely for the sake of limited happiness in one lifetime, not to extend the infinite suffering of infinite lifetimes – such is the pursuit of enlightened masters.

In one sense, it is also true that what is meant to be cannot be altered, and what can be altered was not meant to be. So then, why do we subject ourselves to worldly worries and become lethargic in the upliftment of the soul? Although this is true, one must consider the context of place, time, person and intention.

May the divinity of saints grace the world.

With this wish and with a request for your response, I conclude this letter.

Humbly signed.

Respectfully, Raichand, son of Ravji, striving for freedom from all desire.

-----

1. of knots

Keywords

નિર્ગ્રંથ - *nirgranth* - unfettered, free from knots

નમસ્કાર - *namaskaar* - reverence

મતભેદ - *matbhed* - difference of opinion, dogmatism

અસરળતા - *asaraltaa* - deceit, lack of straightforwardness

ઉન્મત્તતા - *unmattataa* - intoxication in pride

ભેદાભેદ - *bhedaabhed* - discord, divisiveness

માન્યામાન્ય - *maanyaamaanya* - dispute, debate, acceptance and rejection

મર્મ - *marma* - esoteric essence

ક્રિયા - *kriyaa* - ritualistic practices

ઉપદેશ - *updesh* - insights imparted by a teacher, preachings

વાટ - *vaat* - path

શાશ્વત - *shaashvat* - eternal

સત્પદ - *satpad* - moksha, the ultimate state of being

અતીંદ્રિય - *ateendriya* - beyond the senses

સંભવિત - *sambhavit* - accessible, possible

એકાગ્ર ભાવ - *ekaagra bhaav* - single-pointed focus

સંશોધક - *sanshodhak* - investigator

અંતર્વૃત્તિ - *antarvrutti* - inner inclination

૫૪

વવાણિયા, ફાલ્ગુન સુદ ૯, રવિ, ૧૯૪૫

નિર્ગ્રંથ મહાત્માઓને નમસ્કાર

મોક્ષના માર્ગ બે નથી. જે જે પુરુષો મોક્ષરૂપ પરમશાંતિને ભૂતકાળે પામ્યા, તે તે સઘળા સત્પુરુષો એક જ માર્ગથી પામ્યા છે, વર્તમાનકાળે પણ તેથી જ પામે છે; ભવિષ્યકાળે પણ તેથી જ પામશે. તે માર્ગમાં મતભેદ નથી, અસરળતા નથી, ઉન્મત્તતા નથી, ભેદાભેદ નથી, માન્યામાન્ય નથી. તે સરળ માર્ગ છે, તે સમાધિમાર્ગ છે, તથા તે સ્થિર માર્ગ છે, અને સ્વાભાવિક શાંતિસ્વરૂપ છે. સર્વ કાળે તે માર્ગનું હોવાપણું છે, જે માર્ગના મર્મને પામ્યા વિના કોઈ ભૂતકાળે મોક્ષ પામ્યા નથી, વર્તમાનકાળે પામતા નથી, અને ભવિષ્યકાળે પામશે નહીં.

શ્રી જિને સહસ્રગમે ક્રિયાઓ અને સહસ્રગમે ઉપદેશો એ એક જ માર્ગ આપવા માટે કહ્યાં છે અને તે માર્ગને અર્થે તે ક્રિયાઓ અને ઉપદેશો ગ્રહણ થાય તો સફળ છે અને એ માર્ગને ભૂલી જઈ તે ક્રિયાઓ અને ઉપદેશો ગ્રહણ થાય તો સૌ નિષ્ફળ છે.

શ્રી મહાવીર જે વાટેથી તર્યા તે વાટેથી શ્રી કૃષ્ણ તરશે. જે વાટેથી શ્રી કૃષ્ણ તરશે તે વાટેથી શ્રી મહાવીર તર્યા છે. એ વાટ ગમે ત્યાં બેઠાં, ગમે તે કાળે, ગમે તે શ્રેણિમાં, ગમે તે યોગમાં જ્યારે પમાશે, ત્યારે તે પવિત્ર, શાશ્વત, સત્પદના અનંત અતીંદ્રિય સુખનો અનુભવ થશે. તે વાટ સર્વ સ્થળે સંભવિત છે. યોગ્ય સામગ્રી નહીં મેળવવાથી ભવ્ય પણ એ માર્ગ પામતાં અટક્યા છે, તથા અટકશે અને અટક્યા હતા.

કોઈ પણ ધર્મ સંબંધી મતભેદ રાખવો છોડી દઈ એકાગ્ર ભાવથી સમ્યક્‌યોગે જે માર્ગ સંશોધન કરવાનો છે, તે એ જ છે. માન્યામાન્ય, ભેદાભેદ કે સત્યાસત્ય માટે વિચાર કરનારા કે બોધ દેનારાને, મોક્ષને માટે જેટલા ભવનો વિલંબ હશે, તેટલા સમયનો (ગૌણતાએ) સંશોધક ને તે માર્ગના દ્વાર પર આવી પહોંચેલાને વિલંબ નહીં હશે.

વિશેષ શું કહેવું? તે માર્ગ આત્મામાં રહ્યો છે. આત્મત્વપ્રાપ્ય પુરુષ — નિર્ગ્રંથ આત્મા — જ્યારે યોગ્યતા ગણી તે આત્મત્વ અર્પશે — ઉદય આપશે — ત્યારે જ તે પ્રાપ્ત થશે, ત્યારે જ તે વાટ મળશે, ત્યારે જ તે મતભેદાદિક જશે.

મતભેદ રાખી કોઈ મોક્ષ પામ્યા નથી. વિચારીને જેણે મતભેદને ટાળ્યો, તે અંતર્વૃત્તિને પામી ક્રમે કરી શાશ્વત મોક્ષને પામ્યા છે, પામે છે અને પામશે.

કોઈ પણ અવ્યવસ્થિત ભાવે અક્ષરલેખ થયો હોય તો તે ક્ષમ થાઓ.

54

54

Vavania, the 9th day of the bright half of Falgun, Sunday, VS 1945

Reverence to the Great Unfettered Souls

There are no two paths to liberation. All those who have attained the ultimate peace of liberation in the past have done so by following a singular path. In the present, it is the same path leading to attainment, and in the future, it shall be the same path that leads to attainment. In this path, there is no dogmatism, no deceit, no intoxication in pride, no discord, no dispute. It is a straightforward path, a path of inner bliss, a stable path, and naturally peaceful. This path exists at all times; none have achieved liberation in the past, in the present, nor can they do so in the future without having absorbed the esoteric essence of this path.

The thousands of ritualistic practices and insights that have been preached by the Lord Jinas are for the purpose of giving this one singular path, and if these practices and insights are imbibed for the purpose of this path, then they bear fruit, whereas if they are imbibed while forgetting the path, then they are all fruitless.

That path by which Lord Mahavir swam across the ocean of materialistic existence is the same one that Lord Krishna will follow. The path that Lord Krishna will follow is the same one that Lord Mahavir has already followed. No matter where one is placed, no matter what time era, no matter what stage of spirituality, and no matter what situation one is in, this path, once gained, will inevitably lead to the experience of pure, eternal moksha, with its infinite bliss beyond the senses. This path is accessible everywhere. Without gaining the necessary factors for the path, even the worthiest of souls are being hindered, will be hindered, and have been hindered.

Having let go of any religious dogmatism, with single-pointed focus, and with true guidance, this is the very path we need to investigate. Those who contemplate or preach dispute, discord and debates about the truth are delayed in their liberation by many lifetimes, and, in the same proportion, those true seekers whose investigation has led them to the doorway of the true path are not delayed in their liberation.

What more can be said? This path resides within the soul. When one who has realised their own true self – an unfettered soul – finds us worthy and showers his grace – when our fortunes arise – only then will we experience our self, only then will the path be attainable, only then will dogmatism and such obstacles be removed.

None have attained liberation through dogmatism. Through deep thought, those who have set aside sectarian differences and acquired an inner inclination have progressively attained eternal liberation, are currently attaining it, and will do so in the future.

If any of this writing has been disorderly, then may it be forgiven.

Background

The inner path of spirituality compassionately given to us by Lord Mahavir is obscured in current times. True seekers can easily become confused and disheartened by conflicting explanations and guidance from religious traditions. Shrimad laments that none have attained liberation through dogmatism. Fortunately there is, and always has been, only one true path to freedom, and this is available to all of us today. It is not known who this letter is written to.

Keywords

સંવત્સરી - *samvatsaree* - final day of annual pratikraman (ceremony of repentance)

પરિભ્રમણ - *paribhraman* - transmigration through the cycles of life and death

સંકલ્પ – વિકલ્પ - *sankalp-vikalp* - arising of and engagement with thought

સમાધિ - *samaadhi* - inner bliss

વૈરાગ્ય - *vairaagya* - sense of detachment

સ્વચ્છંદ - *svachchhand* - hubris

ઉદાસીનતા - *udaaseentaa* - tiredness of worldly life, feelings of detachment

માઠું - *maathun* - inappropriate

અનંત - *anant* - infinite, countless

પ્રીતિભાવ - *preetibhaav* - feelings of love

ક્લેશિત - *kleshit* - disturbed

જુગુપ્સા - *jugupsaa* - loathsome feeling

ભ્રાંતિ - *bhraanti* - delusion

નિરુપાયતા - *nirupaaytaa* - the existence of factors outside of one's control

દુઃખ - *dukh* - hard times

પરિષહ - *parishah* - obstacles, troubles

ઉપસર્ગ - *upsarg* - external obstacles or torment

વ્યાધિ - *vyaadhi* - health problems

ઉપાધિ - *upaadhi* - worldly difficulties

આધિ - *aadhi* - anxiety

દુર્નિમિત્ત - *durnimitt* - negative circumstances

૧૨૮

વવાણિયા, પ્રથમ ભાદ્ર. સુદ ૬, ૧૯૪૬

ધર્મેચ્છક ભાઈઓ,

પ્રથમ સંવત્સરી અને એ દિવસ પર્યંત સંબંધીમાં કોઈ પણ પ્રકારે તમારો અવિનય, આશાતના, અસમાધિ મારા મન, વચન, કાયાના કોઈ પણ યોગાધ્યવસાયથી થઈ હોય તેને માટે પુનઃ પુનઃ ક્ષમાવું છું.

અંતર્જ્ઞાનથી સ્મરણ કરતાં એવો કોઈ કાળ જણાતો નથી વા સાંભરતો નથી કે જે કાળમાં, જે સમયમાં આ જીવે પરિભ્રમણ ન કર્યું હોય, સંકલ્પ – વિકલ્પનું રટણ ન કર્યું હોય, અને એ વડે 'સમાધિ' ન ભૂલ્યો હોય. નિરંતર એ સ્મરણ રહ્યા કરે છે, અને એ મહા વૈરાગ્યને આપે છે.

વળી સ્મરણ થાય છે કે એ પરિભ્રમણ કેવળ સ્વચ્છંદથી કરતાં જીવને ઉદાસીનતા કેમ ન આવી? બીજા જીવો પરત્વે ક્રોધ કરતાં, માન કરતાં, માયા કરતાં, લોભ કરતાં કે અન્યથા કરતાં તે માઠું છે એમ યથાયોગ્ય કાં ન જાણ્યું? અર્થાત્ એમ જાણવું જોઈતું હતું, છતાં ન જાણ્યું એ વળી ફરી પરિભ્રમણ કરવાનો વૈરાગ્ય આપે છે.

વળી સ્મરણ થાય છે કે જેના વિના એક પળ પણ હું નહીં જીવી શકું એવા કેટલાક પદાર્થો (સ્ત્રીઆદિક) તે અનંત વાર છોડતાં, તેનો વિયોગ થયાં અનંત કાળ પણ થઈ ગયો; તથાપિ તેના વિના જિવાયું એ કંઈ થોડું આશ્ચર્યકારક નથી. અર્થાત્ જે જે વેળા તેવો પ્રીતિભાવ કર્યો હતો તે તે વેળા તે કલ્પિત હતો. એવો પ્રીતિભાવ કાં થયો? એ ફરી ફરી વૈરાગ્ય આપે છે.

વળી જેનું મુખ કોઈ કાળે પણ નહીં જોઉં; જેને કોઈ કાળે હું ગ્રહણ નહીં જ કરું; તેને ઘેર પુત્રપણે, સ્ત્રીપણે, દાસપણે, દાસીપણે, નાના જંતુપણે શા માટે જન્મ્યો? અર્થાત્ એવા દ્વેષથી એવા રૂપે જન્મવું પડ્યું! અને તેમ કરવાની તો ઇચ્છા નહોતી! કહો એ સ્મરણ થતાં આ ક્લેશિત આત્મા પરત્વે જુગુપ્સા નહીં આવતી હોય? અર્થાત્ આવે છે.

વધારે શું કહેવું? જે જે પૂર્વનાં ભવાંતરે ભ્રાંતિપણે ભ્રમણ કર્યું; તેનું સ્મરણ થતાં હવે કેમ જીવવું એ ચિંતના થઈ પડી છે. ફરી ન જ જન્મવું અને ફરી એમ ન જ કરવું એવું દ્રઢત્વ આત્મામાં પ્રકાશે છે. પણ કેટલીક નિરુપાયતા છે ત્યાં કેમ કરવું? જે દ્રઢતા છે તે પૂર્ણ કરવી; જરૂર પૂર્ણ પડવી એ જ રટણ છે, પણ જે કંઈ આડું આવે છે, તે કોરે કરવું પડે છે, અર્થાત્ ખસેડવું પડે છે, અને તેમાં કાળ જાય છે. જીવન ચાલ્યું જાય છે, એને ન જવા દેવું, જ્યાં સુધી યથાયોગ્ય જય ન થાય ત્યાં સુધી, એમ દ્રઢતા છે તેનું કેમ કરવું? કદાપિ કોઈ રીતે તેમાંનું કંઈ કરીએ તો તેવું સ્થાન ક્યાં છે કે જ્યાં જઈને રહીએ? અર્થાત્ તેવા સંતો ક્યાં છે, કે જ્યાં જઈને એ દશામાં બેસી તેનું પોષણ પામીએ? ત્યારે હવે કેમ કરવું?

'ગમે તેમ હો, ગમે તેટલાં દુઃખ વેઠો, ગમે તેટલા પરિષહ સહન કરો, ગમે તેટલા ઉપસર્ગ સહન કરો, ગમે તેટલી વ્યાધિઓ સહન કરો, ગમે તેટલી ઉપાધિઓ આવી પડો, ગમે તેટલી આધિઓ આવી પડો, ગમે તો જીવનકાળ એક સમય માત્ર હો, અને દુર્નિમિત્ત હો, પણ એમ કરવું જ.

ત્યાં સુધી હે જીવ! છૂટકો નથી.'

128

Vavania, the 6th day of the bright half of the first Bhadarva, VS 1946

128

Spirituality-seeking brothers,

Over the past year since the last Samatsvari, if you have been disrespected, discomforted or disturbed in any way due to the deeds of my mind, speech or conduct, then for that, I repeatedly seek your forgiveness.

Through the inner knowledge of past lives, no time can be remembered, or known, when this soul has not been transmigrating in the cycle of birth and death, has not engaged in the repeated arising of and engagement with thought and, because of this, there has never been a time when one's 'blissful awareness' has not been forgotten. This recollection is constantly in mind, and it gives rise to a great sense of detachment.

How is it that during all this transmigration that was solely driven by hubris, the soul did not tire of it? While expressing anger, pride, deceit, greed and other passions towards other souls, why did one not realise the inappropriateness of it? One should have realised, but did not, and this thought once again gives rise to a sense of detachment from further transmigration.

Furthermore, there is a recollection of many material objects that I once believed that I simply could not live without even for a moment, like women etc, and yet these have been left behind infinite times, and aeons have passed since the separation; yet it has been possible to live without them, which itself is astonishing. This means that whenever such feelings of endearment arose, they were merely imaginary. Why were such feelings harboured? This repeatedly gives rise to a sense of detachment.

Furthermore, those very people whose faces I resolved never even to look at; those I would not accept for any reason; why did this soul take birth in their households as a son, wife, servant or small insect? This means that because of such hatred, one had to be born in these circumstances! Although there was no desire to do so! Tell me, by recalling this wouldn't one feel loathing towards this disturbed soul? Of course.

What more can be said? At the end of past lives I have wandered in delusion; by recalling this a deep concern arises as to how best to live now. This soul is lit up with a firm resolve, never to be born again, never to repeat these mistakes. Alas, where there are factors outside of one's control, what can be done? This resolution must be fulfilled; there is a constant reminder that surely it will be fulfilled, but the obstacles that are in the way must be resolved, in other words, they must be moved aside, and this is taking up time. Life is passing by, and this must not be allowed to happen until such time as the desired victory is had: how can this resolve be kept strong? Even if something can be done about these obstacles, where is the place

Background

At the time of writing this letter, Shrimad harboured a deep longing for self-realisation, and his sense of detachment shines intensely through every sentence in this letter. He reflects on his past lives and at the end of the letter Shrimad makes a firm resolve to himself which is incredibly powerful. The letter is primarily for Shree Ambalal.

નેપથ્ય - *nepathya* - deep within

સ્વભાવવૃત્તિ - *svabhaavvrutti* - inner state

શૂન્ય - *shoonya* - emptiness, inner silence

તરંગ - *tarang* - turbulence, waves

લોકસંજ્ઞા - *loksangnaa* - heeding the world, in particular, practising religion according to our family or community customs for societal acceptance

પ્રત્યાખ્યાન - *pratyaakhyaan* - a vow to refrain from, abstain from

આશ્ચર્યકારક - *aashcharyakaarak* - astonishing

આમ નેપથ્યમાંથી ઉત્તર મળે છે, અને તે યથાયોગ્ય લાગે છે.

ક્ષણે ક્ષણે પલટાતી સ્વભાવવૃત્તિ નથી જોઈતી. અમુક કાળ સુધી શૂન્ય સિવાય કંઈ નથી જોઈતું; તે ન હોય તો અમુક કાળ સુધી સંત સિવાય કંઈ નથી જોઈતું; તે ન હોય તો અમુક કાળ સુધી સત્સંગ સિવાય કંઈ નથી જોઈતું; તે ન હોય તો આર્યાચરણ (આર્ય પુરુષોએ કરેલાં આચરણ) સિવાય કંઈ નથી જોઈતું; તે ન હોય તો જિનભક્તિમાં અતિ શુદ્ધ ભાવે લીનતા સિવાય કંઈ નથી જોઈતું; તે ન હોય તો પછી માગવાની ઇચ્છા પણ નથી.

ગમ પડ્યા વિના આગમ અનર્થકારક થઈ પડે છે. સત્સંગ વિના ધ્યાન તે તરંગરૂપ થઈ પડે છે. સંત વિના અંતની વાતમાં અંત પમાતો નથી. લોકસંજ્ઞાથી લોકાગ્રે જવાતું નથી. લોકત્યાગ વિના વૈરાગ્ય યથાયોગ્ય પામવો દુર્લભ છે.

'એ કંઈ ખોટું છે?' શું?

પરિભ્રમણ કરાયું તે કરાયું. હવે તેનાં પ્રત્યાખ્યાન લઈએ તો?

લઈ શકાય.

એ પણ આશ્ચર્યકારક છે.

અત્યારે એ જ. ફરી યોગવાઈએ મલીશું.

એ જ વિજ્ઞાપન.

વિ૦ રાયચંદના યથાયોગ્ય

that one can go and stay? Meaning, in this state, where are those saints with whom I can sit and be nourished? Now what should one do?

'No matter what happens, no matter how many hard times one suffers, no matter how many inner obstacles one must bear, no matter how many external obstacles one faces, no matter how many health problems one endures, no matter how many worldly difficulties arise, no matter how much anxiety arises, even if there is only one moment left of this life, and under negative circumstances, this must be done.

Oh soul! Until then, there is no freedom.'

This is the calling coming to me from deep within, and it rings true.

I do not desire an ever-changing tumultuous inner state. For some moments, I desire nothing but inner silence. If not, then for some moments, I desire nothing but an enlightened saint. If not, then for some moments, I desire nothing but the association of fellow true seekers. If not, I desire nothing but the conduct of noble people. If not, I desire nothing but to be immersed in pure devotion towards the Lord Jinas. If not, then I have no desire left to ask for anything.

Without understanding their essence, the scriptures become meaningless. Without satsang, meditation creates turbulence. Without a saint, there is no end to the seeker's quest for an end. Heeding the world does not lead to transcending this world. Without renouncing the world, the necessary detachment is difficult to achieve.

'Is this wrong?', I ask.

Whatever transmigration was done is done. Now is it possible to vow to refrain from it?

Yes, it is possible.

And this in itself is astonishing.

That is all for now. We will meet again at an appropriate time.

That is all I wish to highlight.

With appropriate respect, Raichand

Keywords

ક્ષણ - *kshan* - moment (time period)

સમાગમ - *samaagam* - association

સંસાર - *sansaar* - ocean of material existence

વિયોગ - *viyog* - separation

નિરંતર - *nirantar* - continuously

પરમાર્થ - *parmaarth* - supreme

કર્તવ્ય - *kartavya* - duty

ભવિષ્યજ્ઞાન - *bhavishyagnaan* - clairvoyance, specifically knowledge of the future

૧૩૨

વવાણિયા, પ્ર. ભાદ્ર. વદિ ૧૩, શુક્ર, ૧૯૪૬

'क्षणमपि सज्जनसंगतिरेका, भवति भवार्णवतरणे नौका.'

ક્ષણવારનો પણ સત્પુરુષનો સમાગમ તે સંસારરૂપ સમુદ્ર તરવાને નૌકારૂપ થાય છે. એ વાક્ય મહાત્મા શંકરાચાર્યજીનું છે; અને તે યથાર્થ જ લાગે છે.

આપે મારા સમાગમથી થયેલો આનંદ અને વિયોગથી અનાનંદ દર્શાવ્યો; તેમ જ આપના સમાગમ માટે મને પણ થયું છે.

અંતઃકરણમાં નિરંતર એમ જ આવ્યા કરે છે કે પરમાર્થરૂપ થવું; અને અનેકને પરમાર્થ સાધ્ય કરવામાં સહાયક થવું એ જ કર્તવ્ય છે, તથાપિ કંઈ તેવો યોગ હજુ વિયોગમાં છે.

ભવિષ્યજ્ઞાનની જેમાં અવશ્ય છે, તે વાત પર હમણાં લક્ષ રહ્યું નથી.

132

Vavania, the 13th day of the dark half of the first Bhadarva, Friday, VS 1946

क्षणमपि सज्जनसंगतिरेका, भवति भवार्णवतरणे नौका.

Even a moment's association with an enlightened soul is like a boat traversing the ocean of material existence. These are the words of the great Shankaracharya; and indeed, these words are true.

You have expressed your pleasure with our association, and your displeasure with our separation. I feel the same way about our association.

In my heart, it strikes me continuously that I ought to realise the Supreme; and support countless others in realising that Supreme; this is my duty, and yet, somehow, this state eludes me.

As to the question you raised regarding what the future holds, I am not currently interested in knowledge accessed through clairvoyance.

132

Background

This letter records Shrimad's momentous encounter with his spiritual soulmate, Shree Saubhag. In reverence and gratitude for this encounter, Shrimad invokes the wisdom of the revered sage Shnkaracharya, drawing from the scripture Moh Mudgar, a gem of the Advait Vedanta lineage.

'What is meant to be cannot be altered,
and what can be altered was not meant to be.
So then, why do we subject ourselves to worldly worries
and become lethargic in the upliftment of the soul?'

Shrimad Rajchandra Vachanamrut

Letter 47

Keywords

મુમુક્ષુતા - *mumukshutaa* - a true seeker's desire for moksha

અંશો - *ansho* - degrees, segments, fractions, seeds

ગ્રહાયેલું - *grahaayelun* - gripped, sprouting

હૃદય - *hraday* - heart

સંતોષ - *santosh* - contentment

પરિભ્રમણ - *paribhraman* - transmigration

જિજ્ઞાસા - *jignaasaa* - yearning, aspiration

કલ્યાણ - *kalyaan* - spiritual boon, welfare

ઉત્તેજન - *uttejan* - the act of kindling

ધર્મકથા - *dharmakathaa* - spiritual message

સ્મરણ - *smaran* - recollect

લક્ષણ - *lakshan* - distinguishing quality

શમ - *sham* - calmness, containment, pacification

સંવેગ - *samveg* - motivation for nothing but moksha

નિર્વેદ - *nirved* - disillusionment

આસ્થા - *aasthaa* - faith

અનુકંપા - *anukampaa* - compassion

કષાય - *kashaay* - negative passions

ઉદય - *uday* - karma when it comes into fruition

આત્મદશા - *aatmadashaa* - inner state

અનાદિકાળ - *anaadikaal* - for all of eternity, since beginningless time

મુક્ત - *mukt* - free

અભિલાષા - *abhilaashaa* - longing

ભ્રાંતિ - *bhraanti* - delusion

વચન - *vachan* - wisdom

તલ્લીનતા - *talleenta* - immersing of oneself

શ્રદ્ધા - *shraddhaa* - conviction

તુલ્ય - *tulya* - equivalent to, just as

૧૩૫

વવાણિયા, બી. ભા. સુદ ૧૪, રવિ, ૧૯૪૬

ધર્મેચ્છક ભાઈઓ,

મુમુક્ષુતાનાં અંશોએ ગ્રહાયેલું તમારું હૃદય પરમ સંતોષ આપે છે. અનાદિકાળનું પરિભ્રમણ હવે સમાપ્તતાને પામે એવી જિજ્ઞાસા, એ પણ એક કલ્યાણ જ છે. કોઈ એવો યથાયોગ્ય સમય આવી રહેશે કે જ્યારે ઇચ્છિત વસ્તુની પ્રાપ્તિ થઈ રહેશે.

નિરંતર વૃત્તિઓ લખતા રહેશો. જિજ્ઞાસાને ઉત્તેજન આપતા રહેશો. અને નીચેની ધર્મકથા શ્રવણ કરી હશે તથાપિ ફરી ફરી તેનું સ્મરણ કરશો.

સમ્યક્દશાનાં પાંચ લક્ષણો છેઃ

શમ.
સંવેગ.
નિર્વેદ.
આસ્થા.
— અનુકંપા.

ક્રોધાદિક કષાયોનું શમાઈ જવું, ઉદય આવેલા કષાયોમાં મંદતા થવી, વાળી લેવાય તેવી આત્મદશા થવી અથવા અનાદિકાળની વૃત્તિઓ શમાઈ જવી તે 'શમ'.

મુક્ત થવા સિવાય બીજી કોઈ પણ પ્રકારની ઇચ્છા નહીં, અભિલાષા નહીં તે 'સંવેગ'.

જ્યારથી એમ સમજાયું કે ભ્રાંતિમાં જ પરિભ્રમણ કર્યું; ત્યારથી હવે ઘણી થઈ, અરે જીવ ! હવે થોભ, એ 'નિર્વેદ'.

માહાત્મ્ય જેનું પરમ છે એવા નિઃસ્પૃહી પુરુષોનાં વચનમાં જ તલ્લીનતા તે 'શ્રદ્ધા' – 'આસ્થા'.

એ સઘળાં વડે જીવમાં સ્વાત્મતુલ્ય બુદ્ધિ તે 'અનુકંપા'.

આ લક્ષણો અવશ્ય મનન કરવા યોગ્ય છે, સ્મરવા યોગ્ય છે, ઇચ્છવા યોગ્ય છે, અનુભવવા યોગ્ય છે. અધિક અન્ય પ્રસંગે.

વિ૦ રાયચંદ્રના ય૦

135

Vavania, the 14th day of the bright half of the second Bhadarva, VS 1946

Spirituality-seeking brothers,

To see your heart sprouting with the seeds of a true seeker's desire for moksha gives me great contentment. The yearning to end the soul's timeless transmigration, is itself a form of liberation. An opportune time will come when the object of your desire will be attained.

Continue to share your inclinations with me. Continue to kindle your yearning. Even though you may have already heard the following spiritual message, repeatedly recollect it.

Self-realisation has five distinguishing qualities:

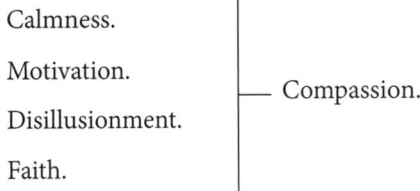

Calmness.
Motivation.
Disillusionment.
Faith.
— Compassion.

'**Calmness**' is the containment of anger and other negative passions, the ability to quieten oneself when such passions come to fruition, having an inner state which can turn back from such passions, or completely pacify the inclinations that have been troubling one for all of eternity.

'**Motivation**' is to harbour no form of desire and no longing for anything, except to be free.

'**Disillusionment**' is, on realising that transmigration has been due to delusion; determining that enough is enough, and resolving to ourselves 'Oh Soul, now stop!'.

'**Faith**' is the conviction with which one totally immerses oneself in the wisdom of the selfless souls, whose greatness is paramount.

'**Compassion**' is seeing all souls as equivalent to one's own.

These distinguishing qualities are certainly worthy of reflection, worthy of remembrance, worthy of desire and worthy of experience. More at another time.

With appropriate respect, Raichand

Background

There are five distinguishing virtues that can be observed in any self-realised soul. It is through the diligent cultivation of these same virtues that a seeker becomes worthy of the spiritual path and is eventually able to recognise a true enlightened master. These five qualities are also mentioned in verses 38 and 108 of the revered Atmasiddhi Shastra. The letter is written to Shree Ambalal and Shree Tribhovan from the ancient and holy Jain tirth of Khambhat. Through the teachings in here, may we all be inspired to develop these divine virtues within us.

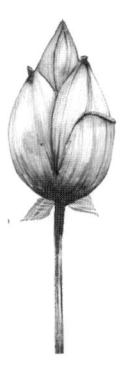

૧૬૫

મુંબઈ, કાર્તિક સુદ ૫, સોમ, ૧૯૪૭

પરમ પૂજ્ય—કેવલબીજ સંપન્ન,

સર્વોત્તમ ઉપકારી શ્રી સૌભાગ્યભાઈ,

મોરબી.

આપના પ્રતાપે અત્ર આનંદવૃત્તિ છે.

પ્રભુ પ્રતાપે ઉપાધિજન્ય વૃત્તિ છે.

ભગવાન પરિપૂર્ણ સર્વગુણસંપન્ન કહેવાય છે. તથાપિ એમાંય અપલક્ષણ કંઈ ઓછાં નથી! વિચિત્ર કરવું એ જ એની લીલા! ત્યાં અધિક શું કહેવું!

સર્વ સમર્થ પુરુષો આપને પ્રાપ્ત થયેલાં જ્ઞાનને જ ગાઈ ગયા છે. એ જ્ઞાનની દિન પ્રતિદિન આ આત્માને પણ વિશેષતા થતી જાય છે. હું ધારું છું કે કેવળજ્ઞાન સુધીની મહેનત કરી અલેખે તો નહીં જાય. મોક્ષની આપણને કાંઈ જરૂર નથી. નિઃશંકપણાની, નિર્ભયપણાની, નિર્મુઝનપણાની અને નિઃસ્પૃહપણાની જરૂર હતી, તે ઘણે અંશે પ્રાપ્ત થઈ જણાય છે; અને પૂર્ણ અંશે પ્રાપ્ત કરાવવાની કરુણાસાગર ગુપ્ત રહેલાની કૃપા થશે એમ આશા રહે છે. છતાં વળી એથીયે અલૌકિક દશાની ઇચ્છા રહે છે, ત્યાં વિશેષ શું કહેવું?

અનહદ ધ્વનિમાં મણા નથી. પણ ગાડીઘોડાની ઉપાધિ શ્રવણનું સુખ થોડું આપે છે. નિવૃત્તિ વિના અહીં બીજું બધુંય લાગે છે.

જગતને, જગતની લીલાને બેઠા બેઠા મફતમાં જોઈએ છીએ.

આપની કૃપા ઇચ્છું છું.

વિ૦ આજ્ઞાંકિત રાયચંદના પ્રણામ.

Keywords

કેવલબીજ - *kevalbeej* - the seed of enlightenment

સંપન્ન - *sampann* - possessing

પ્રભુ - *prabhu* - God

પરિપૂર્ણ - *paripoorna* - complete, full

ગુણ - *gun* - virtue

અપલક્ષણ - *aplakshan* - absurd traits, negative traits, flaws

વિચિત્ર - *vichitra* - outlandish, bizarre

લીલા - *leelaa* - whim, 'play of the world', vagaries

કેવળજ્ઞાન - *kevalgnaan* - totally pure enlightenment

અલેખે - *alekhe* - wasted

નિઃશંક - *nishank* - doubt-free

નિર્ભય - *nirbhay* - fear-free

નિર્મુઝન - *nirmuzan* - anxiety-free

નિઃસ્પૃહ - *nispruha* - desireless, selfless

કરુણાસાગર ગુપ્ત રહેલા - *karunaasaagar gupta rahelaa* - the hidden ocean of compassion

અલૌકિક - *alaukik* - sublime

અનહદ ધ્વનિ - *anhad dhvani* - unstruck cosmic reverberation

નિવૃત્તિ - *nivrutti* - freedom from distraction

કૃપા - *krupaa* - grace

165

165

Mumbai, the 5th day of the bright half of Kartak, Monday, VS 1947

Highly venerable – possessor of the seed of enlightenment,

Greatest benefactor Shree Saubhag,
Morbi.

By your grace, I am filled with joyful inclinations.

By God's grace, I am engaged in worldly matters.

God is said to possess all virtues completely. However, even in him, there is no shortage of absurd traits! It is his whim to create the outlandish! What more can be said!

All powerful souls have sung the praises of the esoteric wisdom that you hold. Day by day, this soul, too, increasingly feels the uniqueness of this knowledge. I believe that efforts towards totally pure enlightenment will not be wasted. We do not need moksha at all. The freedom from doubt, fear, anxiety and desire that was needed, has already been attained to a large degree; and the hope remains that it will be attained completely by the grace of the hidden ocean of compassion. And yet, there remains a desire to attain an even more sublime state. What more can be said?

The unstruck cosmic reverberation resounds unobstructed. Yet, the din of the passing horse carriages offers me little respite to enjoy listening to it. I find everything is here except for freedom from distraction.

I sit here and observe for free the play of the world and its vagaries.

I desire your grace.

Obediently, respectfully, Raichand

Background

In this jubilant letter, Shrimad is celebrating the profound meditation technique, the esoteric wisdom he gained through his association with Shree Saubhag. With an open heart, Shrimad shares the remarkable progress he has made since their first divine meeting. How truly blessed are we to gain such intimate insight into a master's inner journey to enlightenment!

Keywords

આગમ - *aagam* - scripture

સમ્મતિ - *sammati* - harmony, one mind

મંગળ - *mangal* - beneficial, auspicious

વાંછા - *vaanchhaa* - desire

શ્રવણ - *shravan* - hearing

ક્રમ - *kram* - process, order

અભ્યાસ - *abhyaas* - practice, study

યોગ્ય - *yogya* - necessary

અર્પણબુદ્ધિ - *arpanbuddhi* - attitude of surrender

આજ્ઞા - *aagnaa* - commandment

માયિક વાસના - *maayik vaasanaa* - illusory desire

અનાદિકાળ - *anaadikaal* - since beginless time

પરિભ્રમણ - *paribhraman* - transmigration

અનંત - *anant* - infinite

સુણ્યું - *sunyun* - heeded

શ્રધ્યું - *shraddhyun* - placed faith in

છૂટવાની વાર્ત્તા - *chhootvaani vaartaa* - concept of spiritual freedom

માર્ગ - *maarg* - path

૧૬૬

મુંબઈ, કાર્તિક સુદ ૬, ભોમ, ૧૯૪૭

સત્પુરુષના એકેક વાક્યમાં, એકેક શબ્દમાં, અનંત આગમ રહ્યાં છે, એ વાત કેમ હશે?

નીચેનાં વાક્યો પ્રત્યેક મુમુક્ષુઓને મેં અસંખ્ય સત્પુરુષોની સમ્મતિથી મંગળરૂપ માન્યાં છે, મોક્ષનાં સર્વોત્તમ કારણરૂપ માન્યાં છે:—

૧. માયિક સુખની સર્વ પ્રકારની વાંછા ગમે ત્યારે પણ છોડ્યા વિના છૂટકો થવો નથી; તો જ્યારથી એ વાક્ય શ્રવણ કર્યું, ત્યારથી જ તે ક્રમનો અભ્યાસ કરવો યોગ્ય જ છે એમ સમજવું.

૨. કોઈ પણ પ્રકારે સદ્ગુરુનો શોધ કરવો; શોધ કરીને તેના પ્રત્યે તન, મન, વચન અને આત્માથી અર્પણબુદ્ધિ કરવી; તેની જ આજ્ઞાનું સર્વ પ્રકારે નિઃશંકતાથી આરાધન કરવું; અને તો જ સર્વ માયિક વાસનાનો અભાવ થશે એમ સમજવું.

૩. અનાદિકાળના પરિભ્રમણમાં અનંત વાર શાસ્ત્રશ્રવણ, અનંત વાર વિદ્યાભ્યાસ, અનંત વાર જિનદીક્ષા, અનંત વાર આચાર્યપણું પ્રાપ્ત થયું છે. માત્ર, 'સત્' મળ્યા નથી, 'સત્' સુણ્યું નથી, અને 'સત્' શ્રધ્યું નથી, અને એ મળ્યે, એ સુણ્યે, અને એ શ્રધ્યે જ છૂટવાની વાર્ત્તાનો આત્માથી ભણકાર થશે.

૪. મોક્ષનો માર્ગ બહાર નથી, પણ આત્મામાં છે. માર્ગને પામેલો માર્ગ પમાડશે.

૫. બે અક્ષરમાં માર્ગ રહ્યો છે, અને અનાદિ કાળથી એટલું બધું કર્યા છતાં શા માટે પ્રાપ્ત થયો નથી તે વિચારો.

166

Mumbai, the 6th day of the bright half of Kartak, Tuesday, VS 1947

In every single sentence, in every single word of an enlightened soul, resides an infinity of scriptures; how is this so?

In harmony with countless enlightened masters, I believe the sentences below are beneficial for every true seeker, and are the highest means for moksha:

1) At one point or another, it is imperative to let go of all desires for illusory pleasures; so one should understand that from the very moment that one hears this statement it is necessary to practise this process.

2) Seek out a true Guru, in any way you can. After finding him, cultivate towards him the attitude of surrendering with your body, mind, speech, and soul; without any doubt observe in every way his command alone; and understand that only then will every illusory desire disappear.

3) Transmigrating since beginningless time, one has heard the scriptures infinite times, studied philosophy infinite times, adopted Jain monkhood infinite times, and become the head of monastic orders infinite times. It remains only that one has not encountered 'truth', heeded 'truth', nor placed faith in 'truth'. It is in encountering, heeding, and placing faith in 'truth' that the soul will resonate with the message about freeing itself.

4) The path to moksha is not outside, but within the soul. One who possesses the path can bestow it on others.

5) The path resides in two syllables, and yet, despite striving in so many ways since beginningless time, the path has not been attained - contemplate why.

166

Background

There is a saying that countless unenlightened souls would have countless different opinions; whereas countless enlightened souls would agree on a single truth. But what exactly is it that they would agree on? Shrimad gives us five points in this letter, summarising the fundamentals of the true inner path with extreme clarity. It is written to Shree Saubhag.

Keywords

આત્મા - *aatmaa* - soul

નિઃસંશય - *nisanshay* - doubtless, certain

ગ્રંથિભેદ - *granthibhed* - untying the knots of delusion

વાત - *vaat* - declaration, statement

નિર્વિકલ્પ - *nirvikalp* - unwavering

સમાધિ - *samaadhi* - blissful awareness

અમૃતસાગર - *amrutsaagar* - ocean of nectar of immortality

અવલોકન - *avlokan* - gazing, introspection

માયા - *maayaa* - deluded identification

આવરણ - *aavaran* - obstruction

વિસ્મરણ - *vismaran* - forgetting

'તુંહિ તુંહિ' - *'tuhi tuhi'* - 'only you, only you'

માયિક ભય - *maayik bhay* - illusory fear

મોહ - *moh* - deluded attachment to the body

સંકલ્પ; વિકલ્પ - *sankalp; vikalp* - arising of and engagement with thought

પરમાત્મા - *parmaatmaa* - God

પરમાર્થ - *parmaarth* - realisation of the ultimate, ultimate truth

પ્રયત્ન - *prayatna* - effort

પ્રગટ માર્ગ - *pragat marg* - path I have in my hand, manifest path

નિશ્ચય - *nishchay* - resolution

નિવૃત્તિ - *nivrutti* - refuge from activity

ત્યાગ - *tyaag* - external renunciation

માર્ગ - *maarg* - path

૧૭૦

મુંબઈ, કારતક સુદ ૧૪, ૧૯૪૭

પરમ પૂજ્યશ્રી,૧

આજે આપનું પત્ર ૧ ભૂધર આપી ગયા. એ પત્રનો ઉત્તર લખતાં પહેલાં કંઈક પ્રેમભક્તિ સમેત લખવા ઇચ્છું છું.

આત્મા જ્ઞાન પામ્યો એ તો નિઃસંશય છે; ગ્રંથિભેદ થયો એ ત્રણે કાળમાં સત્ય વાત છે. સર્વ જ્ઞાનીઓએ પણ એ વાત સ્વીકારી છે. હવે છેવટની નિર્વિકલ્પ સમાધિ આપણને પામવી બાકી છે, જે સુલભ છે. અને તે પામવાનો હેતુ પણ એ જ છે કે કોઈ પણ પ્રકારે અમૃતસાગરનું અવલોકન કરતાં અલ્પ પણ માયાનું આવરણ બાધ કરે નહીં; અવલોકનસુખનું અલ્પ પણ વિસ્મરણ થાય નહીં; 'તુંહિ તુંહિ' વિના બીજી રટણા રહે નહીં; માયિક એક પણ ભયનો, મોહનો, સંકલ્પનો કે વિકલ્પનો અંશ રહે નહીં. એ એકવાર જો યથાયોગ્ય આવી જાય તો પછી ગમે તેમ પ્રવર્તાય, ગમે તેમ બોલાય, ગમે તેમ આહાર-વિહાર કરાય, તથાપિ તેને કોઈ પણ જાતની બાધા નથી. પરમાત્મા પણ તેને પૂછી શકનાર નથી. તેનું કરેલું સર્વ સવળું છે. આવી દશા પામવાથી પરમાર્થ માટે કરેલો પ્રયત્ન સફળ થાય છે. અને એવી દશા થયા વિના પ્રગટ માર્ગ પ્રકાશવાની પરમાત્માની આજ્ઞા નથી એમ મને લાગે છે. માટે દ્રઢ નિશ્ચય કર્યો છે કે એ દશાને પામી પછી પ્રગટ માર્ગ કહેવો — પરમાર્થ પ્રકાશવો — ત્યાં સુધી નહીં. અને એ દશાને હવે કંઈ ઝાઝો વખત પણ નથી. પંદર અંશે તો પહોંચી જવાયું છે. નિર્વિકલ્પતા તો છે જ; પરંતુ નિવૃત્તિ નથી, નિવૃત્તિ હોય તો બીજાના પરમાર્થ માટે શું કરવું તે વિચારી શકાય. ત્યાર પછી ત્યાગ જોઈએ, અને ત્યાર પછી ત્યાગ કરાવવો જોઈએ.

મહાન પુરુષોએ કેવી દશા પામી માર્ગ પ્રકાશ્યો છે, શું શું કરીને માર્ગ પ્રકાશ્યો છે, એ વાતનું આત્માને સારી રીતે સ્મરણ રહે છે; અને એ જ પ્રગટ માર્ગ કહેવા દેવાની ઈશ્વરી ઇચ્છાનું લક્ષણ જણાય છે.

આટલા માટે હમણાં તો કેવળ ગુપ્ત થઈ જવું જ યોગ્ય છે. એક અક્ષરે એ વિષયે વાત કરવા ઇચ્છા થતી નથી. આપની ઇચ્છા જાળવવા ક્યારેક ક્યારેક પ્રવર્તન છે; અથવા ઘણા પરિચયમાં આવેલા યોગપુરુષની ઇચ્છા માટે કંઈક અક્ષર ઉચ્ચાર અથવા લેખ કરાય છે. બાકી સર્વ પ્રકારે ગુપ્તતા કરી છે. અજ્ઞાની થઈને વાસ કરવાની ઇચ્છા બાંધી રાખી છે. તે એવી કે અપૂર્વ કાળે જ્ઞાન પ્રકાશતાં બાધ ન આવે.

આટલાં કારણથી દીપચંદજી મહારાજ કે બીજા માટે કંઈ લખતો નથી. ગુણઠાણાં ઇત્યાદિકનો ઉત્તર લખતો નથી. સૂત્રને અડતોય નથી. વ્યવહાર સાચવવા થોડાંએક પુસ્તકોનાં પાનાં ફેરવું છું. બાકી બધુંય પથ્થર પર પાણીના ચિત્ર જેવું કરી મૂક્યું છે. તન્મય આત્મયોગમાં પ્રવેશ છે. ત્યાં જ ઉલ્લાસ છે, ત્યાં જ યાચના છે, અને યોગ (મન, વચન અને કાયા) બહાર પૂર્વકર્મ ભોગવે છે. વેદોદયનો નાશ થતાં સુધી ગૃહવાસમાં રહેવું યોગ્ય લાગે છે. પરમેશ્વર ચાહીને વેદોદય રાખે છે. કારણ, પંચમ કાળમાં પરમાર્થની વર્ષાઋતુ થવા દેવાની તેની થોડી જ ઇચ્છા લાગે છે.

તીર્થંકર જે સમજ્યા અને પામ્યા તે.....આ કાળમાં ન સમજી શકે અથવા ન પામી શકે તેવું કંઈ જ નથી. આ નિર્ણય ઘણાય વખત થયાં કરી રાખ્યો છે. જોકે તીર્થંકર થવા ઇચ્છા નથી; પરંતુ

170

170

Mumbai, the 14th day of the bright half of Kartak, VS 1947

Highly worthy of respect,[1]

Today Bhoodar brought your letter to me. Before responding to your letter, I wish to write about something to you with loving devotion.

There is no doubt that the soul has experienced itself; it is an eternal truth that the knots of delusion have been untied. All enlightened souls have accepted this declaration. All that remains is to achieve the ultimate state of unwavering blissful awareness, and this is easy to achieve. And the cause of attaining this state is that even the slightest deluded identification does not obstruct one in any way from gazing into the ocean of the nectar of immortality; that the joy of gazing is not forgotten for even one moment; there is nothing beyond the yearning 'Only you, only you'; there remains not even a single trace of illusory fear, bodily attachment, or the arising of and engagement with thought. Once this state truly arises, then one can behave in any way, speak in any manner, eat and move in any way, and yet have no kind of restriction. Even God cannot question them. Their every act is conducive. By attaining such a state the efforts to realise the ultimate are fruitful. Without attaining such a state, it seems to me that one does not have the Lord's consent to illuminate the path I have in my hand for others. Therefore I have made the firm resolution that only after attaining this state will I share the manifest path with others – illuminate the ultimate truth – but not until then. And such a state is not all that far now. A mere fraction remains in achieving this state. The experience of undisturbed bliss has already been attained to an extent, but refuge from activity is lacking. If there were a refuge from activity, it would be possible to contemplate on what can be done to uplift other souls. After that, external renunciation is necessary, and after that, the facilitation of others' external renunciation must be done.

This soul recalls clearly what state enlightened souls have reached before illuminating the path and what means they have employed to illuminate the path; and this itself is an indication that it is God's will that I share the manifest path.

For these reasons, for now, it is appropriate to become completely unknown. I have no wish to say a single word on this subject. To respect your wishes, there is occasional sharing; or in order to satisfy the wishes of worthy souls that have become extremely close, some words are spoken or written. Besides that, in all ways, I have remained unknown. My firmly held wish is to live unrecognised as an enlightened soul. Such that at the time when the unprecedented state arises, there shall be no obstacles to illuminating wisdom.

For these reasons, I am writing nothing for Dipchandji Maharaj or any others. I am not responding about the stages of spiritual awakening and other technical matters. I am not even touching the subject of religious scriptures. For the sake

Background

Shrimad declares his magnificent achievement of self-realisation! He confirms that his experience resonates completely with that of past enlightened saints. However, despite this tremendous inner attainment and compassion for others, he resolves that due to his current external circumstance as a householder, it would not be appropriate for him to become a torchbearer for others. It is written to Shree Saubhag.

સ્મરણ - *smaran* - recollection, memory

લક્ષણ - *lakshan* - indication, distinguishing characteristic

ગુપ્ત - *gupt* - unknown

ગુણઠાણાં - *gunathaanaa* - stages of awakening

તન્મય - *tanmay* - absorbed

આત્મયોગ - *aatmayog* - absorption in the soul

ઉલ્લાસ - *ullaas* - joy

યાચના - *yaachnaa* - yearning

યોગ - *yog* - faculties of mind, speech and body

વેદોદય - *vedoday* - fruition of sensuality-bearing karma

પંચમ કાળ - *panchamkaal* - Jain term for the dark era of spiritual decline, 5th time period of the cycle

ઉપશમ શ્રેણી - *upsham shreni* - route of suppression

ક્ષપક શ્રેણી - *kshapak shreni* - route of elimination

પ્રત્યક્ષ દર્શન - *pratyaksha darshan* - direct experience of the soul

આજ્ઞા - *aagnaa* - commandment

સ્વાભાવિક ઉપશમ - *svaabhaavik upsham* - instinctive suppression

દશપૂર્વધારી - *dashpoorvadhaari* - one possessing the wisdom of the Ten Purvas

પૂર્વ - *poorva* - 14 original texts outlining the entire doctrine preached by Tirrthankars

યોગબળ - *yogbal* - spiritual strength gained from striving

આધુનિક - *aadhunik* - contemporary

તીર્થંકરે કર્યા પ્રમાણે કરવા ઇચ્છા છે, એટલી બધી ઉન્મત્તતા આવી ગઈ છે. તેને શમાવવાની શક્તિ પણ આવી ગઈ છે, પણ ચાહીને શમાવવાની ઇચ્છા રાખી નથી.

આપને વિજ્ઞાપન છે કે વૃદ્ધમાંથી યુવાન થવું. અને આ અલખ વાર્ત્તાના અગ્રેસર આગળ અગ્રેસર થવું. થોડું લખ્યું ઘણું કરી જાણશો.

ગુણઠાણાં એ સમજવા માટે કહેલાં છે. ઉપશમ અને ક્ષપક એ બે જાતની શ્રેણી છે. ઉપશમમાં પ્રત્યક્ષ દર્શનનો સંભવ નથી; ક્ષપકમાં છે. પ્રત્યક્ષ દર્શનના સંભવને અભાવે અગિયારમેથી જીવ પાછો વળે છે. ઉપશમશ્રેણી બે પ્રકારે છે. એક આજ્ઞારૂપ; એક માર્ગ જાણ્યા વિના સ્વાભાવિક ઉપશમ થવારૂપ. આજ્ઞારૂપ પણ આજ્ઞા આરાધન સુધી પતિત થતો નથી. પાછળનો ઠેઠ ગયા પછી માર્ગના અજાણપણાને લીધે પડે છે. આ નજરે જોયેલી, આત્માએ અનુભવેલી વાત છે. કોઈ શાસ્ત્રમાંથી નીકળી આવશે. ન નીકળે તો કંઈ બાધ નથી. તીર્થંકરના હૃદયમાં આ વાત હતી, એમ અમે જાણ્યું છે.

દશપૂર્વધારી ઇત્યાદિકની આજ્ઞાનું આરાધન કરવાની મહાવીરદેવની શિક્ષા વિષે આપે જણાવ્યું તે ખરું છે. એણે તો ઘણુંય કહ્યું હતું; પણ રહ્યું છે થોડું અને પ્રકાશક પુરુષ ગૃહસ્થાવાસમાં છે. બાકીના ગુફામાં છે. કોઈ કોઈ જાણે છે પણ તેટલું યોગબળ નથી.

કહેવાતા આધુનિક મુનિઓનો સૂત્રાર્થ શ્રવણને પણ અનુકૂળ નથી. સૂત્ર લઈ ઉપદેશ કરવાની આગળ જરૂર પડશે નહીં. સૂત્ર અને તેનાં પડખાં બધાંય જણાયાં છે.

એ જ વિનંતિ.

વિ૦ આ૦ રાયચંદ

-----

૧. શ્રી સોભાગભાઈ ઉપર આ પત્ર છે.

of social customs, these hands turn the pages of a few books. Everything else is like drawing images with water on a stone. There is complete absorption in the soul. Here alone lies joy. Here alone lies yearning, and the faculties (mind, speech, body) externally endure the fruition of previously bound karmas. Until the fruition of sensuality-bearing karma is destroyed, it is appropriate to remain a householder. It is as though God intended to maintain this fruition. Because, in this dark era of spiritual decline, God seems to have little desire for a monsoon of the ultimate truth.

That which the Lord Tirthankaras have understood and achieved … it is not at all that in this era we cannot understand or achieve the same. This conclusion has been held for quite some time. Although there is no desire to become a Tirthankara; there is a desire to do as the Tirthankaras have done, and so much presumptuous enthusiasm has arisen. The strength to control this urge has also arisen, but intentionally there is no wish to try and control it.

I urge you to transform your old age into youth. Become a lead player ahead of the leader in this mystical story. I have written briefly, but please understand it to be substantial.

The fourteen stages of awakening have been stated by the Lord Tirthankaras in order for us to understand. There are two ways to ascend these stages: the route of suppression and the route of elimination. In the route of suppression, there is no possibility for totally pure enlightenment; it is feasible in the route of elimination. Where there is a lack of the feasibility of totally pure enlightenment, the soul turns back from the eleventh stage of awakening. There are two types of routes of suppression. One is that in which the soul surrenders to the commands of an enlightened Guru; the second is that in which the soul does not know of the path yet instinctively suppresses the passions. The path of surrender to a true Guru does not lead to downfall as long as the commands are observed. The path of instinctive suppression leads almost to the destination, but then ignorance of the path leads to downfall. This is an eye-witness account, this soul has experienced it. This will emerge from some scripture. If it does not appear, there is still no objection. This was the message in the hearts of the Lord Tirthankaras, I have known this.

What you write about Lord Mahavir's teaching is true: it is necessary for the soul to adhere to the command of enlightening masters possessing the wisdom of Ten Purvas, and other great masters. Lord Mahavir preached extensively, but very little has survived, and the one who can enlighten is hidden as a householder. The rest are in caves. A few others have knowledge but do not have the necessary spiritual strength.

The interpretations of the scriptures by contemporary so-called monks are not beneficial to listen to. In the future, there will be no need for me to refer to scriptures before imparting wisdom. The essence of the scriptures and related viewpoints are all understood.

That is all.

Obediently, Raichand

-----

1. This letter is to Shree Saubhagbhai.

Keywords

મોહમયી - *mohmayee* - delusion-filled city of Mumbai (a play on words)

સત્જિજ્ઞાસુ - *satjignaasu* - true seeker of the truth

માર્ગાનુસારી મતિ - *maargaanusaaree mati* - one whose mind wants to follow the path

પરમભક્તિ - *parambhakti* - highest devotion

આહ્લાદ - *aahlaad* - joy

અવાચ્ય - *avaachya* - indescribable, unspeakable

અદ્‌ભુત - *adbhut* - astonishing

વિચારણા - *vichaarnaa* - contemplation

ઉદાસીનતા - *udaaseentaa* - elevation, rising above, detachment

સ્મરણ - *smaran* - recollection

લક્ષણ - *lakshan* - defining virtue

મુખાકૃતિ - *mukhaakruti* - countenance: face or facial expression

નિદિધ્યાસન - *nididhyaasan* - imbibe

સમ્મત - *sammat* - embrace, agreement

પરમ - *param* - fundamental, foremost

રહસ્ય - *rahasya* - esoteric insight, secret

મર્મ - *marma* - essence

મહા માર્ગ - *mahaa maarg* - great path

વિદ્યમાન - *vidhyamaan* - living, present

અવિચળ - *avichal* - unshakeable, immovable

લાખ - *laakh* - one hundred thousand

સૂઝ્યે - *soozye* - by understanding, having understood

સર્વ પ્રદેશ - *sarva pradesh* - whole being, all parts

મિતિ - *miti* - what needs to be done today

વિજ્ઞાપન - *vignaapan* - request

૧૭૨

મોહમયી, કાર્તિક સુદિ ૧૪, બુધ, ૧૯૪૭

સત્જિજ્ઞાસુ-માર્ગાનુસારી મતિ.
ખંભાત.

ગઈ કાલે પરમભક્તિને સૂચવનારું આપનું પત્ર મલ્યું. આહ્લાદની વિશેષતા થઈ.

અનંત કાળથી પોતાને પોતા વિષેની જ ભ્રાંતિ રહી ગઈ છે; આ એક અવાચ્ય, અદ્‌ભુત વિચારણાનું સ્થળ છે. જ્યાં મતિની ગતિ નથી, ત્યાં વચનની ગતિ ક્યાંથી હોય?

નિરંતર ઉદાસીનતાનો ક્રમ સેવવો; સત્પુરુષની ભક્તિ પ્રત્યે લીન થવું; સત્પુરુષોનાં ચરિત્રોનું સ્મરણ કરવું; સત્પુરુષોનાં લક્ષણનું ચિંતન કરવું; સત્પુરુષોની મુખાકૃતિનું હૃદયથી અવલોકન કરવું; તેનાં મન, વચન, કાયાની પ્રત્યેક ચેષ્ટાનાં અદ્‌ભુત રહસ્યો ફરી ફરી નિદિધ્યાસન કરવાં; તેઓએ સમ્મત કરેલું સર્વ સમ્મત કરવું.

આ જ્ઞાનીઓએ હૃદયમાં રાખેલું, નિર્વાણને અર્થે માન્ય રાખવા યોગ્ય, શ્રદ્ધવા યોગ્ય, ફરી ફરી ચિંતવવા યોગ્ય, ક્ષણે ક્ષણે, સમયે સમયે તેમાં લીન થવા યોગ્ય, પરમ રહસ્ય છે. અને એ જ સર્વ શાસ્ત્રનો, સર્વ સંતના હૃદયનો, ઈશ્વરના ઘરનો મર્મ પામવાનો મહા માર્ગ છે. અને એ સઘળાનું કારણ કોઈ વિદ્યમાન સત્પુરુષની પ્રાપ્તિ, અને તે પ્રત્યે અવિચળ શ્રદ્ધા એ છે.

અધિક શું લખવું? આજે, ગમે તો કાલે, ગમે તો લાખ વર્ષે અને ગમે તો તેથી મોડે અથવા વહેલે, એ જ સૂઝ્યે, એ જ પ્રાપ્ત થયે છૂટકો છે. સર્વ પ્રદેશે મને તો એ જ સમ્મત છે.

પ્રસંગોપાત્ત પત્ર લખવાનો લક્ષ રાખીશ. આપના પ્રસંગીઓમાં જ્ઞાનવાર્તા કરતા રહેશો. અને તેમને પરિણામે લાભ થાય એમ મળતા રહેશો.

અંબાલાલથી આ પત્ર અધિક સમજવાનું બની શકશે. આપ તેની વિદ્યમાનતાએ પત્રનું અવલોકન કરશો. અને તેના તેમ જ ત્રિભોવન વગેરેના ઉપયોગ માટે જોઈએ તો પત્રની પ્રતિ કરવા આપશો.

મિતિ એ જ – એ જ વિજ્ઞાપન.

સર્વ કાળ એ જ કહેવા માટે જીવવા ઇચ્છનાર
રાયચંદની વંદના.

172

Delusion-filled city of Mumbai, the 14th day of the bright half of Kartak, Wednesday, VS 1947

172

True seeker of the truth – one whose mind wants to follow the path.

Khambhat.

Yesterday your letter, expressing the highest devotion, was received. It heightened my joy.

Since beginningless time, one has been in delusion, specifically about one's own self; that is an indescribable, astonishing focal point for contemplation. Where the mind cannot enter, how can words?

Ceaselessly pursue the process of elevation, become immersed in devotion to the enlightened soul, recall the conduct of enlightened souls, contemplate the defining virtues of enlightened souls, wholeheartedly focus on the countenance of enlightened souls, repeatedly imbibe the astonishing insights revealed through observing every subtle gesture of mind, speech and body made by enlightened souls; completely embrace everything that such souls have embraced.

For the sake of liberation, this insight that lies in the hearts of enlightened ones, is worth believing in, worth placing faith in, worth contemplating on repeatedly, worth being absorbed by in every moment, at all times, and it is fundamental and esoteric. And this is the great path to attain the essence of all scriptures, what is contained in the heart of all saints, and the abode of the Lord. And the cause of all these is the attainment of a living saint, and unshakeable faith in them.

What more can be written? Today, or tomorrow, or in one hundred thousand years, or sooner or later, only when this is understood, only when it is attained, is there liberation. With my whole being, I embrace this completely.

I will keep it in mind to write to you whenever the occasion arises. With your associates, do continue to discuss spiritual thoughts, and meet with them in a way that results in their benefit.

With the help of Ambalal, a deeper understanding of this letter shall become possible. Reflect on this letter in his presence. Allow him, Tribhovan and others to make a copy if they wish, for their use.

This is what needs to be done today – this is my request.

Living with the wish to share only this at all times,

Respects of Raichand.

Background

How would a householder guide a monk? This letter was the first one Shrimad wrote to a Jain monk, Munishree, who became one of Shrimad's most sincere disciples. This letter emphasises the importance of placing faith in a true Guru.

'No matter where one is placed, no matter what time era, no matter what stage of spirituality, and no matter what situation one is in, this path, once gained, will inevitably lead to the experience of pure, eternal moksha, with its infinite bliss beyond the senses. This path is accessible everywhere.'

Shrimad Rajchandra Vachanamrut

Letter 54

Keywords

સત્સ્વરૂપ- *satsvaroop* - divine true nature

અભેદભાવે - *abhedbhaave* - without any sense of distinction

અપૂર્વ - *apoorva* - unprecedented

સમાધિ - *samaadhi* - blissful awareness

જીવન્મુક્ત - *jeevanmukt* - free from the world

લોકાલોકજ્ઞાન - *lokaalokgnaan* - complete knowledge of all worlds

આશ્ચર્યકારક - *aashcharyakaarak* - wonderful, incredible

કૃપા - *krupaa* - grace

આનંદ - *aanand* - joy

ન્યૂનતા - *nyoontaa* - incompleteness, inadequacy

પ્રકાર - *prakaar* - perspectives

મોહ - *moh* - love

ઉલ્લાસ - *ullaas* - enthused

દાસત્વ - *daasatva* - humble servitude

બૂઝનારા - *booznaaraa* - those who understand

નિરંજન - *niranjan* - pure state

અકળગતિ - *akalgati* - unrecognisable, inexpressible situation

નિરુપાયતા - *nirupaaytaa* - out of my hands

કેવળજ્ઞાન - *kevalgnaan* - totally pure enlightenment

વ્યવહાર ધર્મ - *vyavahaar dharma* - worldly duties, in this case financial hardships

પંચમકાળ - *panchamkaal* - Jain term for the dark era of spiritual decline, the 5th time period

૧૮૭

મુંબઈ, માગશર વદ ૦)), ૧૯૪૭

પ્રાપ્ત થયેલા સત્સ્વરૂપને અભેદભાવે અપૂર્વ સમાધિમાં સમરું છું.

મહાભાગ્ય, શાંતમૂર્તિ, જીવન્મુક્ત શ્રી સોભાગભાઈ,

અત્ર આપની કૃપાથી આનંદ છે, આપને નિરંતર વર્તો એ આશિષ છે.

છેવટનું સ્વરૂપ સમજાયામાં, અનુભવાયામાં અલ્પ પણ ન્યૂનતા રહી નથી. જેમ છે તેમ સર્વ પ્રકારે સમજાયું છે. સર્વ પ્રકારનો એક દેશ બાદ કરતાં બાકી સર્વ અનુભવાયું છે. એક દેશ સમજાયા વિના રહ્યો નથી; પરંતુ યોગ (મન, વચન, કાયા)થી અસંગ થવા વનવાસની આવશ્યકતા છે; અને એમ થયે એ દેશ અનુભવાશે, અર્થાત્ તેમાં જ રહેવાશે; પરિપૂર્ણ લોકાલોકજ્ઞાન ઉત્પન્ન થશે; અને એ ઉત્પન્ન કરવાની (તેમ) આકાંક્ષા રહી નથી, છતાં ઉત્પન્ન કેમ થશે? એ વળી આશ્ચર્યકારક છે! પરિપૂર્ણ સ્વરૂપજ્ઞાન તો ઉત્પન્ન થયું જ છે; અને એ સમાધિમાંથી નીકળી લોકાલોકદર્શન પ્રત્યે જવું કેમ બનશે? એ પણ એક મને નહીં પણ પત્ર લખનારને વિકલ્પ થાય છે!

કણબી અને કોળી જેવી જ્ઞાતિમાં પણ માર્ગને પામેલા થોડા વર્ષમાં ઘણા પુરુષો થઈ ગયા છે; તે મહાત્માઓની જનમંડળને અપિશ્ચાન હોવાને લીધે કોઈક જ તેનાથી સાર્થક સાધી શક્યું છે; જીવને મહાત્મા પ્રત્યે મોહ જ ન આવ્યો, એ કેવી ઈશ્વરી અદ્ભુત નિયતિ છે!

એઓ સર્વ કંઈ છેવટના જ્ઞાનને પ્રાપ્ત થયા નહોતા; પરંતુ તે મળવું તેમને બહુ સમીપમાં હતું. એવા ઘણા પુરુષોનાં પદ વગેરે અહીં જોયાં. એવા પુરુષો પ્રત્યે રોમાંચ બહુ ઉલ્લસે છે; અને જાણે નિરંતર તેવાની ચરણસેવા જ કરીએ, એ એક આકાંક્ષા રહે છે. જ્ઞાની કરતાં એવા મુમુક્ષુ પર અતિશય ઉલ્લાસ આવે છે, તેનું કારણ એ જ કે તેઓ જ્ઞાનીના ચરણને નિરંતર સેવે છે; અને એ જ એમનું દાસત્વ અમારું તેમના પ્રત્યે દાસત્વ થાય છે, તેનું કારણ છે. ભોજો ભગત, નિરાંત કોળી ઇત્યાદિક પુરુષો યોગી (પરમ યોગ્યતાવાળા) હતા. નિરંજનપદને બૂઝનારા નિરંજન કેવી સ્થિતિમાં રાખે છે, એ વિચારતાં અકળગતિ પર ગંભીર, સમાધિયુક્ત હાસ્ય આવે છે! હવે અમે અમારી દશા કોઈ પણ પ્રકારે કહી શકવાના નથી; તો લખી ક્યાંથી શકીશું? આપનાં દર્શન થયે જે કંઈ વાણી કહી શકશે તે કહેશે, બાકી નિરુપાયતા છે. (કંઈ) મુક્તિયે નથી જોઈતી, અને જૈનનું કેવળજ્ઞાનેય જે પુરુષને નથી જોઈતું, તે પુરુષને પરમેશ્વર હવે કયું પદ આપશે? એ કંઈ આપના વિચારમાં આવે છે? આવે તો આશ્ચર્ય પામજો; નહીં તો અહીંથી તો કોઈ રીતે કંઈયે બહાર કાઢી શકાય તેમ બને તેવું લાગતું નથી.

આપ જે કંઈ વ્યવહાર ધર્મપ્રશ્નો બીડો છો તે ઉપર લક્ષ અપાતું નથી. તેના અક્ષર પણ પૂરા વાંચવા લક્ષ જતું નથી, તો પછી તેનો ઉત્તર ન લખી શકાયો હોય તો આપ શા માટે રાહ જુઓ છો? અર્થાત્ તે હવે ક્યારે બનશે? તે કંઈ કલ્પી શકાતું નથી.

વારંવાર જણાવો છો, આતુરતા દર્શન માટે બહુ છે; પરંતુ પંચમકાળ મહાવીરદેવે કહ્યો છે, કળિયુગ વ્યાસભગવાને કહ્યો છે; તે ક્યાંથી સાથે રહેવા દે? અને દે તો આપને ઉપાધિયુક્ત શા માટે ન રાખે?

187

187

Mumbai, the new-moon night of Magsar, VS 1947

Recalling the experience of the divine true nature that has been attained, without any sense of distinction, with an unprecedented blissful awareness.

Most fortunate, embodiment of peace, free from the world, Shree Saubhag.

With your grace, there is joy here, and it is my wish that you, too, experience this continuously.

In understanding the ultimate nature, in experiencing it, not even a shred of incompleteness remains. Reality, as it is, has been understood from all perspectives. All these perspectives, except for one, have been experienced. Although the one remaining perspective has been understood, it still requires renunciation (separation from mind, speech and body) in order to be experienced, so renunciation enables this experience, in other words, renunciation enables one to remain within the complete experience. Complete knowledge of all worlds would be born; and although there is no desire to give rise to this knowledge, it is incredible to wonder: how would such knowledge arise? Complete knowledge of the self has already been born; so how can one break this state of blissful awareness in order to engage in the knowledge of the world? This, too, is a doubt: not for me, but for the writer of this letter!

Even in the communities of Kanbi and Koli, over a few years, there have been many who have attained the true path; but because the general public has not been able to recognise these great souls, only the rare few seekers have been able to benefit from them. Seekers utterly failed to cultivate love for these great souls; what a tragic play of destiny!

Not all of these great souls had realised the ultimate knowledge; but attaining it was extremely close for them. I have read the poetry and writings of many such great souls. Excitement arises towards such souls, and it is as though my heart is filled with the singular desire to serve at their lotus feet continuously. Even more than the enlightened masters themselves, I am extremely enthused by the seekers who had the opportunity to serve them, the reason being that these seekers continuously serve at the lotus feet of the enlightened masters, and this humble servitude of theirs becomes the cause and reason for my own humble servitude towards them. Bhojo Bhagat, Nirant Koli and others were yogis (they had achieved great spiritual heights). Pondering over how those who understand the pure state are kept by the pure Lord in that inexpressible state leads me to deep and peaceful laughter. From now onwards, I will be unable to express my state in any way; then, how will I be able to write it? On seeing you, whatever words come forth will be said; otherwise, it is out of my hands. What will the Lord give

Background

With his heart overflowing with compassion, Shrimad observes that most people are not able to recognise the greatness of souls who have not yet adopted monkhood. 'What a tragic play of destiny!' he writes. This tender letter is written to Shree Saubhag.

કળિયુગ - *kaliyug* - Hindu term for the dark era of spiritual decline, the era of the demon Kali

ઉપાધિ - *upaadhi* - worldly difficulties

ભૂમિકા - *bhoomikaa* - stage of existence

વૃત્તિ - *vrutti* - inclination

આ ભૂમિકા ઉપાધિની શોભાનું સંગ્રહસ્થાન છે.

ખીમજી વગેરેને એક વાર આપનો સત્સંગ થાય તો જ્યાં એકલક્ષ કરવો જોઈએ છે ત્યાં થાય, નહીં તો થવો દુર્લભ છે. કારણ કે અમારી હાલ બાહ્ય વૃત્તિ ઓછી છે.

one who does not desire freedom nor the state of totally pure enlightenment as explained in Jainism? Does this come to your mind? If so, consider it incredible; for it seems that it is impossible for anything, in any way, to emerge from me.

Those who are awake in the pure state and yet are destined to live in such worldly state – pondering over that inexpressible state leads to a serious yet blissful laughter!

I am not able to focus on the questions you pose regarding financial hardships. I am not even able to properly read the words, therefore have been unable to respond, so why do you wait for the response to the letters? In other words, when will that time come? It is not possible to predict when this will be.

You repeatedly express your ardent wish to see me in person; but this is the dark era of spiritual decline that Lord Mahavir has foretold as the Dark Era, and Lord Vyas has foretold as The Age of Darkness, so how can it be possible for us to remain in each other's company? And if it were meant to be possible, then why would you be entangled in worldly difficulties?

This stage of existence is perfectly suited to the accumulation of that which promotes worldly difficulties.

If Khimji and others were to meet you once, they would be able to direct their attention where it should be focused; otherwise, it is going to be difficult. The reason is that currently, my external inclination is limited.

Keywords

માર્ગ - *maarg* - path

મનોવૃત્તિ - *manovrutti* - sensibility

દુર્લભ - *durlabh* - rare

સત્સ્વરૂપ - *satsvaroop* - divine true nature, eternal nature

અભેદભાવ - *abhedbhaav* - without any sense of distinction

અનન્ય ભક્તિ - *ananya bhakti* - unique devotion

ભાવ અપ્રતિબદ્ધતા - *bhaav apratibaddhtaa* - being without any bondage

અચળ - *achal* - unshakeable

સમ્યક્પ્રતીતિ - *samyakprateeti* - true faith

સેવવું - *sevvun* - to devotedly follow, follow

અખંડ વૃત્તિ - *akhand vrutti* - undivided focus

આરાધવું - *aaraadhvun* - to strive, follow

અનાદિકાળ - *anaadikaal* - beginless time

દ્રઢ - *dradh* - firm, undoubted

અવશ્ય કરવા યોગ્ય - *avashya karvaa yogya* - absolutely essential to do

ઉપદેશ - *updesh* - preached, imparted wisdom

વચન - *vachan* - words

સાંભળવું - *saambhalvun* - to hear

ઉઠાવવું - *uthaavvun* - to adopt or obey

મુનિ - *muni* - monk

સામાયિક - *saamaayik* - practice of equanimity

મોક્ષ - *moksh* - moksha, liberation

આજ્ઞા - *aagnaa* - instructions

૧૯૪

મુંબઈ, પોષ, ૧૯૪૭

જીવને માર્ગ મળ્યો નથી એનું શું કારણ?

એ વારંવાર વિચારી યોગ્ય લાગે ત્યારે સાથેનું પત્ર વાંચજો.

હાલ વિશેષ લખી શકવાની કે જણાવવાની દશા નથી, તોપણ એકમાત્ર તમારી મનોવૃત્તિ કિંચિત્ દુભાતી અટકે એ માટે જે કંઈ અવસરે યોગ્ય લાગ્યું તે લખ્યું છે.

અમને લાગે છે કે માર્ગ સરળ છે, પણ પ્રાપ્તિનો યોગ મળવો દુર્લભ છે.

સત્સ્વરૂપને અભેદભાવે અને અનન્ય ભક્તિએ નમોનમઃ

ભાવ અપ્રતિબદ્ધતાથી નિરંતર વિચરે છે એવા જ્ઞાનીપુરુષનાં ચરણારવિંદ, તે પ્રત્યે અચળ પ્રેમ થયા વિના અને સમ્યક્પ્રતીતિ આવ્યા વિના સત્સ્વરૂપની પ્રાપ્તિ થતી નથી, અને આવ્યેથી અવશ્ય તે મુમુક્ષુ જેનાં ચરણારવિંદ તેણે સેવ્યાં છે, તેની દશાને પામે છે. આ માર્ગ સર્વ જ્ઞાનીઓએ સેવ્યો છે, સેવે છે, અને સેવશે. જ્ઞાનપ્રાપ્તિ એથી અમને થઈ હતી, વર્તમાને એ જ માર્ગથી થાય છે અને અનાગત કાળે પણ જ્ઞાનપ્રાપ્તિનો એ જ માર્ગ છે. સર્વ શાસ્ત્રોનો બોધ લક્ષ જોવા જતાં એ જ છે. અને જે કોઈ પણ પ્રાણી છૂટવા ઇચ્છે છે તેણે અખંડ વૃત્તિથી એ જ માર્ગને આરાધવો. એ માર્ગ આરાધ્યા વિના જીવે અનાદિકાળથી પરિભ્રમણ કર્યું છે. જ્યાં સુધી જીવને સ્વચ્છંદરૂપી અંધત્વ છે, ત્યાં સુધી એ માર્ગનું દર્શન થતું નથી. (અંધત્વ ટળવા માટે) જીવે એ માર્ગનો વિચાર કરવો; દ્રઢ મોક્ષેચ્છા કરવી; એ વિચારમાં અપ્રમત્ત રહેવું, તો માર્ગની પ્રાપ્તિ થઈ અંધત્વ ટળે છે, એ નિઃશંક માનજો. અનાદિ કાળથી જીવ અવળે માર્ગે ચાલ્યો છે. જોકે તેણે જપ, તપ, શાસ્ત્રાધ્યયન વગેરે અનંત વાર કર્યાં છે; તથાપિ જે કંઈ પણ અવશ્ય કરવા યોગ્ય હતું તે તેણે કર્યું નથી; જે કે અમે પ્રથમ જ જણાવ્યું છે.

સૂયગડાંગસૂત્રમાં ઋષભદેવજી ભગવાને જ્યાં અઠ્ઠાણું પુત્રોને ઉપદેશ્યા છે, મોક્ષમાર્ગે ચઢાવ્યા છે ત્યાં એ જ ઉપદેશ કર્યો છે:

હે આયુષ્યમનો! આ જીવે સર્વે કર્યું છે. એક આ વિના, તે શું? તો કે નિશ્ચય કહીએ છીએ કે સત્પુરુષનું કહેલું વચન, તેનો ઉપદેશ તે સાંભળ્યાં નથી, અથવા રૂડે પ્રકારે કરી તે ઉઠાવ્યાં નથી. અને એને જ અમે મુનિઓનું સામાયિક (આત્મસ્વરૂપની પ્રાપ્તિ) કહ્યું છે.

સુધર્માસ્વામી જંબુસ્વામીને ઉપદેશે છે કે જગત આખાનું જેણે દર્શન કર્યું છે, એવા મહાવીર ભગવાન, તેણે આમ અમને કહ્યું છે:— ગુરુને આધીન થઈ વર્તતા એવા અનંત પુરુષો માર્ગ પામીને મોક્ષપ્રાપ્ત થયા.

એક આ સ્થળે નહીં પણ સર્વ સ્થળે અને સર્વ શાસ્ત્રમાં એ જ વાત કહેવાનો લક્ષ છે.

આણાએ ધમ્મો આણાએ તવો ।

આજ્ઞાનું આરાધન એ જ ધર્મ અને આજ્ઞાનું આરાધન એ જ તપ. (આચારાંગ સૂત્ર)

194

194

Mumbai, Posh, VS 1947

What is the reason that the soul has not attained the path to moksha?

Contemplate this question repeatedly, and when you feel it appropriate, please read the attached letter.

These days I am not in a state to write much or share much, but to prevent your sensibility from being offended, I have written what feels worthwhile at this point.

I believe that the path is straightforward, but the opportunity to attain it is extremely rare.

I bow with reverence to the divine true nature without any sense of distinction and with unique devotion.

Without developing unshakeable love and true faith towards the lotus feet of the enlightened master who continuously strive unhindered by any bondage, one does not attain one's eternal nature. And surely the seeker in whom such love and faith have arisen, shall attain the state of that great soul whose lotus feet the seeker has devotedly followed. This is the path that all enlightened souls have devotedly followed in the past, are following now, and shall follow in the future. This is the very path that enabled my own enlightenment, in present times, this is the very path that leads to enlightenment, and at all times in the future, this will remain the path to enlightenment. On examination, this is the very purpose of the wisdom of all scriptures. Any soul wishing to become free should strive on this very path with undivided focus. Without having followed this path, the soul has been intertwined in the cycle of birth and death since beginningless time. As long as the blindness of hubris exists, the path cannot be seen. (So as to overcome this blindness) the soul must contemplate on the true path, must firmly desire for moksha, and must remain vigilant in this contemplation, only then is the path attained, and the blindness is overcome: believe this without a doubt. For all of eternity, the soul has followed the wrong path. No doubt the soul has engaged in chanting, religious austerities, reading the scriptures, and such practices infinite times; yet that which was absolutely essential has never been done; which I have already highlighted in the beginning.

In the Suyagadang Sutra[1], where Lord Rushabhdev has preached to his ninety-eight sons, placing them on the true path to moksha, the very same wisdom has been imparted.

Oh blessed ones! This soul has done everything. Except for this one thing: what is that? I affirm with absolute certainty that the soul has never heard nor truly adopted the words and wisdom imparted by an enlightened master. And I equate

Background

The soul has done everything – except for one thing. What is that? In this letter, Shrimad unveils to Munishree the one essential step that has eluded us time and again on our true path to moksha. He repeats the exact same wisdom that Lord Rushabdev imparted to his sons before they attained liberation. With unwavering clarity, Shrimad emphasises, "Aside from this, there is no other path." May we too heed these sacred words.

લક્ષ - *laksh* - intention

સ્વચ્છંદ - *svachchhand* - hubris

મંદ - *mand* - suppressed to some extent

પ્રતિબદ્ધતા - *pratibaddhtaa* - inner obstacles

લોક - *lok* - societal

સ્વજનકુટુંબ - *svajankutumb* - family

દેહાભિમાન - *dehaabhimaan* - identification with one's body

સંકલ્પવિકલ્પરૂપ - *sankalpvikalp* - arising of, and engagement with, thoughts

બંધન - *bandhan* - bind, obstacles

યોગ્યતા - *yogyataa* - worthiness

ઉપશમ - *upsham* - nectar of tranquillity

ખોજ - *khoj* - quest

સાધન - *saadhan* - spiritual practices

સર્વ સ્થળે એ જ મોટા પુરુષોનો કહેવાનો લક્ષ છે, એ લક્ષ જીવને સમજાયો નથી. તેના કારણમાં સર્વથી પ્રધાન એવું કારણ સ્વચ્છંદ છે અને જેણે સ્વચ્છંદને મંદ કર્યો છે, એવા પુરુષને પ્રતિબદ્ધતા (લોકસંબંધી બંધન, સ્વજનકુટુંબ બંધન, દેહાભિમાનરૂપ બંધન, સંકલ્પવિકલ્પરૂપ બંધન) એ બંધન ટળવાનો સર્વોત્તમ ઉપાય જે કંઈ છે તે આ ઉપરથી તમે વિચારો. અને એ વિચારતાં અમને જે કંઈ યોગ્ય લાગે તે પૂછજો. અને એ માર્ગે જો કંઈ યોગ્યતા લાવશો તો ઉપશમ ગમે ત્યાંથી પણ મળશે. ઉપશમ મળે અને જેની આજ્ઞાનું આરાધન કરીએ એવા પુરુષનો ખોજ રાખજો.

બાકી બીજાં બધાં સાધન પછી કરવાં યોગ્ય છે. આ સિવાય બીજો કોઈ મોક્ષમાર્ગ વિચારતાં લાગશે નહીં. (વિકલ્પથી) લાગે તો જણાવશો કે જે કંઈ યોગ્ય હોય તે જણાવાય.

-----

૧. પ્રથમ શ્રુતસ્કંધ દ્વિતીય અધ્યયન ગાથા ૩૧-૩૨

this adherence with the monks' very practice of equanimity (the attainment of self-realisation).

Sudharmaswami[1] disclosed to Jambuswami that the one who has seen the entire universe in his knowledge, Lord Mahavir, once said to Sudharmaswami:- 'Infinite souls that have conducted themselves in accordance with the command of the Guru have attained the true path and thus liberated themselves.'

This is the intended message, not just in this instance but in all places and in all scriptures.

Aanaye Dhammo Aanaye Tavvo |

Adhering to commands is dharma, and adhering to commands is austerity. (Acharang Sutra)

In all instances, this has been the intended message of the great masters, but the soul has failed to understand this intention. The primary reason behind this failure is hubris, and for those who have suppressed this hubris to some extent, the inner obstacles (the bind of societal pressure, the bind of family ties, the bind of identification with one's body, the bind of the arising and engagement of thoughts) remain, so contemplate on the greatest means to overcome these obstacles based on what has been stated above. And during this contemplation, ask me anything you think appropriate. And if you cultivate worthiness for the path, then surely you shall attain the nectar of tranquillity, in one way or another. Remain on a quest for such a person from whom this nectar of tranquillity can be obtained and whose command the soul can follow.

This must take precedence over all other spiritual practices. On contemplation, you shall realise that aside from this, there is no other path to moksha. Should you find another path (by contrary thought), then inform me, and I can advise appropriately.

-----

1. Second chapter of the first book, verses 31-32

Keywords

સત્સુખ - *satsukh* - true happiness

અજ્ઞાન - *agnaan* - ignorance

જ્ઞાન - *gnaan* - knowledge of the self

જ્ઞાની - *gnaanee* - enlightened master

સ્વાભાવિક - *svaabhaavik* - instinctively

લોકલજ્જા - *loklajjaa* - fear of social rejection

અનંતાનુબંધી કષાય - *anantaanubandhee kashaay* - intense passions that cause infinite bondage

જિનાગમ - *jinaagam* - Jain religious canon

શાસ્ત્ર - *shaastra* - scriptures

અનાદિ કાળ - *anaadi kaal* - all of eternity

આજ્ઞા - *aagnaa* - instruction

નિવૃત્તિ - *nivrutti* - free from

એકનિષ્ઠા - *eknishthaa* - singular commitment

ભક્તિ - *bhakti* - loving devotion

ઉપદેશ - *updesh* - imparted wisdom

પરિણમવું - *parinamvun* - to have (an) effect

મનન - *manan* - contemplation

નિદિધ્યાસન - *nididhyaasan* - implementation

મુમુક્ષુ - *mumukshu* - true seeker

ત્વરાથી - *tvaraathi* - quickly

નિજ છંદે - *nij chhande* - by his own design

અંતર્મુહૂર્ત - *antarmuhoort* - a time period of up to 48 minutes

કેવળજ્ઞાન - *kevalgnaan* - totally pure enlightenment

પ્રત્યક્ષ - *pratyaksh* - direct, living

આરાધવું - *aaraadhvun* - to be devoted to, to worship

અમૃત - *amrut* - nectar of immortality

૨૦૦

મુંબઈ, માહ સુદ, ૧૯૪૭

વચનાવલી

૧. જીવ પોતાને ભૂલી ગયો છે, અને તેથી સત્સુખનો તેને વિયોગ છે, એમ સર્વ ધર્મ સમ્મત કહ્યું છે.

૨. પોતાને ભૂલી ગયારૂપ અજ્ઞાન, જ્ઞાન મળવાથી નાશ થાય છે, એમ નિઃશંક માનવું.

૩. જ્ઞાનની પ્રાપ્તિ જ્ઞાની પાસેથી થવી જોઇએ. એ સ્વાભાવિક સમજાય છે, છતાં જીવ લોકલજ્જાદિ કારણોથી અજ્ઞાનીનો આશ્રય છોડતો નથી, એ જ અનંતાનુબંધી કષાયનું મૂળ છે.

૪. જ્ઞાનની પ્રાપ્તિ જેણે ઇચ્છવી, તેણે જ્ઞાનીની ઇચ્છાએ વર્તવું એમ જિનાગમાદિ સર્વ શાસ્ત્ર કહે છે. પોતાની ઇચ્છાએ પ્રવર્તતાં અનાદિ કાળથી રખડ્યો.

૫. જ્યાં સુધી પ્રત્યક્ષ જ્ઞાનીની ઇચ્છાએ, એટલે આજ્ઞાએ નહીં વર્તાય, ત્યાં સુધી અજ્ઞાનની નિવૃત્તિ થવી સંભવતી નથી.

૬. જ્ઞાનીની આજ્ઞાનું આરાધન તે કરી શકે કે જે એકનિષ્ઠાએ, તન, મન, ધનની આસક્તિનો ત્યાગ કરી તેની ભક્તિમાં જોડાય.

૭. [1]જોકે જ્ઞાની ભક્તિ ઇચ્છતા નથી, પરંતુ મોક્ષાભિલાષીને તે કર્યા વિના ઉપદેશ પરિણમતો નથી, અને મનન તથા નિદિધ્યાસનાદિનો હેતુ થતો નથી, માટે મુમુક્ષુએ જ્ઞાનીની ભક્તિ અવશ્ય કર્તવ્ય છે એમ સત્પુરુષોએ કહ્યું છે.

૮. આમાં કહેલી વાત સર્વ શાસ્ત્રને માન્ય છે.

૯. ઋષભદેવજીએ અઠ્ઠાણું પુત્રોને ત્વરાથી મોક્ષ થવાનો એ જ ઉપદેશ કર્યો હતો.

૧૦. પરીક્ષિત રાજાને શુકદેવજીએ એ જ ઉપદેશ કર્યો છે.

૧૧. અનંત કાળ સુધી જીવ નિજ છંદે ચાલી પરિશ્રમ કરે તોપણ પોતે પોતાથી જ્ઞાન પામે નહીં, પરંતુ જ્ઞાનીની આજ્ઞાનો આરાધક અંતર્મુહૂર્તમાં પણ કેવળજ્ઞાન પામે.

૧૨. શાસ્ત્રમાં કહેલી આજ્ઞાઓ પરોક્ષ છે અને તે જીવને અધિકારી થવા માટે કહી છે; મોક્ષ થવા માટે જ્ઞાનીની પ્રત્યક્ષ આજ્ઞા આરાધવી જોઇએ.

૧૩. આ જ્ઞાનમાર્ગની શ્રેણી કહી, એ પામ્યા વિના બીજા માર્ગથી મોક્ષ નથી.

૧૪. એ ગુપ્ત તત્ત્વને જે આરાધે છે, તે પ્રત્યક્ષ અમૃતને પામી અભય થાય છે.

ઇતિ શિવમ્

-----

૧. પાઠાંતર — જોકે જ્ઞાની ભક્તિ ઇચ્છતા નથી પરંતુ મોક્ષાભિલાષીને તે કર્યા વિના મોક્ષની પ્રાપ્તિ થતી નથી, આ અનાદિકાળનું ગુપ્ત તત્ત્વ સંતોના હૃદયમાં રહ્યું તે પાને ચઢાવ્યું છે.

200

200

Mumbai, the bright half of Maha, VS 1947

Pearls of Wisdom

1. The soul has forgotten itself, and is therefore bereft of true happiness. All religions have spoken in agreement on this.
2. The ignorance of forgetting oneself is destroyed on gaining knowledge of the self: believe this without any doubt.
3. Knowledge of the self should be obtained from an enlightened master. This is instinctively understood, yet due to reasons such as fear of social rejection the soul does not give up the shelter of the ignorant, and this is the very root cause of intense passions that cause infinite bondage.
4. One who wishes to attain knowledge of the self, should conduct oneself according to the wishes of an enlightened soul, as preached by the Jain canons and all other scriptures. By conducting oneself as per one's own wishes, one has strayed for all of eternity.
5. Until one surrenders to the wishes of a living enlightened master, that is to say adheres to the given instructions, it is impossible to be free from ignorance.
6. Diligent adherence to an enlightened master's instructions is only feasible by one who, with singular commitment, surrenders all attachment to body, mind and wealth and is filled with loving devotion towards the enlightened master.
7. The enlightened master certainly does not wish for devotion from others, but without it, the imparted wisdom has no effect on the one desirous of moksha, and does not become the cause of contemplation and implementation, and therefore enlightened souls have voiced the imperative necessity for a true seeker to cultivate devotion[1].
8. The message stated above concurs with all scriptures.
9. Rushabhdev imparted this same wisdom to his ninety-eight sons, so that they were able to achieve moksha quickly.
10. Shukdevji revealed this same wisdom to King Parikshit.
11. Even if a soul were to engage in intense spiritual practice, by its own design, for all of eternity, it shall never attain true knowledge from itself, however, the humble devotee of an enlightened master's instructions can gain totally pure enlightenment within 48 minutes.
12. The instructions described in the scriptures are indirect and are intended to cultivate worthiness within the soul; for moksha one must devote oneself to the direct instructions given personally by an enlightened master.

Background

Shree Saubhag once asked Shrimad to share some wisdom with his two sons, guiding their minds towards the right path and away from vices. Moved by this sincere request, Shrimad poured his gentle heart into composing this letter, filled with the most profound essence of spirituality. He titled it 'Vachanaavali,' meaning 'Pearls of Wisdom,' and addressed to Shree Manilal, one of Shree Saubhag's sons. To maximise the benefit of reading this, we must imagine that we are the ones being guided.

13. Here I have described the progression of the path of knowledge, without which there is no other path to moksha.

14. One who worships this esoteric essence, directly attains the nectar of immortality and becomes completely fearless.

This is how moksha is

-----

1. Alternatively for point 7.

The enlightened master certainly does not wish for devotion from others, but without it, the imparted wisdom has no effect on the one desirous of moksha. This esoteric essence that has remained in the heart of enlightened masters for all of eternity has now been put down on paper.

Keywords

કેવળ - *keval* - complete

નિર્વિકાર - *nirvikaar* - pure, transcendant

પરબ્રહ્મ - *parabrahma* - Lord

પ્રેમમય - *premmay* - loving, full of love

પરાભક્તિ - *paraabhakti* - devotion of the highest form

વશ - *vash* - won over or overcome by someone, under their spell

ગુપ્ત - *gupt* - esoteric

શિક્ષા - *shikshaa* - teaching

અસંગવૃત્તિ - *asangvrutti* - desire for solitude

આનંદ - *aanand* - happiness

સત્સ્વરૂપ - *satsvaroop* - true nature

ચરણરજ - *charanraj* - dust of your feet

નિરંજન - *niranjan* - immaculate

અદ્‌ભુત - *adbhut* - astonishing

અનુપમ - *anupam* - incomparable

અમૃત - *amrut* - nectar

સહસ્રદળ કમળ - *sahasradal kamal* - thousand petalled lotus

આદિપુરુષ - *aadipurush* - divine soul

ઉલ્લાસ - *ullaas* - overflowing with joy

પુરાણપુરુષ - *puraanpurush* - divine soul, God

અચળ - *achal* - unwavering

સૃષ્ટિ - *srushti* - universe

મથવું - *mathvun* - to churn

મહી - *mahee* - butter

ભક્તિ - *bhakti* - devotion, devotional poem

ઉન્મત્ત - *unmatt* - intoxicated

૨૦૧

મુંબઈ, માહ વદ ૩, ગુરુ, ૧૯૪૭

કેવળ નિર્વિકાર છતાં પરબ્રહ્મ પ્રેમમય પરાભક્તિને વશ છે, એ હૃદયમાં જેણે અનુભવ કર્યો છે એવા જ્ઞાનીઓની ગુપ્ત શિક્ષા છે.

અત્ર પરમાનંદ છે. અસંગવૃત્તિ હોવાથી સમુદાયમાં રહેવું બહુ વિકટ છે. જેનો કોઈ પણ પ્રકારે યથાર્થ આનંદ કહી શકાતો નથી, એવું જે સત્સ્વરૂપ તે જેના હૃદયમાં પ્રકાશ્યું છે એવા મહાભાગ્ય જ્ઞાનીઓની અને આપની અમારા ઉપર કૃપા વર્તો. અમે તો તમારી ચરણરજ છીએ; અને ત્રણે કાળ એ જ પ્રેમની નિરંજનદેવ પ્રત્યે યાચના છે.

આજના પ્રભાતથી નિરંજનદેવની કોઈ અદ્‌ભુત અનુગ્રહતા પ્રકાશી છે; આજે ઘણા દિવસ થયાં ઇચ્છેલી પરાભક્તિ કોઈ અનુપમ રૂપમાં ઉદય પામી છે. ગોપીઓ ભગવાન વાસુદેવ(કૃષ્ણચંદ્ર) ને મહીની મટુકીમાં નાંખી વેચવા નીકળી હતી; એવી એક શ્રીમદ્‌ભાગવતમાં કથા છે; તે પ્રસંગ આજે બહુ સ્મરણમાં રહ્યો છે; અમૃત પ્રવહે છે ત્યાં સહસ્રદળ કમળ છે, એ મહીની મટુકી છે; અને આદિપુરુષ તેમાં બિરાજમાન છે તે ભગવંત વાસુદેવ છે; તેની પ્રાપ્તિ સત્પુરુષની ચિત્તવૃત્તિરૂપ ગોપીને થતાં તે ઉલ્લાસમાં આવી જઈ બીજા કોઈ મુમુક્ષુ આત્મા પ્રત્યે 'કોઈ માધવ લ્યો, હાંરે કોઈ માધવ લ્યો' એમ કહે છે, અર્થાત્ તે વૃત્તિ કહે છે કે આદિપુરુષની અમને પ્રાપ્તિ થઈ, અને એ એક જ પ્રાપ્ત કરવા યોગ્ય છે; બીજું કશુંય પ્રાપ્ત કરવા યોગ્ય નથી; માટે તમે પ્રાપ્ત કરો. ઉલ્લાસમાં ફરી ફરી કહે છે કે તમે તે પુરાણપુરુષને પ્રાપ્ત કરો; અને જો તે પ્રાપ્તિને અચળ પ્રેમથી ઇચ્છો તો અમે તમને તે આદિપુરુષ આપી દઈએ; મટુકીમાં નાખીને વેચવા નીકળ્યાં છીએ, ગ્રાહક દેખી આપી દઈએ છીએ, કોઈ ગ્રાહક થાઓ, અચળ પ્રેમે કોઈ ગ્રાહક થાઓ, વાસુદેવની પ્રાપ્તિ કરાવીએ.

મટુકીમાં નાખીને વેચવા નીકળ્યાનો અર્થ સહસ્રદળ કમળમાં અમને વાસુદેવ ભગવાન મળ્યા છે; મહીનું નામમાત્ર છે; આખી સૃષ્ટિને મથીને જો મહી કાઢીએ તો માત્ર એક અમૃતરૂપ વાસુદેવ ભગવાન જ મહી નીકળે છે. એવું સૂક્ષ્મ સ્વરૂપ તે સ્થૂળ કરીને વ્યાસજીએ અદ્‌ભુત ભક્તિને ગાઈ છે. આ વાત અને આખું ભાગવત એ એકજને પ્રાપ્ત કરાવવા માટે અક્ષરે અક્ષરે ભરપૂર છે; અને તે (અ)મને ઘણા કાળ થયા પહેલાં સમજાયું છે; આજે અતિ અતિ સ્મરણમાં છે; કારણ કે સાક્ષાત્ અનુભવપ્રાપ્તિ છે; અને એને લીધે આજની પરમ અદ્‌ભુત દશા છે. એવી દશાથી જીવ ઉન્મત્ત પણ થઈ ગયા વિના રહેશે નહીં, અને વાસુદેવ હરિ ચાહીને કેટલોક વખત વળી અંતર્ધાન પણ થઈ જાય એવા લક્ષણના ધારક છે; માટે અમે અસંગતાને ઇચ્છીએ છીએ; અને તમારો સહવાસ તે પણ અસંગતા જ છે, એથી પણ વિશેષ અમને પ્રિય છે.

સત્સંગની અત્ર ખામી છે; અને વિકટ વાસમાં નિવાસ છે. હરિઇચ્છાએ હર્યાફર્યાની વૃત્તિ છે. એટલે કંઈ ખેદ તો નથી; પણ ભેદનો પ્રકાશ કરી શકાતો નથી; એ ચિંતના નિરંતર રહ્યા કરે છે.

ભૂધર એક આજે કાગળ આપી ગયા. તેમ જ આપનું પરભારું એક પત્તું મળ્યું.

મણિને મોકલેલી [1]વચનાવલીમાં આપની પ્રસન્નતાથી અમારી પ્રસન્નતાને ઉત્તેજનની પ્રાપ્તિ થઈ. સંતનો અદ્‌ભુત માર્ગ એમાં પ્રકાશ્યો છે. જો મણિ[2] એક જ વૃત્તિએ વાક્યોને આરાધશે અને તે જ

201

201

Mumbai, the 3rd day of the dark half of Maha, Thursday, VS 1947

Even though the Lord is completely transcendent, he is won over by devotion of the highest form; this is the esoteric teaching of those enlightened masters who have experienced it within their hearts.

There is profound happiness here. Given the inclination for solitude, it is very difficult to live amongst society. May I be graced by the blessings of the highly fortunate enlightened souls, whose true nature has been illuminated within their hearts, whose true bliss cannot be expressed in any way, and may I be graced by your blessing. I am but the dust of your lotus feet; and all I seek from the immaculate Lord is for this love to remain for all of time.

An astonishing grace has radiated from the immaculate Lord since dawn; today, after many days, the boundless devotion that I have desired has arisen in an incomparable form. There is a story told in Shrimad Bhagvat about how cow herding maidens placed their love for Lord Vasudev (Krishna) into earthen pots of butter which they go out to sell; this incident is vivid in my recollection today; where the nectar flows there is a thousand-petalled lotus, and that is represented by the pot of butter; and a divine soul resides in this pot, represented by the Lord Vasudev; who can be attained by an enlightened master's mental inclinations, which are represented by the cow herding maidens whose thoughts are immersed in the Lord Vasudev. The maidens have attained the Lord and are overflowing with joy, and on encountering other seekers of moksha, they say, 'somebody buy Krishna, oh, somebody buy Krishna'; in other words, their inner state expresses that the divine soul has been attained; and this alone is worthy of attainment; nothing else is worthy of attainment at all; hence you too attain this. Overflowing with joy, we are repeatedly encouraging you to attain the divine soul; and should you desire to attain this with unwavering love, then we will surely hand over this divine soul; for we are out to distribute what we have in our earthen pot, and on seeing a customer we will simply hand over the Lord, all that remains is for someone to be our customer, be a customer with unwavering love, and we will eagerly grace you with the Lord Vasudev.

Coming out to offer Krishna from the earthen pot is a declaration of attaining the Lord Vasudev within the thousand-petalled lotus; the butter is merely symbolic; if the entire universe were to be churned, the resulting butter would purely be the nectar of immortality, the Lord Vasudev himself. By presenting this subtle truth in an accessible form, Vyasji has celebrated this astonishing act of devotion. The story, and the whole of the Bhagvat, indeed each and every letter, is charged with the intent to realise this one essential truth; and it is a message I understood a long time ago; today, it is right at the forefront of my mind; because there is a direct experience of it; and that is the cause of today's astonishingly sublime state. This is a state that one cannot help but become intoxicated by. The

Background

Shrimad is experiencing profound happiness! He writes that an 'astonishing grace' radiates from his soul and compares his state to that of the cow-herding maidens, the gopis, who are immersed in the highest form of devotion to Lord Krishna — a divine love known as 'parabhakti'. This beautiful analogy, crafted by Vyas, the revered author of the Bhagavat and other sacred Puranas, captures the essence of divine love and devotion. Shrimad shares this heartfelt revelation with Shree Saubhag, inviting us all to feel the depth of this divine grace within our own hearts.

અંતર્ધાન - *antardhaan* - disappearing internally

અસંગતા - *asangtaa* - solitude, away from worldly distractions

ભેદ - *bhed* - distinct true nature of the soul

ચિંતના - *chintanaa* - concern, contemplation

સર્વોપરી - *sarvoparee* - above all others, most noble

દંડવત્ - *dandvat* - bowing fully with the whole body on the floor

પુરુષની આજ્ઞામાં લીન રહેશે, તો અનંતકાળથી પ્રાપ્ત થયેલું પરિભ્રમણ મટી જશે. માયાનો મોહ મણિ વિશેષ રાખે છે; કે જે માર્ગ મળવામાં મોટો પ્રતિબંધ ગણાય છે. માટે એવી વૃત્તિઓ હળવે હળવે ઓછી કરવા મણિને મારી વિનંતિ છે.

આપને જે પૂર્ણપદોપદેશક કક્કો કે પદ મોકલવા ઇચ્છા છે, તે કેવા ઢાળમાં અથવા રાગમાં, તે માટે આપને યોગ્ય લાગે તે જણાવશો.

ઘણા ઘણા પ્રકારથી મનન કરતાં અમારો દ્રઢ નિશ્ચય છે કે ભક્તિ એ સર્વોપરી માર્ગ છે, અને તે સત્પુરુષના ચરણ સમીપ રહીને થાય તો ક્ષણ વારમાં મોક્ષ કરી દે તેવો પદાર્થ છે.

વિશેષ કંઈ લખ્યું જતું નથી. પરમાનંદ છે, પણ અસત્સંગ છે અર્થાત્ સત્સંગ નથી.

વિશેષ આપની કૃપાદ્રષ્ટિ એ જ.

વિ૦ આજ્ઞાંકિતના દંડવત્

-----

૧. જુઓ આંક ૨૦૦

૨. મણિલાલ — તે શ્રી સૌભાગ્યભાઈના પુત્ર

Lord Vasudev purposefully keeps disappearing from my concentration, such is his nature; so, I seek solitude away from worldly distractions; your company, too, is equivalent to solitude, in fact, it is even dearer to me than solitude.

There is currently a lack of satsang; and a dwelling among difficult circumstances. Inclinations are entirely surrendered to the will of God. Hence there is no resentment, but it is not possible to cast light on the distinct true nature of the soul; this concern remains continuously.

Bhoodhar came and delivered a letter today. And then one more letter was also received.

Your pleasure with the 'Pearls of Wisdom' letter[1] sent to Mani further kindles my pleasure. The astonishing path of the saints is brought to light in that letter. Should Mani[2] adhere to the points stated with singular inclination and remain immersed in the instructions of that very enlightened soul, the beginningless transmigration of the soul will be cured. Mani maintains an excessive attachment towards the illusory world; this counts as a major obstacle to attaining the true path. So it is my request to Mani to gradually reduce such inclinations.

With regards to a poem in alphabetic form describing the state of fulfilment, which you wish I send to you, kindly indicate what rhythm and melody you consider suitable for it.

Contemplating it in very many ways, it is my firm conclusion that devotion is the noblest path, and if practised at the feet of an enlightened soul, it is a force that can deliver moksha in mere moments.

Nothing further is capable of being written. There is profound happiness, but there is the association of worldly matters, in other words, there is no spiritual association.

All that remains is the compassionate grace of your gaze.

Obedentially, bowing.

-----

1. See Letter 200

2. Manilal - that is Shree Saubhag's son

'Since beginningless time, one has been in delusion, specifically about one's own self; that is an indescribable, astonishing focal point for contemplation.'

Shrimad Rajchandra Vachanamrut

Letter 172

Keywords

સત્ - *sat* - truth; the truth; soul, supreme knowledge or love

મોહ - *moh* - attachment to the body

ભ્રાંતિ - *bhraanti* - delusion, misunderstanding

આવરણતમ - *aavaranatam* - greatest obstruction

આવરણ–તિમિર - *aavaran-timir* - obstruction by darkness

કલ્પના - *kalpanaa* - imagined

સંભવવું - *sambhavvun* - being possible, possibility

નિશ્ચય - *nishchay* - firm resolution

પરમ - *param* - supreme

બંધવ - *bandhav* - friend

રક્ષક - *rakshak* - protector

દ્વાદશાંગી - *dvaadashaangi* - canon - twelve limbs of the Jain canon

ષટ્દર્શન - *shatdarshan* - six schools of philosophical thought

તત્ત્વ - *tattva* - essence

બોધનું બીજ - *bodhnun beej* - seed of awakening

સંભારવું - *sambhaarvun* - to recollect

વિચાર - *vichaar* - examine

ઉદાસીન - *udaaseen* - indifferent, dispassionate

વૃત્તિ - *vrutti* - inclination

૨૧૧

મુંબઈ, માહ વદ ૦)), ૧૯૪૭

'સત્' એ કંઈ દૂર નથી, પણ દૂર લાગે છે, અને એ જ જીવનો મોહ છે.

'સત્' જે કંઈ છે, તે 'સત્' જ છે; સરળ છે; સુગમ છે; અને સર્વત્ર તેની પ્રાપ્તિ હોય છે; પણ જેને ભ્રાંતિરૂપ આવરણતમ વર્તે છે તે પ્રાણીને તેની પ્રાપ્તિ કેમ હોય? અંધકારના ગમે તેટલા પ્રકાર કરીએ, પણ તેમાં કોઈ એવો પ્રકાર નહીં આવે કે જે અજવાળારૂપ હોય; તેમ જ આવરણ–તિમિર જેને છે એવાં પ્રાણીની કલ્પનામાંની કોઈ પણ કલ્પના 'સત્' જણાતી નથી, અને 'સત્'ની નજીક સંભવતી નથી. 'સત્' છે, તે ભ્રાંતિ નથી, ભ્રાંતિથી કેવળ વ્યતિરિક્ત (જુદું) છે; કલ્પનાથી 'પર' (આઘે) છે; માટે જેની પ્રાપ્ત કરવાની દ્રઢ મતિ થઈ છે, તેણે પોતે કંઈ જ જાણતો નથી એવો દ્રઢ નિશ્ચયવાળો પ્રથમ વિચાર કરવો, અને પછી 'સત્'ની પ્રાપ્તિ માટે જ્ઞાનીને શરણે જવું; તો જરૂર માર્ગની પ્રાપ્તિ થાય.

આ જે વચનો લખ્યાં છે, તે સર્વ મુમુક્ષુને પરમ બંધવરૂપ છે, પરમ રક્ષકરૂપ છે; અને એને સમ્યક્ પ્રકારે વિચાર્યેથી પરમપદને આપે એવાં છે; એમાં નિર્ગ્રંથ પ્રવચનની સમસ્ત દ્વાદશાંગી, ષટ્દર્શનનું સર્વોત્તમ તત્ત્વ અને જ્ઞાનીના બોધનું બીજ સંક્ષેપે કહ્યું છે; માટે ફરી ફરીને તેને સંભારજો; વિચારજો; સમજજો; સમજવા પ્રયત્ન કરજો; એને બાધ કરે એવા બીજા પ્રકારોમાં ઉદાસીન રહેજો; એમાં જ વૃત્તિનો લય કરજો. એ તમને અને કોઈ પણ મુમુક્ષુને ગુપ્ત રીતે કહેવાનો અમારો મંત્ર છે; એમાં 'સત્' જ કહ્યું છે; એ સમજવા માટે ઘણો જ વખત ગાળજો.

211

Mumbai, the new-moon day of Maha, VS 1947

211

'Truth' is not at all far, but it feels far, and that itself is the soul's attachment to the body.

'Truth', whatever it is, it is certainly the truth; it is straightforward; it is accessible, it is attainable everywhere; yet, for those beings experiencing delusion, which is the greatest obstruction, how can it be possible to access the truth? No matter how darkness is considered, there is no conceptualisation of it that is akin to light. In the same way, among the many imagined conceptualisations of those who are obstructed by darkness, there will not be a single one that can be recognised as 'truth', nor come close to the possibility of being 'truth'. 'Truth' exists, it is not a delusion, it is different (separate) from delusion, it is 'distinct' (beyond) all imagination. Therefore, the one who has adopted a firm mindset to attain this, must first examine and conclude that one knows absolutely nothing, and then for the attainment of the 'truth', one must find the shelter of an enlightened soul – in this way, the path will certainly be attained.

These words that have been written, are a supreme friend and supreme protector for all true seekers of liberation; by examining these words in the right way, they give rise to the supreme state of enlightenment; for these words are a succinct summary of the entire Jain canon, the highest essence of all six schools of philosophical thought, and the seed of awakening as imparted by an enlightened master. So repeatedly recollect them; examine them; understand them; strive to understand them; remain indifferent to any thoughts that impede them; and immerse your inclinations exclusively in them. This is the mantra that I wish to impart esoterically to you, and to any true seeker; it speaks only of the 'truth' – invest significant time into understanding this.

Background

This letter unveils the essence of 'Truth'. Shrimad declares that the words written here are a supreme friend and protector for all seekers of liberation. He describes them as a succinct summary of the entire Jain canon, and the very seed of awakening! What more could we possibly long for? While addressed to Shree Ambalal, Shrimad also holds in his heart the devoted monk Munishree and the community of seekers in Khambhat.

Keywords

પુરાણપુરુષ - *puraanpurush* - eternal being

ત્રિવિધ તાપ - *trividh taap* - worldly difficulties, health problems and mental worries

આકુળવ્યાકુળ - *aakulvyaakul* - distressed

ઝાંઝવાનાં પાણી - *zaanzvaanaa paani* - waters of a mirage

તૃષા - *trushaa* - thirst, desire

અજ્ઞાન - *agnaan* - ignorance; not understanding the true nature of reality, veil over reality

સ્વરૂપ - *svaroop* - form

ભયંકર - *bhayankar* - terrible

પરિભ્રમણ - *paribhraman* - transmigration through the cycles of life and death

અતુલ - *atul* - immeasurable, incomparable

વિયોગ - *viyog* - separation

અશરણતા - *asharantaa* - state of being without shelter or sanctuary, helplessness

સત્પુરુષ - *satpurush* - enlightened souls, true Gurus

અશાતા - *ashaataa* - discomfort, misery

શાતા - *shaataa* - comfort

અનુગ્રહ - *anugrah* - grace

પુણ્ય - *punya* - meritorious karmas or deeds

પૂર્ણકામતા - *poornakaamtaa* - complete self-realisation

સમાધિ - *samaadhi* - inner bliss, blissful awareness

સમર્થતા - *samarthtaa* - capabilities

સ્પૃહા - *spruhaa* - desires

ઉન્મત્તતા - *unmattataa* - intoxication with pride

૨૧૩

મુંબઈ, ફાગણ સુદ ૪, શનિ, ૧૯૪૭

પુરાણપુરુષને નમોનમઃ

આ લોક ત્રિવિધ તાપથી આકુળવ્યાકુળ છે. ઝાંઝવાનાં પાણીને લેવા દોડી તૃષા છિપાવવા ઇચ્છે છે, એવો દીન છે. અજ્ઞાનને લીધે સ્વરૂપનું વિસ્મરણ થઈ જવાથી ભયંકર પરિભ્રમણ તેને પ્રાપ્ત થયું છે. સમયે સમયે અતુલ ખેદ, જ્વરાદિક રોગ, મરણાદિક ભય, વિયોગાદિક દુઃખને તે અનુભવે છે; એવી અશરણતાવાળા આ જગતને એક સત્પુરુષ જ શરણ છે; સત્પુરુષની વાણી વિના કોઈ એ તાપ અને તૃષા છેદી શકે નહીં એમ નિશ્ચય છે. માટે ફરી ફરી તે સત્પુરુષના ચરણનું અમે ધ્યાન કરીએ છીએ.

સંસાર કેવળ અશાતામય છે. કોઈ પણ પ્રાણીને અલ્પ પણ શાતા છે, તે પણ સત્પુરુષનો જ અનુગ્રહ છે; કોઈ પણ પ્રકારના પુણ્ય વિના શાતાની પ્રાપ્તિ નથી; અને એ પુણ્ય પણ સત્પુરુષના ઉપદેશ વિના કોઈએ જાણ્યું નથી; ઘણે કાળે ઉપદેશેલું તે પુણ્ય રૂઢિને આધીન થઈ પ્રવર્તે છે; તેથી જાણે તે ગ્રંથાદિકથી પ્રાપ્ત થયેલું લાગે છે, પણ એનું મૂળ એક સત્પુરુષ જ છે; માટે અમે એમ જ જાણીએ છીએ કે એક અંશ શાતાથી કરીને પૂર્ણકામતા સુધીની સર્વ સમાધિ, તેનું સત્પુરુષ જ કારણ છે; આટલી બધી સમર્થતા છતાં જેને કંઈ પણ સ્પૃહા નથી, ઉન્મત્તતા નથી, પોતાપણું નથી, ગર્વ નથી, ગારવ નથી, એવા આશ્ચર્યની પ્રતિમારૂપ સત્પુરુષને અમે ફરી ફરી નામરૂપે સ્મરીએ છીએ.

ત્રિલોકના નાથ વશ થયા છે જેને એવા છતાં પણ એવી કોઈ અટપટી દશાથી વર્તે છે કે જેનું સામાન્ય મનુષ્યને ઓળખાણ થવું દુર્લભ છે; એવા સત્પુરુષને અમે ફરી ફરી સ્તવીએ છીએ.

એક સમય પણ કેવળ અસંગપણાથી રહેવું એ ત્રિલોકને વશ કરવા કરતાં પણ વિકટ કાર્ય છે; તેવા અસંગપણાથી ત્રિકાળ જે રહ્યા છે, એવાં સત્પુરુષનાં અંતઃકરણ, તે જોઈ અમે પરમાશ્ચર્ય પામી નમીએ છીએ.

હે પરમાત્મા! અમે તો એમ જ માનીએ છીએ કે આ કાળમાં પણ જીવનો મોક્ષ હોય. તેમ છતાં જૈન ગ્રંથોમાં ક્વચિત્ પ્રતિપાદન થયું છે તે પ્રમાણે આ કાળે મોક્ષ ન હોય; તો આ ક્ષેત્રે એ પ્રતિપાદન તું રાખ, અને અમને મોક્ષ આપવા કરતાં સત્પુરુષના જ ચરણનું ધ્યાન કરીએ અને તેની સમીપ જ રહીએ એવો યોગ આપ.

હે પુરુષપુરાણ! અમે તારામાં અને સત્પુરુષમાં કંઈ ભેદ હોય એમ સમજતા નથી; તારા કરતાં અમને તો સત્પુરુષ જ વિશેષ લાગે છે; કારણ કે તું પણ તેને આધીન જ રહ્યો છે; અને અમે સત્પુરુષને ઓળખ્યા વિના તને ઓળખી શક્યા નહીં; એ જ તારું દુર્ઘટપણું અમને સત્પુરુષ પ્રત્યે પ્રેમ ઉપજાવે છે. કારણ કે તું વશ છતાં પણ તેઓ ઉન્મત્ત નથી, અને તારાથી પણ સરળ છે, માટે હવે તું કહે તેમ કરીએ?

હે નાથ! તારે ખોટું ન લગાડવું કે અમે તારા કરતાં પણ સત્પુરુષને વિશેષ સ્તવીએ છીએ; જગત આખું તને સ્તવે છે; તો પછી અમે એક તારા સામા બેઠા રહીશું તેમાં તેમને ક્યાં સ્તવનની

213

Mumbai, the 4th day of the bright half of the month of Fagan,
Saturday, VS 1947

213

Reverence to the eternal being:

This world is distressed in the three-fold fire of suffering. It runs after a mirage to quench its thirst, but the thirst remains unquenched, so pitiful is its plight. By forgetting its true nature due to ignorance, it is in a terrible cycle of rebirth. At various times, it experiences immeasurable sorrow, diseases such as fever, fears such as death, the pain of separation, and other forms of suffering. In this world of helplessness, there is only one refuge: the feet of an enlightened master. Without the words of enlightened souls, no one can escape this heat and thirst; that is certain. Therefore, I repeatedly meditate on the feet of enlightened masters.

The material world is full of misery. If any being experiences even the slightest comfort, this is entirely due to the grace of enlightened masters. It is impossible to attain any comfort without meritorious karma, and no one has ever known this without the teachings of enlightened masters. Over time, the teachings of these meritorious karma have become customary, and they appear to have been acquired from the scriptures, but their origin is enlightened masters alone. Therefore, I believe that from even an ounce of comfort all the way to every blissful awareness until complete self-realisation, the single cause of all this is the enlightened master. Despite having tremendous capabilities, they who are without any desire, intoxication with pride, sense of ownership, arrogance or vanity, they who are the very embodiment of wonder, I repeatedly remember such an enlightened master by name.

The enlightened master has won over the Lord of all three worlds, yet lives in such a complex state that it is difficult for an ordinary person to recognise them; I repeatedly sing the praises of such an enlightened one.

To live for even a moment with total freedom from association is a more challenging task than conquering the Lord of all the three worlds. As I gaze on the inner state of an enlightened master who remains totally free of association in all three times, I bow down to them with in awe.

Oh, supreme Lord! I believe that even in this era, the soul can attain moksha. And yet, according to what is, in some places presented in the Jain scriptures, there is no moksha in this era; so now, you keep hold of that statement, and rather than moksha, bless me with the opportunity to meditate purely on the feet of the enlightened ones and remain ever close to them.

Oh, eternal Lord! I do not perceive any difference between you and the enlightened masters; in fact, the enlightened master seems more special to me, because even you are under their authority; and without recognising the enlightened one, I was not able to recognise you. This very unfathomability of

Background

Who would you bow down to first: your God or your Guru? In this playful letter, Shrimad engages in a imagined conversation with God, sharing why an enlightened master holds a deeper place in his heart than even the Lord of all three worlds. For seekers, this letter illuminates the profound significance of having a living Guru who is truly accessible, compared with the abstract ideal of a God. It is addressed to Shree Saubhag.

આકાંક્ષા છે; અને ક્યાં તને ન્યૂનપણું પણ છે?

જ્ઞાનીપુરુષો ત્રિકાળની વાત જાણતાં છતાં પ્રગટ કરતા નથી, એમ આપે પૂછ્યું; તે સંબંધમાં એમ જણાય છે કે ઈશ્વરી ઇચ્છા જ એવી છે કે અમુક પારમાર્થિક વાત સિવાય જ્ઞાની બીજી ત્રિકાળિક વાત પ્રસિદ્ધ ન કરે; અને જ્ઞાનીની પણ અંતર-ઇચ્છા તેવી જ જણાય છે. જેની કોઈ પણ પ્રકારની આકાંક્ષા નથી, એવા જ્ઞાની પુરુષને કંઈ કર્તવ્યરૂપ નહીં હોવાથી જે કંઈ ઉદયમાં આવે તેટલું જ કરે છે.

અમે તો કંઈ તેવું જ્ઞાન ધરાવતા નથી કે જેથી ત્રણે કાળ સર્વ પ્રકારે જણાય, અને અમને એવા જ્ઞાનનો કંઈ વિશેષ લક્ષે નથી; અમને તો વાસ્તવિક એવું જે સ્વરૂપ તેની ભક્તિ અને અસંગતા, એ પ્રિય છે. એ જ વિજ્ઞાપન.

'વેદાંત ગ્રંથ પ્રસ્તાવના' મોકલાવ્યું હશે, નહીં તો તરત મોકલાવશો.

વિ○ આજ્ઞાંકિત —

પોતાપણું - *potaapanun* - identifying oneself with, a feeling of ownership

ગર્વ - *garv* - arrogance, pride

ગારવ - *gaarav* - vanity, grandeur

ત્રિલોક - *trilok* - all three time periods, for all time, past, present and future

અટપટી દશા - *atpati dashaa* - difficult or complex state

દુર્લભ - *durlabh* - difficult, rare

સ્તવીએ - *staviye* - we praise

અસંગપણું - *asangpanu* - a state of freedom from association

પરમાત્મા - *parmaatmaa* - Lord, God, supreme

ક્વચિત્ - *kvachit* - seldom, rarely

પ્રતિપાદન - *pratipaadan* - presention of proof

ભેદ - *bhed* - distinct true nature of the soul

આધીન - *aadheen* - dependent

આકાંક્ષા - *aakaankshaa* - aspiration

ન્યૂનપણું - *nyoonpanu* - lowliness

ઈશ્વરી ઇચ્છા - *ishvaree ichchaa* - God's will

પારમાર્થિક વાત - *paarmaarthik vaat* - the highest truths

લક્ષ - *laksh* - focus, purpose, intention, motivation, vision

ભક્તિ - *bhakti* - devotion

વિજ્ઞાપન - *vignaapan* - request

આજ્ઞાંકિત - *aagnaankit* - obedient

yours causes a love for the enlightened master to arise in me. Because despite having won over you, they are not intoxicated with pride, and are even more straightforward than you. So now, I'll do as you say?

Oh, Lord! Do not be offended that I praise the enlightened master even more than I praise you. The whole world sings your praises. So then, if one such as me were to sit in front of you and praise the enlightened master, surely the master does not desire my praise, and surely you would not feel any loss?

Self-realised souls, even though they know the reality of the past, present and future, do not reveal it. You asked about that, and the response is that God's will is such that other than certain highest truths, self-realised souls do not declare any other matters about the past, present or future, and this is also the inner wish of self-realised ones. The ones who have no worldly aspirations at all, and no sense of authorship, act purely according to the fruits of their karma.

I do not possess the kind of knowledge by which means all three time periods, the past, the present and future, are known entirely, and I do not place any special focus on such knowledge. For me, my true nature, devotion to it, and freedom from association are all that I hold dear. This is my only request.

You must have sent the 'Vedant Granth Prastavana', or else, please send it soon.

Respectfully, obediently.

Keywords

પરમાત્મા - *parmaatmaa* - supreme soul

મન - *man* - mind

સમાધિ - *samaadhi* - bliss

ઉપાધિ - *upaadhi* - worldly life

નિઃસ્પૃહ - *nispruha* - desireless

અન્ય - *anya* - other

પરમાર્થ - *parmaarth* - ultimate

શૂન્ય - *shoonya* - emptiness, nullified

ક્રમપૂર્વક - *krampoorvak* - in an orderly way

વાત - *vaat* - impressions (normally means something that is said)

ચિત્ત - *chitt* - mind, outward-facing mind

નય - *nay* - perspectives

વૈરાગ્ય - *vairaagya* - state of detachment

સમાગમ - *samaagam* - your company

પરાભક્તિ - *paraabhakti* - the highest devotion

ગોપાંગનાઓ - *gopaangnaao* - cow herding maidens, devotees of Lord Krishna

બુદ્ધિ - *buddhi* - mindset

લક્ષ - *laksh* - intention

પંચપરમેષ્ઠી મંત્ર - *panchparmeshthee mantra* - Navkar Mantra prayer

'નમો અરિહંતાણં' - *Namo Arihantaanam* - the first verse of the Navkar Mantra prayer, meaning 'homage to the liberated embodied masters'

૨૨૩

મુંબઈ, ફાગણ વદ ૧૪, બુધ, ૧૯૪૭

देहाभिमाने गलिते, विज्ञाते परमात्मनि ।
यत्र यत्र मनो याति, तत्र तत्र समाधयः ॥

હું કર્તા, હું મનુષ્ય, હું સુખી, હું દુઃખી એ વગેરે પ્રકારથી રહેલું દેહાભિમાન, તે જેનું ગળી ગયું છે, અને સર્વોત્તમ પદરૂપ પરમાત્માને જેણે જાણ્યો છે, તેનું મન જ્યાં જ્યાં જાય છે ત્યાં ત્યાં તેને સમાધિ જ છે.

આપના પત્ર ઘણી વાર વિગતથી મળે છે; અને તે પત્રો વાંચી પ્રથમ તો સમાગમમાં જ રહેવાની ઇચ્છા થાય છે. તથાપિ .... કારણથી તે ઇચ્છાનું ગમે તે પ્રકારે વિસ્મરણ કરવું પડે છે; અને પત્રનો સવિગત ઉત્તર લખવા ઇચ્છા થાય છે; તો તે ઇચ્છા પણ ઘણું કરીને ક્વચિત જ પાર પડે છે. એનાં બે કારણ છે. એક તો એ વિષયમાં અધિક લખવા જેવી દશા રહી નથી તે; અને બીજું કારણ ઉપાધિયોગ. ઉપાધિયોગ કરતાં વર્તતી દશાવાળું કારણ અધિક બળવાન છે; જે દશા બહુ નિઃસ્પૃહ છે; અને તેને લીધે મન અન્ય વિષયમાં પ્રવેશ કરતું નથી; અને તેમાં પણ પરમાર્થ વિષે લખતાં કેવળ શૂન્યતા જેવું થયા કરે છે; એ વિષયમાં લેખનશક્તિ તો એટલી બધી શૂન્યતા પામી છે; વાણી પ્રસંગોપાત્ત હજુ એ વિષયમાં કેટલુંક કાર્ય કરી શકે છે; અને તેથી આશા રહે છે કે સમાગમમાં જરૂર ઈશ્વર કૃપા કરશે. વાણી પણ જેવી આગળ ક્રમપૂર્વક વાત કરી શકતી, તેવી હવે લાગતી નથી; લેખનશક્તિ શૂન્યતા પામ્યા જેવી થવાનું કારણ એક એવું પણ છે કે ચિત્તમાં ઊગેલી વાત ઘણા નયયુક્ત હોય છે, અને તે લેખમાં આવી શકતી નથી; જેથી ચિત્ત વૈરાગ્ય પામી જાય છે.

આપે એક વાર ભક્તિના સંબંધમાં પ્રશ્ન કર્યું હતું, તે સંબંધમાં વધારે વાત તો સમાગમે થઈ શકે તેમ છે. અને ઘણું કરીને બધી વાતને માટે સમાગમ ઠીક લાગે છે. તોપણ ઘણો જ ટૂંકો ઉત્તર લખું છું.

પરમાત્મા અને આત્માનું એકરૂપ થઈ જવું (!) તે પરાભક્તિની છેવટની હદ છે. એક એ જ લય રહેવી તે પરાભક્તિ છે. પરમમહાત્મ્યા ગોપાંગનાઓ મહાત્મા વાસુદેવની ભક્તિમાં એ જ પ્રકારે રહી હતી; પરમાત્માને નિરંજન અને નિર્દેહરૂપે ચિંતવ્યે જીવને એ લય આવવી વિકટ છે, એટલા માટે જેને પરમાત્માનો સાક્ષાત્કાર થયો છે, એવો દેહધારી પરમાત્મા તે પરાભક્તિનું પરમ કારણ છે. તે જ્ઞાનીપુરુષનાં સર્વ ચરિત્રમાં ઐક્યભાવનો લક્ષ થવાથી તેના હૃદયમાં વિરાજમાન પરમાત્માનો ઐક્યભાવ હોય છે; અને એ જ પરાભક્તિ છે. જ્ઞાનીપુરુષ અને પરમાત્મામાં અંતર જ નથી; અને જે કોઈ અંતર માને છે, તેને માર્ગની પ્રાપ્તિ પરમ વિકટ છે. જ્ઞાની તો પરમાત્મા જ છે; અને તેના ઓળખાણ વિના પરમાત્માની પ્રાપ્તિ થઈ નથી; માટે સર્વ પ્રકારે ભક્તિ કરવા યોગ્ય એવી દેહધારી દિવ્ય મૂર્તિ — જ્ઞાનીરૂપ પરમાત્માની — ને નમસ્કારાદિ ભક્તિથી માંડી પરાભક્તિના અંત સુધી એક લયે આરાધવી, એવો શાસ્ત્રલક્ષ છે. પરમાત્મા આ દેહધારીરૂપે થયો છે એમ જ જ્ઞાનીપુરુષ પ્રત્યે જીવને બુદ્ધિ થયે ભક્તિ ઊગે છે, અને તે ભક્તિ ક્રમે કરી પરાભક્તિરૂપ હોય છે. આ વિષે શ્રીમદ્ ભાગવતમાં, ભગવદ્ગીતામાં ઘણા ભેદ પ્રકાશિત કરી એ જ લક્ષ્ય પ્રશંસ્યો છે; અધિક શું કહેવું? જ્ઞાની તીર્થંકરદેવમાં લક્ષ થવા જૈનમાં પણ પંચપરમેષ્ઠી મંત્રમાં 'નમો અરિહંતાણં' પદ પછી

223

223

Mumbai, the 14th day of the dark half of Fagan, Wednesday, VS 1947

देहाभिमाने गलिते, विज्ञाते परमात्मनि ।
यत्र यत्र मनो याति, तत्र तत्र समाधयः ॥

For the one that has melted feelings of identification with the body, such as 'I am a doer, I am a human, I am happy, I am sad' and so on, and realised the ultimate state of the supreme soul, wherever their mind goes, there it finds only bliss.

Your letters often reach me with great detail, and reading these letters, the desire to be in your company immediately arises. However.... for certain reasons this desire must somehow be forgotten; and there is a desire to write a detailed response; but even this desire can only be realised to a limited extent. There are two reasons for this. One is that my current state does not allow much to be written on this subject, and the second is engagement with worldly life. The first reason, about my current state, is stronger than that of my engagement with worldly life. This is a state of utter desirelessness; and because of this, the mind does not enter into other subjects. And, even within these subjects, while writing about the ultimate, there is an emptiness; regarding this, the power to write has been so deeply nullified. Speech is still effective to a certain extent; and therefore the hope remains that in your company, God will be sure to grace us. The speech that was previously able to function in such an orderly way does not seem to do so any longer; one of the reasons for the nullified writing powers is that the impressions arising in the mind encompass many different perspectives, and these cannot be expressed in writing; prompting the mind into a state of detachment.

You once asked about bhakti, and this can only be explained further in person, and in many ways meeting in person seems ideal to address everything, but nonetheless, I am writing a brief answer.

The supreme soul and the soul becoming one (!) is the pinnacle of the highest devotion. Remaining immersed in this alone is the highest devotion. Most notably, the divinely blessed cow herding maidens were immersed in this devotion in the same way towards Lord Vasudev. Contemplating a flawless and body-less supreme soul makes immersion difficult; therefore, an embodied soul who has directly experienced the supreme soul is the greatest cause of the highest devotion. The focus of being at one with all conduct of an enlightened master leads to oneness with the supreme soul residing in his heart, and this alone is the highest devotion. There is simply no difference between an enlightened master and the supreme soul; and for anyone who believes that there is a difference, the path becomes extremely difficult to attain. The enlightened master is indeed the supreme soul; and without recognising the enlightened master, no one has ever attained the supreme soul; therefore we must singularly strive to practise devotion towards an embodied divine idol – the supreme soul in the form of the enlightened master

Background

Shrimad was so intimately versed with the different philosophical schools of thought such as Vedant, that a reader would not necessarily know if he was a Jain or a Hindu. This was just one of his many remarkable qualities. The opening verse in this letter is from Drag Drashya Vivek, a composition that Shrimad attributed to the great Saint Shankaracharya from the Vedantic tradition. In this correspondence he also makes reference to 'Shrimad Bhagvat' and the 'Bhagavad Gita': sacred texts central to the teachings of Lord Krishna. Through these references, Shrimad bridges spiritual wisdom across traditions, offering insights that resonate beyond religious boundaries.

સિદ્ધ - *siddh* - a liberated unembodied soul

માયા - *maayaa* - God in his playfulness

વિદેહી - *videhee* - transcendent, without body

અષ્ટમહાસિદ્ધિ - *ashtamahaasiddhi* - miraculous powers, of which there are eight

નવનિધિ - *navanidhi* - supernatural gifts, of which there are nine

ઘટારત - *ghataarat* - appropriate

સરળાઈ - *saralaai* - simple way, simple means, straightforwardness

પંચવિષય - *panchvishay* - sensory indulgence, subjects of the five senses

માયાનો પ્રતિબંધ - *maayaa no pratibandh* - deluding seductions

નિ:સ્નેહ - *nisneha* - without attachment, indifferent

સમભાવી - *sambhaavee* - one who is equanimous

પ્રતિબંધ - *pratibandh* - entanglements

પ્રારબ્ધયોગ - *praarabdhayog* - fruition of karma

સિદ્ધને નમસ્કાર કર્યો છે; એ જ ભક્તિ માટે એમ સૂચવે છે કે પ્રથમ જ્ઞાની પુરુષની ભક્તિ; અને એ જ પરમાત્માની પ્રાપ્તિ અને ભક્તિનું નિદાન છે.

બીજું એક પ્રશ્ન (એકથી અધિક વાર) આપે એમ લખ્યું હતું કે વ્યવહારમાં વેપારાદિ વિષે આ વર્ષ જેવું જોઈએ તેવું લાભરૂપ લાગતું નથી; અને કઠણાઈ રહ્યા કરે છે.

પરમાત્માની ભક્તિ જ જેને પ્રિય છે, એવા પુરુષને એવી કઠણાઈ ન હોય તો પછી ખરા પરમાત્માની તેને ભક્તિ જ નથી એમ સમજવું. અથવા તો ચાહીને પરમાત્માની ઇચ્છારૂપ માયાએ તેવી કઠણાઈ મોકલવાનું કાર્ય વિસ્મરણ કર્યું છે. જનક વિદેહી અને મહાત્મા કૃષ્ણ વિષે માયાનું વિસ્મરણ થયું લાગે છે, તથાપિ તેમ નથી. જનક વિદેહીની કઠણાઈ વિષે કંઈ અત્ર કહેવું જોગ નથી, કારણ કે તે અપ્રગટ કઠણાઈ છે, અને મહાત્મા કૃષ્ણની સંકટરૂપ કઠણાઈ પ્રગટ જ છે, તેમ અષ્ટમહાસિદ્ધિ અને નવનિધિ પણ પ્રસિદ્ધ જ છે; તથાપિ કઠણાઈ તો ઘટારત જ હતી, અને હોવી જોઈએ. એ કઠણાઈ માયાની છે; અને પરમાત્માના લક્ષની તો એ સરળાઈ છે, અને એમ જ હો. x x x રાજાએ વિકટ તપ કરી પરમાત્માનું આરાધન કર્યું; અને દેહધારીરૂપે પરમાત્માએ તેને દર્શન આપ્યું અને વર માગવા કહ્યું ત્યારે x x x રાજાએ માગ્યું કે હે ભગવાન! આવી જે રાજ્યલક્ષ્મી મને આપી છે તે ઠીક જ નથી, તારો પરમ અનુગ્રહ મારા ઉપર હોય તો પંચવિષયના સાધનરૂપ એ રાજ્યલક્ષ્મીનું ફરીથી મને સ્વપ્નું પણ ન હો, એ વર આપ. પરમાત્મા દિંગ થઈ જઈ 'તથાસ્તુ' કહી સ્વધામ ગત થયા.

કહેવાનો આશય એવો છે કે એમ જ યોગ્ય છે. કઠણાઈ અને સરળાઈ, શાતા અને અશાતા એ ભગવદ્‌ભક્તને સરખાં જ છે; અને વળી કઠણાઈ અને અશાતા તો વિશેષ અનુકૂળ છે કે જ્યાં માયાનો પ્રતિબંધ દર્શનરૂપ નથી.

આપને તો એ વાર્તા જાણવામાં છે; તથાપિ કુટુંબાદિકને વિષે કઠણાઈ હોવી ઘટારત નથી એમ ઊગતું હોય તો તેનું કારણ એ જ છે કે પરમાત્મા એમ કહે છે, કે તમે તમારા કુટુંબ પ્રત્યે નિ:સ્નેહ હો, અને તેના પ્રત્યે સમભાવી થઈ પ્રતિબંધ રહિત થાઓ; તે તમારું છે એમ ન માનો, અને પ્રારબ્ધયોગને લીધે એમ મનાય છે, તે ટાળવા આ કઠણાઈ મેં મોકલી છે. અધિક શું કહેવું? એ એમ જ છે.

– who is worthy of every kind of devotion, from bowing respectfully, all the way to the pinnacle of the highest devotion: this is the intention of the scriptures. The supreme soul is manifest in the embodied enlightened master: only if one has this mindset towards the enlightened master does devotion arise, and that devotion gradually culminates in the highest devotion. Shrimad Bhagvat and the Bhagavad Gita have shed light on this in many ways, emphasising the same message; what more can be said? In order to bring focus to the enlightened master, the Lord Tirthankara, even the Jains in their Navkar Mantra prayer, pay homage to the embodied liberated masters first, and then to the unembodied liberated souls. This tells us the following about devotion: one must first have devotion towards an embodied enlightened master, and that itself is a cause of attainment of, and devotion towards, the supreme soul.

Another question you have written about (more than once) is that in worldly life, this year your business does not seem to have been as profitable as you may have wished; and difficulties remain.

If a person, whose sole love is devotion towards the supreme soul, does not face such difficulties, then understand that he does not have any true devotion towards the supreme soul. Or else, God in his playfulness has intentionally forgotten to send over the difficulties. For the transcendent King Janak and the great soul Krishna, God does appear to have forgotten to send difficulties, but that is not so. It is not possible to talk about King Janak's difficulties, because those are hidden difficulties, and the great soul Krishna's dilemmas are already well known, and similarly, his miraculous powers, and supernatural gifts, are also celebrated; despite this, the difficulties he faced were appropriate, and so they should be. These difficulties belong to the playfulness of God; and are a simple way of knowing God, and so may they be. King Brighu performed a difficult penance to attain the supreme soul; the supreme soul graced him in an embodied form and offered the King a boon. King Brighu said: Oh Lord, you have given me royal wealth, and that is in no way appropriate; if you wish to bestow your highest grace on me, then grant me the boon that I may never again so much as even dream of royal wealth, which is an instrument of sensory indulgence. The supreme soul, becoming astounded, said, 'May it be so' and then left.

The purpose of saying this is that only this is appropriate. Difficulties and comforts, pleasure and pain, these are one and the same for a devotee of God; in fact, difficulties and pain are even more conducive because, in such circumstances, the deluding seductions of comfort are not present.

You are aware of this tale; nonetheless, if you think that the difficulties of the family and others are not justified, then understand that the difficulties are a means for the supreme soul to convey a message, which is that you should be without attachment towards your family, and by becoming equanimous, become free from entanglements, and stop believing that the family is yours; because the fruition of your karma has you believing that the family is yours, I have sent you these difficulties to overcome this belief. What more can be said? It is just so.

Keywords

આનંદ - *aanand* - pleasure

સત્ - *sat* - truth; the true nature of one's own self

જિજ્ઞાસા - *jignaasaa* - thirst

દુર્લભ - *durlabh* - rare

પરમ કારણ - *param kaaran* - primary cause

સત્સંગ - *satsang* - association with an enlightened being

કઠણ - *kathan* - difficult

કારણ - *kaaran* - methods, causes

માયામય અગ્નિ - *maayaamay agni* - flames of delusion

પ્રજ્વલિત - *prajvalit* - ablaze

બુદ્ધિ - *buddhi* - intellect

રાચવું - *raachvun* - to wallow

જીવ - *jeev* - seeker, soul

ત્રિવિધતાપ - અગ્નિ - *trividhtaap - agni* - three-fold fire; worldly difficulties, health problems and mental worries

શીતળ જળ - *sheetal jal* - cooling, quenching water

ચારે બાજુથી અપૂર્ણ પુણ્ય - *chaare bajuthee apoorna punya* - lacking sufficient merits from all four directions

પુણ્ય - *punya* - meritorious karma

ભક્તિ - *bhakti* - devotion

માર્ગ - *maarg* - path: the path to moksha that can only be found in the hands of a saint

સંભારવું - *sambhaarvun* - to recollect

ચિત્તશુદ્ધિ - *chittshuddhi* - purifying mindset

રટણ - *ratan* - repetition; constantly reciting

કલ્યાણકારક - *kalyaankaarak* - beneficial, liberating, spiritually uplifting

૨૩૮

મુંબઈ, ચૈત્ર વદ ૩, રવિ, ૧૯૪૭

તે પૂર્ણ પદને જ્ઞાનીઓ પરમ પ્રેમથી ઉપાસે છે.

ચારેક દિવસ પહેલાં આપનું પત્ર મળ્યું. પરમ સ્વરૂપના અનુગ્રહથી અત્ર સમાધિ છે. આપની ઇચ્છા સદ્‌વૃત્તિઓ થવા રહે છે; એ વાંચી વારંવાર આનંદ થાય છે.

ચિત્તનું સરળપણું, વૈરાગ્ય અને 'સત્' પ્રાપ્ત હોવાની જિજ્ઞાસા એ પ્રાપ્ત થવાં પરમ દુર્લભ છે; અને તેની પ્રાપ્તિને વિષે પરમ કારણરૂપ એવો 'સત્સંગ' તે પ્રાપ્ત થવો એ તો પરમ પરમ દુર્લભ છે. મોટેરા પુરુષોએ આ કાળને કઠણ કાળ કહ્યો છે, તેનું મુખ્ય કારણ તો એ છે કે 'સત્સંગ'નો જોગ થવો જીવને બહુ કઠણ છે; અને એમ હોવાથી કાળને પણ કઠણ કહ્યો છે. માયામય અગ્નિથી ચૌદે રાજલોક પ્રજ્વલિત છે. તે માયામાં જીવની બુદ્ધિ રાચી રહી છે, અને તેથી જીવ પણ તે ત્રિવિધતાપ — અગ્નિથી બળ્યા કરે છે; તેને પરમ કારુણ્યમૂર્તિનો બોધ એ જ પરમ શીતળ જળ છે; તથાપિ જીવને ચારે બાજુથી અપૂર્ણ પુણ્યને લીધે તેની પ્રાપ્તિ હોવી દુર્લભ થઇ પડી છે. પણ એ જ વસ્તુની ચિંતના રાખવી. 'સત્'ને વિષે પ્રીતિ, 'સત્'રૂપ સંતને વિષે પરમ ભક્તિ, તેના માર્ગની જિજ્ઞાસા, એ જ નિરંતર સંભારવા યોગ્ય છે. તે સ્મરણ રહેવામાં ઉપયોગી એવાં વૈરાગ્યાદિક ચરિત્રવાળાં પુસ્તકો અને વૈરાગી, સરળ ચિત્તવાળાં મનુષ્યનો સંગ અને પોતાની ચિત્તશુદ્ધિ એ સારાં કારણો છે. એ જ મેળવવા રટણ રાખવું કલ્યાણકારક છે. અત્ર સમાધિ છે.

238

238

Mumbai, Sunday, the 3rd day of the dark half of Chaitra, VS 1947

The self-realised ones devote themselves to that complete state with utmost love.

Around four days ago, your letter was received. By the grace of the truest self, there is inner peace. Your wish is to remain in pure inclinations - reading this pleases me repeatedly.

Straightforwardness of the mind, detachment, and the thirst to attain the 'truth', are extremely rare to attain. The primary cause of attaining them is association with an enlightened being, and attaining this is extremely, extremely rare. This is why wise souls have referred to this era as a difficult one, and the chief reason for this is that encountering enlightened beings is difficult for the seeker; and because of this, these times are referred to as difficult. The entire cosmos is ablaze with the flames of delusion. The intellect wallows in this untruth, and because of that, the soul itself is burning in the three-fold fire; the only quenching water is the wisdom imparted by the embodiment of the highest compassion; and yet, due to the soul lacking sufficient meritorious karma, it has become rare to attain that wisdom. However, one must continue to yearn for this. Affection for 'truth', the highest devotion for the saint who embodies 'truth', and thirst for his path: these alone are worthy of continuous recollection. Useful means for keeping these alive in one's memory are: reading biographies illustrating virtues such as detachment, the company of those who are detached and straightforward, and purifying one's own mindset. To repeatedly yearn for attaining association with enlightened beings alone is beneficial. There is inner peace.

Background

Shrimad explains here to Shree Tribhovan that this time era is known as a difficult one, primarily because it has become extremely, extremely rare to encounter an enlightened master. No wonder he writes that 'the entire cosmos is ablaze with the flames of delusion'. On reading and contemplating these words, any seeker fortunate enough to have found an enlightened master would feel profoundly blessed and motivated.

'The enlightened master certainly does not wish for devotion from others, but without it, the imparted wisdom has no effect on the one desirous of moksha.'

Shrimad Rajchandra Vachanamrut

Letter 200

Keywords	

લાગવું - *laagvun* - to be immersed in devotion, to feel

પિયુ પિયુ - *piyu piyu* - calling out for the beloved

બ્રાહ્મી વેદના - *braahmee vednaa* - divine yearning

ચરણસંગ - *charansang* - encountering his presence or his footsteps (literally)

છૂટકો - *chhootko* - liberation

સુગમ - *sugam* - accessible

માર્ગ - *maarg* - path

મોહ - *moh* - deluded attachment to the body

બળવાન - *balvaan* - powerful

૨૪૧

મુંબઈ, ચૈત્ર વદ ૧૪, ગુરુ, ૧૯૪૭

જેને લાગી છે તેને જ લાગી છે અને તેણે જ જાણી છે; તે જ 'પિયુ પિયુ' પોકારે છે. એ બ્રાહ્મી વેદના કહી કેમ જાય? કે જ્યાં વાણીનો પ્રવેશ નથી. વધારે શું કહેવું? લાગી છે તેને જ લાગી છે. તેના જ ચરણસંગથી લાગે છે; અને લાગે છે ત્યારે જ છૂટકો હોય છે. એ વિના બીજો સુગમ મોક્ષમાર્ગ છે જ નહીં. તથાપિ કોઈ પ્રયત્ન કરતું નથી! મોહ બળવાન છે!

241

Mumbai, the 14th day of the dark half of Chaitra, Thursday, VS 1947

The one immersed in devotion, is the only one immersed, and they alone know this experience; and they alone call out for the beloved. How can this divine yearning be described in mere words? Indeed this experience is beyond words. What more can be said? The one immersed, is the only one immersed. Only through encountering their presence does one become immersed; and liberation is only possible when one is immersed. . Aside from this, there is simply no other accessible path to moksha. And yet, no one is striving! Attachment to the body is powerful!

241

Background

This is a poetic and esoteric note about being immersed in devotion. Shrimad describes devotion as the most accessible path to moksha. Written to Shree Saubhag, it inspires all of us to wonder about the sublime nature of such immersion.

Keywords

નિઃશંકતા - *nishanktaa* - doubtlessness, conviction

નિર્ભયતા - *nirbhaytaa* - fearlessness

નિઃસંગતા - *nisangtaa* - freedom from association, detachment, separation

પ્રકૃતિ - *prakruti* - types of karmic bondage

વિચિત્રતા - *vichitrataa* - difference, strangeness

મુમુક્ષુતા - *mumukshutaa* - a true seeker's desire for liberation (moksha)

ઉત્પન્ન - *utpann* - arisen

મુઝાવું - *muzaavun* - to be tired, perplexed

અનન્ય પ્રેમ - *ananya prem* - unique devotion or love

મોક્ષ - *moksh* - liberation

લક્ષણ - *lakshan* - defining quality

અપક્ષપાતતા - *apakshpaattaa* - impartiality

સ્વચ્છંદ - *svachchhand* - hubris

પરમ દૈન્યતા - *param dainyataa* - highest form of humility, obediently following the instructions of an enlightened master (known as '*vinay*' in Gujarati, Sanskrit, Pali)

પદાર્થ - *padaarth* - one's true nature

અનિર્ણય - *anirnay* - inconclusiveness, uncertainty

દ્રઢ - *dradh* - firm, undoubtedly, unwavering

પરમાનંદ - *paramaanand* - ultimate bliss

જોગ્યતા - *jogyataa* - worthiness

બુદ્ધિ - *buddhi* - recognition, perspective

દાસત્વ - *daasatva* - servitude

૨૫૪

મુંબઈ, અષાડ સુદ ૮, ભોમ, ૧૯૪૭

નિઃશંકતાથી નિર્ભયતા ઉત્પન્ન હોય છે; અને તેથી નિઃસંગતા પ્રાપ્ત હોય છે.

પ્રકૃતિના વિસ્તારથી જીવનાં કર્મ અનંત પ્રકારની વિચિત્રતાથી પ્રવર્તે છે; અને તેથી દોષના પ્રકાર પણ અનંત ભાસે છે; પણ સર્વથી મોટો દોષ એ છે કે જેથી 'તીવ્ર મુમુક્ષુતા' ઉત્પન્ન ન જ હોય, અથવા 'મુમુક્ષુતા' જ ઉત્પન્ન ન હોય.

ઘણું કરીને મનુષ્યાત્મા કોઈ ને કોઈ ધર્મમતમાં હોય છે, અને તેથી તે ધર્મમત પ્રમાણે પ્રવર્તવાનું તે કરે છે, એમ માને છે; પણ એનું નામ 'મુમુક્ષુતા' નથી.

'મુમુક્ષુતા' તે છે કે સર્વ પ્રકારની મોહાસક્તિથી મુઝાઈ એક 'મોક્ષ'ને વિષે જ યત્ન કરવો અને 'તીવ્ર મુમુક્ષુતા' એ છે કે અનન્ય પ્રેમે મોક્ષના માર્ગમાં ક્ષણે ક્ષણે પ્રવર્તવું.

'તીવ્ર મુમુક્ષુતા' વિષે અત્ર જણાવવું નથી પણ 'મુમુક્ષુતા' વિષે જણાવવું છે, કે તે ઉત્પન્ન થવાનું લક્ષણ પોતાના દોષ જોવામાં અપક્ષપાતતા એ છે, અને તેને લીધે સ્વચ્છંદનો નાશ હોય છે.

સ્વચ્છંદ જ્યાં થોડી અથવા ઘણી હાનિ પામ્યો છે, ત્યાં તેટલી બોધબીજ યોગ્ય ભૂમિકા થાય છે.

સ્વચ્છંદ જ્યાં પ્રાયે દબાયો છે, ત્યાં પછી 'માર્ગપ્રાપ્તિ'ને રોકનારાં ત્રણ કારણો મુખ્ય કરીને હોય છે, એમ અમે જાણીએ છીએ.

આ લોકની અલ્પ પણ સુખેચ્છા, [1]પરમ દૈન્યતાની ઓછાઈ અને પદાર્થનો અનિર્ણય.

એ બધાં કારણો ટાળવાનું બીજ હવે પછી કહેશું. તે પહેલાં તે જ કારણોને અધિકતાથી કહીએ છીએ.

'આ લોકની અલ્પ પણ સુખેચ્છા', એ ઘણું કરીને તીવ્ર મુમુક્ષુતાની ઉત્પત્તિ થયા પહેલાં હોય છે. તે હોવાનાં કારણો નિઃશંકપણે તે 'સત્' છે એવું દ્રઢ થયું નથી, અથવા તે 'પરમાનંદરૂપ' જ છે એમ પણ નિશ્ચય નથી. અથવા તો મુમુક્ષુતામાં પણ કેટલોક આનંદ અનુભવાય છે, તેને લીધે બાહ્યશાતાનાં કારણો પણ કેટલીક વાર પ્રિય લાગે છે (!) અને તેથી આ લોકની અલ્પ પણ સુખેચ્છા રહ્યા કરે છે; જેથી જીવની જોગ્યતા રોકાઈ જાય છે.

[2]સત્પુરુષમાં જ પરમેશ્વર બુદ્ધિ, એને જ્ઞાનીઓએ પરમ ધર્મ કહ્યો છે; અને એ બુદ્ધિ પરમ દૈન્યત્વ સૂચવે છે; જેથી સર્વ પ્રાણી વિષે પોતાનું દાસત્વ મનાય છે અને પરમ જોગ્યતાની પ્રાપ્તિ હોય છે. એ 'પરમ દૈન્યત્વ' જ્યાં સુધી આવરિત રહ્યું છે ત્યાં સુધી જીવની જોગ્યતા પ્રતિબંધયુક્ત હોય છે.

કદાપિ એ બન્ને થયાં હોય, તથાપિ વાસ્તવિક તત્ત્વ પામવાની કંઈ જોગ્યતાની ઓછાઈને લીધે પદાર્થ-નિર્ણય ન થયો હોય તો ચિત્ત વ્યાકુળ રહે છે, અને મિથ્યા સમતા આવે છે; કલ્પિત પદાર્થ વિષે 'સત્'ની માન્યતા હોય છે; જેથી કાળે કરી અપૂર્વ પદાર્થને વિષે પરમ પ્રેમ આવતો નથી, અને

254

Mumbai, the 8th day of the bright half of Asad, Tuesday, VS 1947

254

From doubtlessness arises fearlessness;

From that, freedom from association is attained.

Due to the infinite types of karmic bondage, the soul's karma manifests in infinitely different ways; and therefore, it seems that the types of faults are also infinite; however, the biggest fault of all is that an 'intense desire for moksha' has not arisen, or that a 'desire for moksha' has not arisen at all.

To a large extent, most human souls are in some religious sect or another, and adopt the conduct and beliefs of that religious sect; but this cannot be called the 'desire for moksha".

A 'desire for moksha' is becoming tired from of all forms of attraction to worldly life and longing only for 'moksha', and an 'intense desire for moksha' is conducting oneself in every single moment with unique devotion towards the path to moksha.

I do not wish to discuss an 'intense desire for moksha' right now, but I do wish to convey that the defining quality for a 'desire for moksha' to arise is seeing one's own faults with impartiality, and, as a result, one's hubris is destroyed.

Where this hubris is diminished a little or a lot, the inner ground for the seed of awakening becomes fertile to the same extent.

Where this hubris is mostly suppressed, there remain three main causes obstructing the 'attainment of the path', this is what I know.

Even the slightest desire for happiness from this world, a lack of the highest form of humility[1], and an uncertainty about one's true nature.

I will share the source for overcoming all these obstructive causes. Before that, I will expand on these same obstructive causes in detail.

'Even the slightest desire for happiness from this world' is present until the virtues of a true seeker arise. This happens because one has not firmly concluded that the 'truth' is undoubtedly so, or because one has not concluded that it is the 'very nature of ultimate bliss'. Otherwise, we experience some peace by being a seeker of moksha, and these external circumstances feel dear (!) and because of this, the slightest desire for happiness from this world remains; due to which the worthiness of the soul is curbed.

Recognising that the enlightened master is the very same as the Lord[2], is what the enlightened ones have described as the highest dharma; this recognition inspires the 'highest form of humility' such that one has a feeling of servitude towards all living beings and this enables the attainment of the highest worthiness. To the extent that this highest form of humility is obscured, the soul's worthiness is limited.

Background

In this letter, Shrimad identifies three obstacles faced by seekers and, with clarity and compassion, provides detailed guidance on overcoming them. Central to his teaching is the cultivation of the 'highest form of humility'. This profound message is directed towards seekers in the city of Khambhat, including Shree Ambalal.

આવરિત - *aavarit* - obscured

વાસ્તવિક તત્ત્વ - *vaastavik tattva* - a fundamental truth

ચિત્ત - *chitt* - wandering mind

કલ્પિત - *kalpit* - imaginary

મુમુક્ષુ - *mumukshu* - true seeker of liberation

બળવાન - *balvaan* - strong

સાધન - *saadhan* - virtue, tool

મહાત્મા - *mahaatmaa* - enlightened master

પ્રેમાર્પણ - *premaarpan* - surrendering with the deepest love

નેત્રો - *netro* - eyes

મોહ - *moh* - delusion

આસક્તિ - *aasakti* - attachment

વ્યાકુળતા - *vyaakultaa* - mental restlessness

કળિયુગ - *kaliyug* - dark times

વસ્તુ વિચાર - *vastu vichaar* - contemplating on a substance (thing) - in this case soul

વિનય - *vinay* - obedience

એ જ પરમ જોગ્યતાની હાનિ છે.

આ ત્રણે કારણો ઘણું કરીને અમને મળેલા ઘણાખરા મુમુક્ષુમાં અમે જોયાં છે. માત્ર બીજા કારણની કંઈક ન્યૂનતા કોઈ કોઈ વિષે જોઈ છે, અને જો તેઓમાં સર્વ પ્રકારે ([3]પરમદૈન્યતાની ખામીની) ન્યૂનતા થવાનું પ્રયત્ન હોય તો જોગ્ય થાય એમ જાણીએ છીએ. પરમ દૈન્યપણું એ ત્રણેમાં બળવાન સાધન છે; અને એ ત્રણેનું બીજ મહાત્માને વિષે પરમ પ્રેમાર્પણ એ છે.

અધિક શું કહીએ? અનંતકાળે એ જ માર્ગ છે.

પહેલું અને ત્રીજું કારણ જવાને માટે બીજા કારણની હાનિ કરવી.[૪] અને મહાત્માના જોગે તેના અલૌકિક સ્વરૂપને ઓળખવું. ઓળખવાની પરમ તીવ્રતા રાખવી, તો ઓળખાશે. મુમુક્ષુનાં નેત્રો મહાત્માને ઓળખી લે છે.

મહાત્મામાં જેનો દ્રઢ નિશ્ચય થાય છે, તેને મોહાસક્તિ મટી પદાર્થનો નિર્ણય હોય છે. તેથી વ્યાકુળતા મટે છે. તેથી નિઃશંકતા આવે છે. જેથી જીવ સર્વ પ્રકારનાં દુઃખથી નિર્ભય હોય છે અને તેથી જ નિઃસંગતા ઉત્પન્ન હોય છે, અને એમ યોગ્ય છે.

માત્ર તમ મુમુક્ષુઓને અર્થે ટૂંકામાં ટૂંકું આ લખ્યું છે; તેનો પરસ્પર વિચાર કરી વિસ્તાર કરવો અને તે સમજવું એમ અમે કહીએ છીએ.

અમે આમાં ઘણો ગૂઢ શાસ્ત્રાર્થ પણ પ્રતિપાદન કર્યો છે.

તમે વારંવાર વિચારજો. યોગ્યતા હશે તો અમારા સમાગમમાં આ વાતનો વિસ્તારથી વિચાર બતાવીશું.

હાલ અમારો સમાગમ થાય તેમ તો નથી; પણ વખતે શ્રાવણ વદમાં કરીએ તો થાય; પણ તે કયે સ્થળે તે હજુ સુધી વિચાર્યું નથી.

કળિયુગ છે માટે ક્ષણવાર પણ વસ્તુ વિચાર વિના ન રહેવું એમ મહાત્માઓની શિક્ષા છે.

તમને બધાને યથાયોગ્ય પહોંચે.

-----

૧. પાઠાન્તરઃ પરમ વિનયની ઓછાઈ

૨. પાઠાન્તરઃ તથારૂપ ઓળખાણ થયે સદ્‌ગુરુમાં પરમેશ્વરબુદ્ધિ રાખી તેમની આજ્ઞાએ પ્રવર્તવું તે 'પરમ વિનય' કહ્યો છે. તેથી પરમ જોગ્યતાની પ્રાપ્તિ હોય છે. એ પરમ વિનય જ્યાં સુધી આવે નહીં ત્યાં સુધી જીવને જોગ્યતા આવતી નથી.

૩. પાઠાન્તરઃ પરમ વિનયની

૪. પાઠાન્તરઃ અને પરમ વિનયમાં વર્તવું યોગ્ય છે.

Where both of these obstructive causes have been overcome, but there is a lack of worthiness to attain the fundamental truth and one has not achieved certainty about one's true nature, then the wandering mind remains restless, and a false peace arises. Imaginary concepts are considered the 'truth', and as a result, over time, love for what is the unprecedented true reality is not experienced, and this itself is the lack of the highest worthiness.

I have observed these three obstructive causes in very many true seekers of liberation that have met me. I have only observed a reduction of the second obstructive cause in a few, and if they strive to nullify it (in every way[3]), then I know that they will become worthy. Of these three, the lack of the highest form of humility is the strongest obstruction, and the seed for overcoming all three is surrendering with the deepest love to an enlightened master.

What more can be said? Among infinite time, this is the only path.

For the first and third obstructive causes to go, put an end to the second one[4]. When in the company of an enlightened master, recognise their sublime nature. If you keep an intense desire to recognise this, you shall recognise it. The eyes of a true seeker of liberation recognise the enlightened master.

One who develops unwavering conviction in an enlightened master, their delusion and attachment is cured, and they are able to gain certainty about their true nature. By which restless doubts are cured. By which doubtlessness arises. By which one becomes fearless of all types of suffering and by which freedom from association arises. And this is appropriate.

Only for you true liberation seekers have I written this, in the briefest of manners. Collectively contemplate, expand, and understand this, that is what I am saying.

Here, I have laid out the essence of the scriptures.

Repeatedly contemplate this. If circumstances permit, then when we meet, I will show you the expanded contemplation on this.

Currently, it is not possible for us to meet. In the dark half of the Shravan month, it may be possible. But as yet, I have not thought about a location where this could happen.

The times are dark, so do not go even for a moment without contemplating on the soul - this is the teaching of the enlightened masters.

With appropriate respect to you all.

-----

1. Alternative: the lack of the highest form of obedience

2. Alternative: Having recognised them that way, recognising that the enlightened master is the very same as the Lord, to conduct oneself according to their commandments has been defined as the highest form of obedience. From this one can attain the highest form of worthiness. Until that highest (form of) obediences arises, worthiness does not come to the soul.

3. Alternative: Of the highest form of obedience.

4. Alternative: And one should conduct oneself with the highest (form of) obedience.

Keywords

જગત - *jagat* - universe

આત્મરૂપ - *aatmaroop* - form of the self, form of the soul

માનવું - *maanvun* - to consider

યોગ્ય - *yogya* - appropriate, worthy

દોષ - *dosh* - faults

જોવું - *jovun* - to perceive, to see

ગુણ - *gun* - virtue

ઉત્કૃષ્ટપણું - *utkrushtpanun* - greatness

સહન - *sahan* - endurance

સંસાર - *sansaar* - world

રહેવું - *rahevu* - to live, to stay

૩૦૧

વવાણિયા, કાર્તિક સુદ ૮, સોમ, ૧૯૪૮

સ્મરણીય મૂર્તિ શ્રી સુભાગ્ય,

જગત આત્મરૂપ માનવામાં આવે; જે થાય તે યોગ્ય જ માનવામાં આવે; પરના દોષ જોવામાં ન આવે; પોતાના ગુણનું ઉત્કૃષ્ટપણું સહન કરવામાં આવે તો જ આ સંસારમાં રહેવું યોગ્ય છે; બીજી રીતે નહીં.

વિ૦ રાયચંદના ય૦

301

Vavania, the 8th day of the bright half of Kartak, Monday, VS 1948

Worthy of remembrance, respected Saubhag,

If the entire living universe is considered as the self; if whatever happens is always considered appropriate; if the faults of others are not perceived; if the greatness of one's own virtues are humbly endured, then this is the only worthy way to live in the world; not in any other way.

With appropriate respect, Raichand

301

Background

This letter is a powerful spiritual compass! Shrimad gives us four spiritual practices which can guide a seeker wanting to navigate life's challenges peacefully. It is written to Shree Saubhag.

Keywords

દ્રષ્ટિ - *drashti* - perspective

લૌકિક - *laukik* - worldly

અલૌકિક - *alaukik* - inner-worldly

સમ્યક્ - *samyak* - right

અખંડ - *akhand* - unbroken

વિશ્વાસ - *vishvaas* - trust

નિશ્ચય - *nishchay* - certainty

ચિંતા - *chintaa* - concern

પ્રાયે - *praaye* - mostly

બાધ ન આવે - *baadh na aave* - it does not impede

બોધ - *bodh* - understanding

સિદ્ધિ / રિદ્ધિ - *siddhi / riddhi* - miraculous powers

કાળ - *kaal* - time era

ઉદય - *uday* - arising, the fruition of karma

ધારવું - *dhaarvu* - to assume

નિર્વિકલ્પ સમાધિ - *nirvikalp samaadhi* - unwavering inner bliss

સ્વરૂપપરિણતિ - *swaroopparinati* - the self residing in itself, its true nature

પ્રવૃત્તિ - *pravrutti* - engagement

બંધ - *bandh* - karmic bondage

મોક્ષ - *moksh* - liberation

દર્શન - *darshan* - school of philosophical thought (Jainism, Vedant etc.)

આશય - *aashay* - intention

વીતરાગ - *veetraag* - totally equanimously detached

શ્રુતજ્ઞાન - *shrutgnaan* - imparted wisdom

૩૨૨

રવિવાર, ૧૯૪૮

લૌકિકદ્રષ્ટિએ તમે અને અમે પ્રવર્તશું તો પછી અલૌકિકદ્રષ્ટિએ કોણ પ્રવર્તશે?

આત્મા એક છે કે અનેક છે, કર્ત્તા છે કે અકર્ત્તા છે, જગતનો કોઈ કર્ત્તા છે કે જગત સ્વતઃ છે, એ વગેરે ક્રમે કરીને સત્સંગે સમજવા યોગ્ય છે; એમ જાણીને પત્ર વાટે તે વિષે હાલ લખવામાં આવ્યું નથી.

સમ્યક્પ્રકારે જ્ઞાનીને વિષે અખંડ વિશ્વાસ રાખવાનું ફળ નિશ્ચયે મુક્તપણું છે.

સંસારસંબંધી તમને જે જે ચિંતા છે, તે ચિંતા પ્રાયે અમને જાણવામાં છે, અને તે વિષે અમુક અમુક તમને વિકલ્પ રહે છે તે પણ જાણીએ છીએ. તેમજ પરમાર્થચિંતા પણ સત્સંગના વિયોગને લીધે રહે છે તે પણ જાણીએ છીએ; બેય પ્રકારનો વિકલ્પ હોવાથી તમને આકુળવ્યાકુળપણું પ્રાપ્ત હોય એમાં પણ આશ્ચર્ય લાગતું નથી, અથવા અસંભવરૂપ લાગતું નથી. હવે એ બેય પ્રકારને માટે ચોખ્ખા શબ્દોમાં નીચે જે કંઈ મનને વિષે છે તે લખવાનું પ્રયત્ન કર્યું છે.

સંસારસંબંધી તમને જે ચિંતા છે, તે જેમ ઉદયમાં આવે તેમ વેદવી, સહન કરવી. એ ચિંતા થવાનું કારણ એવું કોઈ કર્મ નથી કે જે ટાળવા માટે જ્ઞાનીપુરુષને પ્રવૃત્તિ કરતાં બાધ ન આવે. જ્યારથી યથાર્થ બોધની ઉત્પત્તિ થઈ છે, ત્યારથી કોઈ પણ પ્રકારના સિદ્ધિયોગે કે વિદ્યાના યોગે સાંસારિક સાધન પોતાસંબંધી કે પરસંબંધી કરવાની પ્રતિજ્ઞા છે; અને એ પ્રતિજ્ઞામાં એક પળ પણ મંદપણું આવ્યું હોય એમ હજુ સુધીમાં થયું છે એમ સાંભરતું નથી. તમારી ચિંતા જાણીએ છીએ, અને અમે તે ચિંતાનો કોઈ પણ ભાગ જેટલો બને તેટલો વેદવા ઇચ્છીએ છીએ. પણ એમ તો કોઈ કાળે બન્યું નથી, તે કેમ બને? અમને પણ ઉદયકાળ એવો વર્તે છે કે હાલ રિદ્ધિયોગ હાથમાં નથી.

પ્રાણીમાત્ર પ્રાયે આહાર, પાણી પામી રહે છે. તો તમ જેવા પ્રાણીના કુટુંબને માટે તેથી વિપર્યય પરિણામ આવે એવું જે ધારવું તે યોગ્ય જ નથી. કુટુંબની લાજ વારંવાર આડી આવી જે આકુળતા આપે છે, તે ગમે તો રાખીએ અને ગમે તો ન રાખીએ તે બન્ને સરખું છે, કેમ કે જેમાં પોતાનું નિરુપાયપણું રહ્યું તેમાં તો જે થાય તે યોગ્ય જ માનવું એ દ્રષ્ટિ સમ્યક્ છે. જે લાગ્યું તે જણાવ્યું છે.

અમને જે નિર્વિકલ્પ નામની સમાધિ છે, તે તો આત્માની સ્વરૂપપરિણતિ વર્તતી હોવાને લીધે છે. આત્માના સ્વરૂપ સંબંધી તો પ્રાયે નિર્વિકલ્પપણું જ રહેવાનું અમને સંભવિત છે, કારણ કે અન્યભાવને વિષે મુખ્યપણે અમારી પ્રવૃત્તિ જ નથી.

બંધ, મોક્ષની યથાર્થ વ્યવસ્થા જે દર્શનને વિષે યથાર્થપણે કહેવામાં આવી છે, તે દર્શન નિકટ મુક્તપણાનું કારણ છે; અને એ યથાર્થ વ્યવસ્થા કહેવાને જોગ્ય જો કોઈ અમે વિશેષપણે માનતા હોઈએ તો તે શ્રી તીર્થંકરદેવ છે.

અને એ જે શ્રી તીર્થંકરદેવનો અંતર આશય તે પ્રાયે મુખ્યપણે અત્યારે કોઈને વિષે આ ક્ષેત્રે હોય તો તે અમે હોઈશું એમ અમને દ્રઢ કરીને ભાસે છે.

કારણ કે જે અમારું અનુભવજ્ઞાન તેનું ફળ વીતરાગપણું છે, અને વીતરાગનું કહેલું જે શ્રુતજ્ઞાન

322

322

Sunday, VS 1948

If you and I conduct ourselves from a worldly perspective, then who will conduct themselves from an inner-worldly perspective?

Is there one soul, or are there many, is the soul a doer or a non-doer, is there a creator of the universe, or is the universe autonomous – it is appropriate that these and other questions should be gradually understood through satsang. Knowing this, I have not currently written about these questions.

The fruit of maintaining complete trust in the enlightened one, in the right way, is certainly freedom.

Whatever concerns you have regarding worldly life, those concerns are mostly known to me, and you have some worries regarding them, which I am also aware of. Likewise, you have spiritual concerns about your separation from satsang, and I know about these too; the fact that you may be feeling unsettled due to both worldly and spiritual concerns is no surprise to me, nor is it inconceivable. I have now attempted to write in clear words below whatever is on my mind about both of these.

Whatever worldly concerns you have, you should calmly endure them as they arise. There is no karma causing these concerns, which an enlightened master could try to bring an end to, without spiritually impeding themselves. Ever since the right understanding has arisen, I have vowed not to use any miraculous powers or knowledge for the worldly benefit of myself or others; and I cannot recall a time when the strength of this vow has diminished even for a moment. I know what difficulties you are facing, and my wish is to bear any part of those difficulties for you, as much as possible. But such a thing has never happened in any time era, so how can it happen now? Also, the current fruition of my own karma is such that these miraculous powers are not available to me.

Even animals are generally able to obtain food and water. Therefore it is not appropriate to think that the outcome will be any different for a family like yours. The desire to uphold your family's reputation comes in the way again and again, leading to internal disturbance, which you can keep or surrender, both are equivalent. For where one is helpless, the correct perspective is to believe that whatever happens is appropriate. I have let you know what I felt.

The state called 'unwavering blissful awareness' that I experience is due to the self residing in its true nature. It is possible that I will mostly remain in this unwavering blissful state because my engagement in other matters is absent, to a great extent.

The school of philosophical thought that appropriately describes the correct mechanisms of karmic bondage and liberation is a school of thought that is a

Background

At this time, Shree Saubhag is encountering challenges both worldly and spiritual—struggles with livelihood, reputation, and separation from satsang. Many of us can relate to these trials, making Shrimad's guidance profoundly pertinent and practical. He concludes with an empowering verse from the revered saint Anandghanji, urging us to lay all worries to rest and find solace in the eternal truth.

વચન - *vachan* - words

પુદ્ગલ - *pudgal* - material

આધાર - *aadhaar* - basis

સ્વામી - *svaamee* - master

ઐશ્વર્ય - *aishwarya* - power, greatness

વસ્તુત્વધર્મ - *vastutvadharma* - the soul residing in its true nature; vastutva is a technical Jain term meaning the capacity for a substance to perform its function.

ચેતનતા - *chetantaa* - consciousness

તે પણ તે જ પરિણામનું કારણ લાગે છે; માટે અમે તેના અનુયાયી ખરેખરા છીએ, સાચા છીએ.

વન અને ઘર એ બન્ને કોઈ પ્રકારે અમને સમાન છે, તથાપિ વનમાં પૂર્ણ વીતરાગભાવને અર્થે રહેવું વધારે રુચિકર લાગે છે; સુખની ઇચ્છા નથી પણ વીતરાગપણાની ઇચ્છા છે.

જગતના કલ્યાણને અર્થે પુરુષાર્થ કરવા વિષે લખ્યું તો તે પુરુષાર્થ કરવાની ઇચ્છા કોઈ પ્રકારે રહે પણ છે, તથાપિ ઉદયને અનુસરીને ચાલવું એ આત્માની સહજ દશા થઈ છે, અને તેવો ઉદયકાળ હાલ સમીપમાં જણાતો નથી; તો તે ઉદેરી આણવાનું બને એવી દશા અમારી નથી.

'માગી ખાઈને ગુજરાન ચલાવશું; પણ ખેદ નહીં પામીએ; જ્ઞાનના અનંત આનંદ આગળ તે દુઃખ તૃણમાત્ર છે' આ ભાવાર્થનું જે વચન લખ્યું છે, તે વચનને અમારો નમસ્કાર હો! એવું જે વચન તે ખરી જોગ્યતા વિના નીકળવું સંભવિત નથી.

'જીવ એ પુદ્ગલીપદાર્થ નથી, પુદ્ગલ નથી, તેમ પુદ્ગલનો આધાર નથી, તેના રંગવાળો નથી; પોતાની સ્વરૂપસત્તા સિવાય જે અન્ય તેનો તે સ્વામી નથી, કારણ કે પરની ઐશ્વર્યતા સ્વરૂપને વિષે હોય નહીં. વસ્તુત્વધર્મે જોતાં તે કોઈ કાળે પણ પરસંગી પણ નથી.' એ પ્રમાણે સામાન્ય અર્થ 'જીવ નવિ પુગ્ગલી' વગેરે પદોનો છે.

'દુઃખસુખરૂપ કરમ ફળ જાણો, નિશ્ચય એક આનંદો રે,
ચેતનતા પરિણામ ન ચૂકે, ચેતન કહે જિનચંદો રે.'

(શ્રી વાસુપૂજ્ય–સ્તવન, આનંદઘનજી)

direct route to freedom; and if I were to strongly believe that anyone is worthy of describing that correct mechanism, then it is the Lord Tirthankara.

And if anyone in the world today were largely to have the same inner intention as that of Lord Tirthankara, then it is me, this is a strong feeling that I have.

For the fruit of my self-realisation is totally equanimous detachment, and the same transformation also seems to result from the wisdom imparted by the totally equanimous detached Lord; and so I am indeed His follower, a true follower.

The forest and home, in some ways, are both the same for me, but for the sake of complete detachment, staying in the forest is more attractive; there is no desire for comfort, but there is a desire for totally equanimous detachment.

You wrote about my striving for the spiritual upliftment of society. This desire does exist in some ways, but conducting myself according to the fruition of karma has become my natural state, and such a fruition of karma for me to uplift society does not appear to be in the near future; nor am I in a position to bring forward the fruition of such karma.

'We will beg to make ends meet; but will not feel sorrow; for that suffering is merely a blade of grass when compared to the unending bliss of enlightenment': I pay reverence to the statement that you wrote, which expresses this sentiment! It is not possible to utter such words without true worthiness.

'The soul is not a material substance, it is not matter, similarly it is not the basis of matter, it is not of the colour of matter; it is not the owner of anything other than its innate power, because the greatness associated with external things has no bearing on the soul. According to its true nature, the soul is never associated with anything external.' This is the simple meaning of the verse 'soul is not a material substance' etc.

> 'Know suffering and pleasure to be fruits of past action,
> your absolute nature is pure joy,
>
> The conscious one is never devoid of consciousness,
> so says the Lord Jineshwar.'
>
> (Lord Vasupujya Hymn, Anandghanji)

Keywords

વિનય - *vinay* - deepest, intense humility

ભ્રાંતિગતપણે - *bhraantigatpane* - deludedly

ભાસવું - *bhaasvu* - to perceive

પ્રસંગ - *prasang* - events

પ્રકાર - *prakaar* - ways

વહાલપ - *vahaalap* - love

સત્સંગ - *satsang* - company of an enlightened being

અસંભવિત - *asambhavit* - impossible

ખચીત - *khacheet* - firmly, inevitably

અપ્રમત્તપણે - *apramattpane* - spiritual vigilance, absence of laziness or laxity

પુરુષાર્થ - *purushaarth* - efforts

સ્વીકાર - *sveekaar* - acceptance

અવિસંવાદ - *avisamvaad* - indisputable

નિષ્કામપણે - *nishkaampane* - selflessnessly

૩૩૧

મુંબઈ, માહ, ૧૯૪૮

ૐ

વીતરાગપણે, અત્યંત વિનયપણે પ્રણામ.

ભ્રાંતિગતપણે, સુખસ્વરૂપ ભાસે છે એવા આ સંસારી પ્રસંગ અને પ્રકારોમાં જ્યાં સુધી જીવને વહાલપ વર્તે છે; ત્યાં સુધી જીવને પોતાનું સ્વરૂપ ભાસવું અસંભવિત છે, અને સત્સંગનું માહાત્મ્ય પણ તથારૂપપણે ભાસ્યમાન થવું અસંભવિત છે. જ્યાં સુધી તે સંસારગત વહાલપ અસંસારગત વહાલપને પ્રાપ્ત ન થાય ત્યાં સુધી ખચીત કરી અપ્રમત્તપણે વારંવાર પુરુષાર્થનો સ્વીકાર યોગ્ય છે. આ વાત ત્રણે કાળને વિષે અવિસંવાદ જાણી નિષ્કામપણે લખી છે.

331

Mumbai, Mah, VS 1948

Aum

With equanimous complete detachment and deepest humility, my respects.

In its delusion, as long as the soul is in love with the events and ways of the world, which give one a false perception of happiness, it is impossible for the soul to perceive its own self, and impossible for it to truly perceive the importance of the company of an enlightened being. Until the love for the outer world turns inwards, we must firmly accept that repeated, vigilant efforts must be made. This is written selflessly with the knowledge that it is eternally indisputable.

331

Background

Shrimad delivers the thought-provoking truth that we cannot be in love with two things at the same time. A choice must be made: do we want to dwell in the outer, material world or the inner, spiritual world? An unknown recipient was fortunate to receive this compassionate warning from Shrimad.

'Contemplating it in very many ways,
it is my firm conclusion that devotion is the noblest path,
and if practised at the feet of an enlightened soul,
it is a force that can deliver moksha in mere moments.'

Shrimad Rajchandra Vachanamrut

Letter 201

Keywords

આરંભ - *aarambh* - initiating worldly activities

પરિગ્રહ - *parigraha* - accumulating material possessions, belongings

મોહ - *moh* - delusion

પોતાપણું - *potaapanun* - identifying oneself with, a feeling of ownership

અભિમાન - *abhimaan* - egotism, pride

મંદ - *mand* - weak

મુમુક્ષુતા - *mumukshutaa* - virtues of a true seeker

વર્ધમાન - *vardhmaan* - strengthening, growing

પરિચય - *parichay* - familiarity

નિવૃત્ત - *nivrutt* - removed, freed from

મટાડવું - *mataadvun* - to cure, remove

ઉપદેશ - *updesh* - teaching

યોગ્ય - *yogya* - appropriate

નિર્મળ - *nirmal* - pure

૩૩૨

મુંબઈ, ફાગણ સુદ ૪, બુધ, ૧૯૪૮

આરંભ અને પરિગ્રહનો જેમ જેમ મોહ મટે છે, જેમ જેમ તેને વિષેથી પોતાપણાનું અભિમાન મંદપરિણામને પામે છે; તેમ તેમ મુમુક્ષુતા વર્ધમાન થયા કરે છે. અનંત કાળના પરિચયવાળું એ અભિમાન પ્રાયે એકદમ નિવૃત્ત થતું નથી. તેટલા માટે, તન, મન, ધનાદિ જે કંઈ પોતાપણે વર્તતાં હોય છે, તે જ્ઞાની પ્રત્યે અર્પણ કરવામાં આવે છે; પ્રાયે જ્ઞાની કંઈ તેને ગ્રહણ કરતા નથી, પણ તેમાંથી પોતાપણું મટાડવાનું જ ઉપદેશે છે; અને કરવા યોગ્ય પણ તેમ જ છે કે, આરંભ-પરિગ્રહને વારંવારના પ્રસંગે વિચારી વિચારી પોતાનાં થતાં અટકાવવાં; ત્યારે મુમુક્ષુતા નિર્મળ હોય છે.

332

Mumbai, the 4th day of the bright half of Fagan, Wednesday, VS 1948

As one's delusion about initiating worldly activities and about accumulating material possessions is cured, and as the egotistic sense of identity with and ownership of them weakens, a seeker's desire for moksha strengthens. This eternally familiar egotistic sense of identity and ownership cannot be completely removed all that easily. That is why one's body, mind, wealth, and whatever else one identifies with, are surrendered to an enlightened master. However, the enlightened master does not actually take these, but preaches that a disciple should remove the identification with these objects; and this is precisely what must be done. Through contemplating again and again, one must halt the repeated occurrences of initiating and accumulating; it is only then that the seeker's desire for moksha becomes pure.

332

Background

From the moment we wake until we sleep, our lives are constantly filled with starting new activities and accumulating more material possessions. This age-old habit burdens the soul with egotistic feelings of identity and ownership. Shrimad offers us the solution: surrender everything to an enlightened master. This teaching echoes the story of Shree Ram, who relinquished his kingdom to his Guru. In doing so, Shree Ram was liberated from the feelings of identity and ownership, instead ruling as trustee on behalf of his Guru.

Keywords	
સત્પુરુષ - *satpurush* - enlightened soul
ઓળખાણ - *olkhaan* - recognition
વ્યાવહારિક કલ્પના - *vyaavahaarik kalpanaa* - imagination based on a worldly, external perspective
પોતાસમાન - *potaasamaan* - equal to oneself
ઉપાય - *upaay* - solution
આશ્રિત - *aashrit* - sheltered
'શુદ્ધતા વિચારે ધ્યાવે' - *'shuddhata vichaare dhyaave'* - 'Contemplating and Meditating on Purity', a poem written by Saint Banarasidas
વિઘટતી - *vighatati* - uninformed discussion, without understanding the true meaning
સૈદ્ધાંતિક - *saiddhaantik* - doctrinal
અતિ - *ati* - very
સૂક્ષ્મ - *sookshma* - subtle
ચિત્ત - *chitt* - mind
નિર્પક્ષ - *nirpaksh* - impartial

૩૩૩

મુંબઈ, ફાગણ સુદ ૪, બુધ, ૧૯૪૮

૧"સત્પુરુષની ઓળખાણ જીવને નથી પડતી, અને વ્યાવહારિક કલ્પના પોતાસમાન તે પ્રત્યે રહે છે, એ જીવને કયા ઉપાયથી ટળે?" એ પ્રશ્નનો ઉત્તર યથાર્થ લખ્યો છે. એ ઉત્તર જ્ઞાની અથવા જ્ઞાનીનો આશ્રિત માત્ર જાણી શકે, કહી શકે, અથવા લખી શકે તેવો છે. માર્ગ કેવો હોય એ જેને બોધ નથી, તેવા શાસ્ત્રાભ્યાસી પુરુષો તેનો યથાર્થ ઉત્તર ન કરી શકે તે પણ યથાર્થ જ છે. 'શુદ્ધતા વિચારે ધ્યાવે' એ પદ વિષે હવે પછી લખીશું.

અંબારામજીના પુસ્તક વિષે આપે વિશેષ વાંચન કરી જે અભિપ્રાય લખ્યો તે વિષે હવે પછી વાતચીતમાં વિશેષ જણાવાય તેમ છે. અમે એ પુસ્તકનો ઘણો ભાગ જોયો છે; પણ સિદ્ધાંતજ્ઞાનમાં વિઘટતી વાતો લાગે છે, અને તેમ જ છે, તથાપિ તે પુરુષની દશા સારી છે; માર્ગાનુસારી જેવી છે, એમ તો કહીએ છીએ. જેને સૈદ્ધાંતિક અથવા યથાર્થજ્ઞાન અમે માન્યું છે તે અતિ અતિ સૂક્ષ્મ છે, પણ તે થાય તેવું જ્ઞાન છે. વિશેષ હવે પછી. ચિત્તે કહ્યું કર્યું નથી માટે આજે વિશેષ લખાયું નથી, તે ક્ષમા કરશો.

પરમ પ્રેમભાવથી નમસ્કાર પહોંચે.

-----

૧. શ્રી સૌભાગ્યભાઈએ આપેલ ઉત્તર: 'નિર્પક્ષ થઈ સત્સંગ કરે તો સત્ જણાય ને પછી સત્પુરુષનો જોગ બને તો તે ઓળખે અને ઓળખે એટલે વ્યાવહારિક કલ્પના ટળે. માટે પક્ષ રહિત થઈ સત્સંગ કરવો. એ ઉપાય સિવાય બીજો ઉપાય નથી. બાકી ભગવત્ કૃપા એ જુદી વાત છે.'

333

333

Mumbai, the 4th day of the bright half of Fagan, Wednesday, VS 1948

We do not recognise enlightened souls, and by observing their worldly conduct, we imagine ourselves to be equal to them. Through what means can this error be corrected? You have written the appropriate response[1] to this question. This answer is such that it can only be understood, spoken, or written by the enlightened, and those in their shelter. It is also true that those who have not understood the nature of the path, having only studied the scriptures, cannot give an appropriate answer. I will write about the poem 'Contemplating and Meditating on Purity' later.

It is better that we personally discuss in more detail the opinion you have written after deeply studying Ambaramji's book. I have seen a large part of this book; it seems that it is mostly uninformed discussion of doctrinal matters. And it is so. However the spiritual state of this man seems good; by which I mean, it is like that of one who is on the true path. I believe that doctrinal or true knowledge is very, very subtle, but it is possible to achieve this knowledge. More later. This mind has not done as it has been asked to, and therefore I have not been able to write much today, please forgive this.

May my respectful bow, with the utmost love, reach you.

Background

Questions and answers lie at the heart of developing critical thinking and profound understanding across nearly all philosophical traditions. Here, Shrimad affirms and appreciates one of Shree Saubhag's insightful responses to his inquiries. This specific exchange guides us towards cultivating the impartial eyes of a true seeker.

-----

1. What Shree Saubhag had written: 'If one engages in satsang impartially, then they will know the truth. If one encounters an enlightened master, they recognise them, and this recognition removes the false interpretation of their conduct. Therefore satsang should be done without partiality. There is no other solution than this. Unless the grace of the Lord deems it differently.'

Keywords	
લખવાનું - *lakhvaanu* - writing
ક્ષમા - *kshamaa* - acceptance of an apology, forgiveness
ચિત્તસ્થિતિ - *chittstithi* - state of mind
અવ્યવસ્થા - *avyavasthaa* - disarray
ઉપાધિ - *upaadhi* - worldly obligation
ઉદાસીન - *udaaseen* - risen above, indifferent to
અતિ, અત્યંત - *ati, atyant* - extremely
ગૌણ - *gaun* - mild, subdued
પ્રપંચ - *prapanch* - worldly entanglement
સર્વસંગપરિત્યાગ - *sarvasangparityaag* - renunciation of all associations, adopting monkhood
લક્ષ્યાર્થ - *lakshyaarth* - purpose
અખંડ - *akhand* - continuous, unbroken (literally)
આત્મધ્યાન - *aatmadhyaan* - meditation on the soul
બોધ - *bodh* - imparted wisdom
ભજ્યા કરીએ - *bhajyaa kareeye* - we remain devoted
નિશ્ચલ - *nishchal* - unshakeable
નિશ્ચય - *nishchay* - certainty
વીતરાગ - *veetraag* - totally equanimous detachment
ચરણરજ - *charanraj* - dust of the feet (charan is the feet, raj is the dust)
મસ્તક - *mastak* - forehead
આશ્ચર્ય - *aashcharya* - wonder
સદેહ - *sadeh* - embodied, with body
ઉદાસીનતા - *udaaseentaa* - weariness from life
ત્યાગ - *tyaag* - renunciation
સંભવિત - *sambhavit* - possible
અભિન્ન - *abhinn* - undifferentiated

૩૩૪

મુંબઈ, ફાગણ સુદ ૧૦, બુધ, ૧૯૪૮

હૃદયરૂપ શ્રી સુભાગ્ય પ્રત્યે,

ભક્તિપૂર્વક નમસ્કાર પહોંચે.

'હવે પછી લખીશું, હવે પછી લખીશું' એમ લખીને ઘણી વાર લખવાનું બન્યું નથી, તે ક્ષમા કરવા યોગ્ય છે; કારણ કે ચિત્તસ્થિતિ ઘણું કરી વિદેહી જેવી વર્તે છે; એટલે કાર્યને વિષે અવ્યવસ્થા થઈ જાય છે. જેવી હાલ ચિત્તસ્થિતિ વર્તે છે, તેવી અમુક સમય સુધી વર્તાવ્યા વિના છૂટકો નથી.

ઘણા ઘણા જ્ઞાની પુરુષો થઈ ગયા છે, તેમાં અમારી જેવો ઉપાધિપ્રસંગ અને ચિત્તસ્થિતિ ઉદાસીન, અતિ ઉદાસીન, તેવા ઘણું કરીને પ્રમાણમાં થોડા થયા છે. ઉપાધિપ્રસંગને લીધે આત્મા સંબંધી જે વિચાર તે અખંડપણે થઈ શકતો નથી, અથવા ગૌણપણે થયા કરે છે, તેમ થવાથી ઘણો કાળ પ્રપંચ વિષે રહેવું પડે છે; અને તેમાં તો અત્યંત ઉદાસ પરિણામ થઈ ગયેલ હોવાથી ક્ષણવાર પણ ચિત્ત ટકી શકતું નથી, જેથી જ્ઞાનીઓ સર્વસંગપરિત્યાગ કરી અપ્રતિબદ્ધપણે વિચરે છે. 'સર્વસંગ' શબ્દનો લક્ષ્યાર્થ એવો છે કે અખંડપણે આત્મધ્યાન કે બોધ મુખ્યપણે ન રખાવી શકે એવો સંગ. આ અમે ટૂંકામાં લખ્યું છે; અને તે પ્રકારને બાહ્યથી, અંતરથી ભજ્યા કરીએ છીએ.

દેહ છતાં મનુષ્ય પૂર્ણ વીતરાગ થઈ શકે એવો અમારો નિશ્ચલ અનુભવ છે. કારણ કે અમે પણ નિશ્ચય તે જ સ્થિતિ પામવાના છીએ, એમ અમારો આત્મા અખંડપણે કહે છે; અને એમ જ છે, જરૂર એમ જ છે. પૂર્ણ વીતરાગની ચરણરજ નિરંતર મસ્તકે હો, એમ રહ્યા કરે છે. અત્યંત વિકટ એવું વીતરાગત્વ અત્યંત આશ્ચર્યકારક છે; તથાપિ તે સ્થિતિ પ્રાપ્ત થાય છે, સદેહે પ્રાપ્ત થાય છે, એ નિશ્ચય છે, પ્રાપ્ત કરવાને પૂર્ણ યોગ્ય છે, એમ નિશ્ચય છે. સદેહે તેમ થયા વિના અમને ઉદાસીનતા મટે એમ જણાતું નથી અને તેમ થવું સંભવિત છે, જરૂર એમ જ છે.

પ્રશ્નોના ઉત્તર ઘણું કરીને લખવાનું બની શકશે નહીં; કારણ કે ચિત્તસ્થિતિ જણાવી તેવી વર્ત્યા કરે છે.

હાલ ત્યાં કંઈ વાંચવા, વિચારવાનું ચાલે છે કે શી રીતે, તે કંઈ પ્રસંગોપાત્ત લખશો.

ત્યાગને ઇચ્છીએ છીએ; પણ થતો નથી. તે ત્યાગ કદાપિ તમારી ઇચ્છાને અનુસરતો કરીએ, તથાપિ તેટલું પણ હાલ તો બનવું સંભવિત નથી.

અભિન્ન બોધમયના પ્રણામ પહોંચે.

334

Mumbai, the 10th day of the bright half of Fagan, Wednesday, VS 1948

334

To my soul mate, Shree Saubhag,

May my respectful bow, full of devotion, reach you.

'I will write later, I will write later', I have so often written this and yet failed to write, which is worthy of forgiveness; because the state of my mind is distant from the body, and so my tasks are left in disarray. For some time there is no choice but to allow this state of mind to be as it is.

There have been many, many enlightened souls, and among these, there are only a few with worldly engagement like mine, and a mind that has risen above it, become extremely indifferent to it, such as mine. Due to worldly obligations, continuous contemplation on the soul is not possible, or is done in a subdued manner, and because of these obligations I have to remain in worldly entanglement for much of the time; but, having become extremely indifferent to it, the mind cannot remain engaged in it, even for a moment, which is why enlightened souls adopt the renunciation of all associations, that is monkhood, and wander unbounded. The intended meaning of the words 'all associations' is those associations which prevent continuous meditation on the soul, or contemplation on wisdom. I have written briefly here; and I remain devoted both externally and internally to this state.

It is my unshakeable experience that despite being embodied, a human can achieve total equanimous detachment. This is because my soul continuously tells me that I too will certainly achieve that same state; and this is so, surely so. May the dust of the feet of the completely and totally equanimously detached ones remain continuously on my forehead – this is how I keep feeling. This extremely difficult, totally equanimous detachment is extremely wondrous; however that state is achievable, achievable while embodied, this is certain, and I am fully worthy to achieve it, of this I am certain. Without this taking place in this lifetime, I cannot imagine my weariness of life being cured. But it will happen, certainly it will.

I will most probably not be able to answer your questions, as my state of mind remains as described.

Please write to me when you can as to what you are reading and contemplating over there, or otherwise what you are doing.

I wish for renunciation; but it isn't happening. Perhaps this renunciation can be done according to your wishes, however even that much does not seem possible at present.

May the respect of the undifferentiated one, immersed in wisdom, reach you.

Background

Shrimad speaks candidly with his spiritual soulmate Shree Saubhag about the stark contrast between his inner state and his external circumstances. He observes that very few souls with an inner state like his have been burdened with so much worldly engagement. Despite these challenges, he remains firmly convinced of his worthiness and ability to achieve the greatest spiritual heights. May we remember and be inspired by Shrimad's conviction when faced with our own challenges!

Keywords

ઉદાસ પરિણામ - *udaas parinaam* - state of dispassion

ભજવું - *bhajvun* - to experience, to worship

નિરુપાયતા - *nirupaaytaa* - helplessness - in this context unresolved

કાળ - *kaal* - time

ચિત્ત - *chitt* - mind

ઓળખવું - *olakhvun* - to recognise

અભિપ્રાય - *abhipraay* - belief

ઇચ્છવું - *ichchhvun* - to desire

ઉત્તમ - *uttam* - greatest

નમસ્કાર - *namaskaar* - bowing respectfully

૩૩૫

મુંબઈ, ફાગણ સુદ ૧૦, બુધ, ૧૯૪૮

ઉદાસ પરિણામ આત્માને ભજ્યા કરે છે. નિરુપાયતાનો ઉપાય કાળ છે.

પૂજ્ય શ્રી સૌભાગ્યભાઈ,

સમજવા વિષેની જે વિગત લખી છે, તે ખરી છે. એ વાતો જ્યાં સુધી જીવના સમજ્યામાં આવતી નથી, ત્યાં સુધી યથાર્થ ઉદાસીન પરિણતિ પણ થવી કઠણ લાગે છે.

'સત્પુરુષ કેમ નથી ઓળખવામાં આવતા?' એ વગેરે પ્રશ્નો ઉત્તરસહિત લખી મોકલવાનો વિચાર તો થાય છે; પણ લખવામાં ચિત્ત જેવું જોઇએ તેવું રહેતું નથી, અને તે વળી અલ્પકાળ રહે છે, એટલે ધારેલું લખી શકાતું નથી.

આત્માને ઉદાસ પરિણામ અત્યંત ભજ્યા કરે છે.

એક અર્ધી–જિજ્ઞાસ્ય–વૃત્તિવાળા પુરુષને એક પત્ર લખી, મોકલવા માટે આઠેક દિવસ પહેલાં લખ્યું હતું. પાછળથી અમુક કારણથી ચિત્ત અટકતાં તે પત્ર પડતર રહેવા દીધું હતું, જે વાંચવા માટે આપને બીડી આપ્યું છે.

જે વાસ્તવ્ય જ્ઞાનીને ઓળખે છે, તે ધ્યાનાદિને ઇચ્છે નહીં, એવો અમારો અંતરંગ અભિપ્રાય વર્તે છે.

માત્ર જ્ઞાનીને ઇચ્છે છે, ઓળખે છે અને ભજે છે, તે જ તેવો થાય છે, અને તે ઉત્તમ મુમુક્ષુ જાણવો યોગ્ય છે.

ઉદાસ પરિણામ આત્માને ભજ્યા કરે છે.

ચિત્તની સ્થિતિમાં જો વિશેષપણે લખાશે તો લખીશ.

નમસ્કાર પહોંચે.

335

Mumbai, the 10th day of the bright half of Fagan, Wednesday, VS 1948

This soul continues to experience a state of dispassion. That which is unresolved is resolved by time.

Respected Shree Saubhag,

The points written, which you feel should be understood, are correct. Until such a time as these points are fully understood, it seems difficult to manifest a truly dispassionate state.

'Why is it that enlightened beings are not being recognised?' I think about answering this, and other questions, but my mind is not able to remain engaged in the task of writing in the way that is needed, and when it does, it does so for only a short while, so I am not able to write what I had intended.

This soul continues to deeply experience a state of dispassion.

About eight days ago, I wrote a letter to someone who is developing inclinations towards seeking the truth. Thereafter, due to my mind not engaging externally, that letter was left aside, which I'm sending now for you to read.

One who has truly recognised an enlightened soul, does not have the desire to obtain tools such as a technique of meditation, such is my inner belief.

One who purely desires, recognises and worships the enlightened master, is the only one who becomes like the master, and is worthy of being known as the greatest seeker.

This soul continues to experience a state of dispassion.

Given the current situation of my mind, I will write more if I can.

May my respect reach you.

335

Background

Here, Shrimad repeatedly mentions his profound state of dispassion. So deeply immersed in the soul, he finds it difficult to write! And yet, with great compassion, he shares deep and rare insights with Shree Saubhag on how to progress on the inner path.

Keywords

કલ્પના - *kalpanaa* - belief

આત્મપણું - *aatmapanun* - spirituality

પરિતોષપણું - *paritoshpanun* - contentment

મુક્તપણું - *muktapanu* - inner liberation

પ્રારબ્ધ - *praarabdha* - karmic fruition

ઉદીરણા - *udeernaa* - bringing about fruition of karma prematurely

સુગમ - *sugam* - correct; proper

ચિત્ત - *chitt* - mind

શૂન્ય - *shoonya* - non-existent, zero

ઉપાધિ - *upaadhi* - worldly engagements

સમાધિ - *samaadhi* - blissful awareness

વાત - *vaat* - feeling

ઈશ્વરેચ્છા - *ishvarechchhaa* - God's will

સ્પૃહા - *spruhaa* - desires

પ્રારબ્ધ - *praarabdh* - predestined

સંવેદન - *samvedan* - witnessing, senssation, experience

રુચિ - *ruchi* - aspiration

આશ્ચર્યરૂપ - *aashcharyaroop* - astonishing

ધન્ય - *dhanya* - graced

કૃતાર્થ - *krutaarth* - fulfilled

સમસ્વરૂપ - *samsvaroop* - equanimously natured

૩૮૫

મુંબઈ, અસાડ, ૧૯૪૮

સૂર્ય ઉદય–અસ્ત રહિત છે, માત્ર લોકોને ચક્ષુમર્યાદાથી બહાર વર્તે ત્યારે અસ્ત અને ચક્ષુમર્યાદાને વિષે વર્તે ત્યારે ઉદય એમ ભાસે છે. પણ સૂર્યને વિષે તો ઉદયઅસ્ત નથી. તેમજ જ્ઞાની છે તે, બધા પ્રસંગને વિષે જેમ છે તેમ છે, માત્ર પ્રસંગની મર્યાદા ઉપરાંત લોકોનું જ્ઞાન નથી, એટલે પોતાની જેવી તે પ્રસંગને વિષે દશા થઈ શકે તેવી દશા, જ્ઞાનીને વિષે કલ્પે છે; અને એ કલ્પના જ્ઞાનીનું પરમ એવું જે આત્મપણું, પરિતોષપણું, મુક્તપણું તે જીવને જણાવા દેતી નથી, એમ જાણવા યોગ્ય છે.

જે પ્રકારે પ્રારબ્ધનો ક્રમ ઉદય હોય તે પ્રકારે હાલ તો વર્તીએ છીએ, અને એમ વર્તવું કોઈ પ્રકારે તો સુગમ ભાસે છે. ઠાકોર સાહેબને મળવા સંબંધી વિગત આજના પત્રને વિષે લખી, પણ પ્રારબ્ધ ક્રમ તેવો વર્તતો નથી. ઉદીરણા કરી શકીએ એવી અસુગમ વૃત્તિ ઉત્પન્ન થતી નથી.

જોકે અમારું ચિત્ત નેત્ર જેવું છે; નેત્રને વિષે બીજા અવયવની પેઠે એક રજકણ પણ સહન થઈ શકે નહીં. બીજા અવયવોરૂપ અન્ય ચિત્ત છે. અમને વર્તે છે એવું જે ચિત્ત તે નેત્રરૂપ છે, તેને વિષે વાણીનું ઊઠવું, સમજાવવું, આ કરવું, અથવા આ ન કરવું, એવી વિચારણા કરવી તે માંડ માંડ બને છે. ઘણી ક્રિયા તો શૂન્યપણાની પેઠે વર્તે છે; આવી સ્થિતિ છતાં ઉપાધિજોગ તો બળવાનપણે આરાધીએ છીએ. એ વેદવું વિકટ ઓછું લાગતું નથી, કારણ કે આંખની પાસે જમીનની રેતી ઉપડાવવાનું કાર્ય થવારૂપ થાય છે. તે જેમ દુઃખે — અત્યંત દુઃખે — થવું વિકટ છે, તેમ ચિત્તને ઉપાધિ તે પરિણામરૂપ થવા બરાબર છે. સુગમપણાએ સ્થિત ચિત્ત હોવાથી વેદનાને સમ્યક્પ્રકારે વેદે છે, અખંડ સમાધિપણે વેદે છે. આ વાત લખવાનો આશય તો એમ છે કે આવા ઉત્કૃષ્ટ વૈરાગ્યને વિષે આવો ઉપાધિજોગ વેદવાનો જે પ્રસંગ છે, તેને કેવો ગણવો? અને આ બધું શા અર્થે કરવામાં આવે છે? જાણતાં છતાં તે મૂકી કેમ દેવામાં આવતો નથી? એ બધું વિચારવા યોગ્ય છે.

મણિ વિષે લખ્યું તે સત્ય છે.

'ઈશ્વરેચ્છા' જેમ હશે તેમ થશે. વિકલ્પ કરવાથી ખેદ થાય; અને તે તો જ્યાં સુધી તેની ઇચ્છા હોય ત્યાં સુધી તે પ્રકારે જ પ્રવર્તે. સમ રહેવું યોગ્ય છે.

બીજી તો કંઈ સ્પૃહા નથી, કોઈ પ્રારબ્ધરૂપ સ્પૃહા પણ નથી, સત્તારૂપ કોઈ પૂર્વે ઉપાર્જિત કરેલી ઉપાધિરૂપ સ્પૃહા તે તો અનુક્રમે સંવેદન કરવી છે. એક સત્સંગ — તમરૂપ સત્સંગની સ્પૃહા વર્તે છે. રુચિમાત્ર સમાધાન પામી છે. એ આશ્ચર્યરૂપ વાત ક્યાં કહેવી? આશ્ચર્ય થાય છે. આ જે દેહ મળ્યો તે પૂર્વે કોઈ વાર મળ્યો ન હો તો, ભવિષ્યકાળે પ્રાપ્ત થવો નથી. ધન્યરૂપ — કૃતાર્થરૂપ એવા જે અમે તેને વિષે આ ઉપાધિજોગ જોઈ લોકમાત્ર ભૂલે એમાં આશ્ચર્ય નથી, અને પૂર્વે જો સત્પુરુષનું ઓળખાણ પડ્યું નથી, તો તે આવા યોગનાં કારણથી છે. વધારે લખવું સૂઝતું નથી.

નમસ્કાર પહોંચે. ગોશળિયાને સમપરિણામરૂપ યથાયોગ્ય અને નમસ્કાર પહોંચે.

સમસ્વરૂપ શ્રી રાયચંદ્રના યથાયોગ્ય.

385

385

Mumbai, Asad, VS 1948

The sun neither rises nor sets, it merely appears to set when it travels outside the limit of people's sight, and appears to rise when it comes back into sight. But setting and rising are not inherent to the sun. In the same way, an enlightened person is enlightened in all situations, but people cannot see beyond circumstances, so they falsely attribute to the enlightened ones their own inner state in such circumstances; and this belief doesn't allow them to appreciate the enlightened one's supreme spirituality, contentment and inner liberation, which ought to be understood.

I am currently living according to the course of karmic fruition, and living this way feels in some sense simpler. You wrote about meeting Thakor Saheb in today's letter, but the fruition of my karma is not such. And I cannot take on the arduous task of bringing about its fruition prematurely.

For, my mind can be likened to an eye; unlike other organs, a mere speck of dust in the eye is unbearable. Others' minds can be likened to other organs. But my mind is like an eye, and, with it, I can barely contemplate speaking, explaining, or guiding on what to do or not do. To a large extent, the activity of this mind is practically non-existent. Such is its state and yet I find myself powerfully engaged in worldly activities. And enduring these feels no less difficult, for it feels comparable to picking up grains of sand from the ground using one's eyes. As severe as this agonising – excruciating – task is, such is the suffering inflicted on this mind by worldly engagement. Due to this mind being effortlessly still, it is enduring this suffering in a befitting way, with unbreaking inner bliss. The intention behind writing all of this is to ask: how should one consider such involvement in worldly life against the backdrop of supreme detachment? What is the reason behind these worldly activities? Despite knowing better, why aren't they abandoned? All this is worthy of contemplation.

What you wrote about Mani is correct.

All will unfold as per 'God's will'. Worrying will lead to unhappiness; and in any case, as long as he desires, Mani will continue to conduct himself in that way. It is appropriate to remain equanimous.

There are no other desires, there are no predestined desires, but if there is any latent worldly desire due to previously bound karma I intend to purely witness it as it arises. There is but one desire – satsang – satsang with you. Every aspiration has subsided. Where can this astonishing feeling be expressed? It is indeed astonishing. This body which I have attained: I would rather have never attained it before and hope not to attain it in the future. It is no surprise that society, on seeing my worldly activities, forgets the graced, fulfilled one that is me; similar circumstances also explain why enlightened masters have not been recognised in the past. Nothing further is coming to me to write.

May my reverence reach you. My equanimous appropriate wishes and reverence to Gosalia.

With appropriate respect, equanimously-natured Raichand.

Background

Shrimad employs the analogy of the sun rising and setting to illustrate the common mistake of confusing an enlightened master's external circumstances with their inner state, which can lead to a failure in recognising their true enlightenment. He further delves into his own inner state, expressing the deep anguish he feels due to worldly engagements. This tender and heartfelt letter is addressed to his spiritual soulmate, Shree Saubhag.

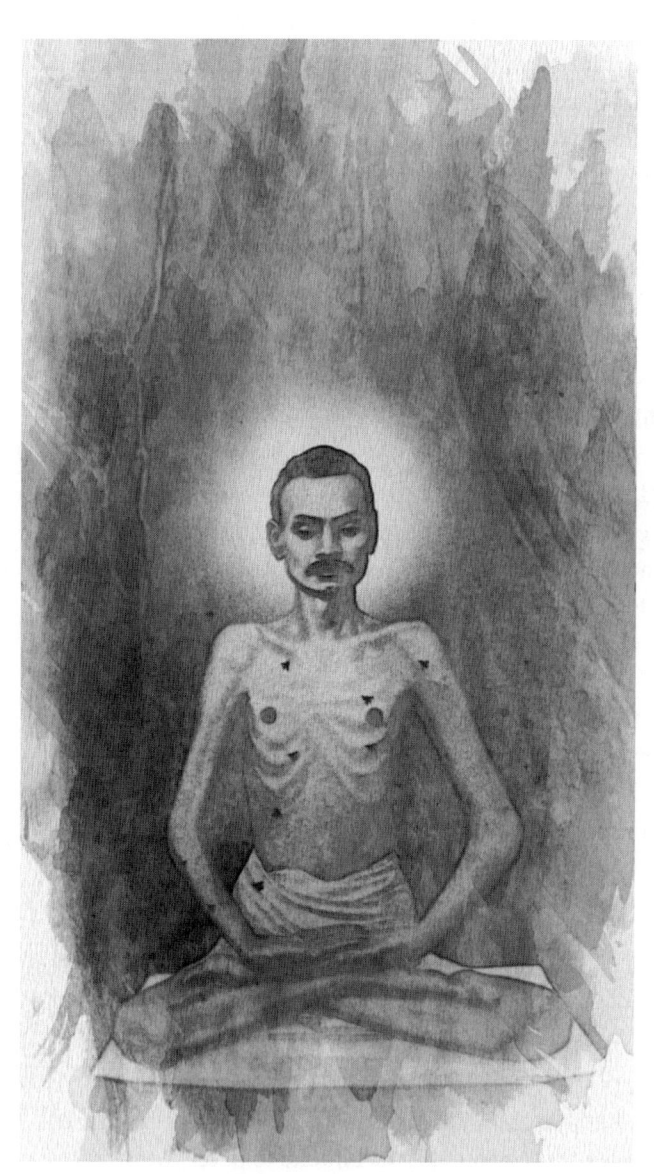

'Difficulties and comforts, pleasure and pain, these are one and the same for a devotee of God; in fact, difficulties and pain are even more conducive because, in such circumstances, the deluding seductions of comfort are not present.'

Shrimad Rajchandra Vachanamrut

Letter 223

Keywords

જ્ઞાનાક્ષેપકવંત - *gnaanaakshepkvant* - one with undisturbed contemplation

સમ્યક્દ્રષ્ટિ- *samyakdrashti* - self-realised person

કાર્યપ્રસંગ - *kaaryaprasang* - activities and events

ઉપદેશધર્મ - *updeshdharma* - esoteric teaching

લીન - *leen* - immersed

પ્રધાન - *pradhaan* - greatest, primary

સિદ્ધાંત - *siddhaant* - principle, doctrine (in this letter he means the message about the realised soul's focus)

દ્રષ્ટાંત - *drashtaant* - analogy used to illustrate (in this letter he means the analogy of the woman's focus)

પ્રેમ - *prem* - affection, love

સ્મરણ - *smaran* - remembrance

ધ્યાન - *dhyaan* - concentration

ઇચ્છા - *ichchhaa* - desire

અસંસાર - *asansaar* - the non-worldly; the spiritual, the inner

મુમુક્ષુ - *mumukshu* - true seeker of moksha

કાંતા - *kaantaa* - this is the sixth level of self-realisation according to the saints Haribadhrasuriji and Yashovijayji who have described this state as one in which the mind is fixated.

ગૂઢ આશય - *gudh aashay* - deep inner intention

નિદિધ્યાસન - *nididhyaasan* - deeply studying and imbibing

દશા - *dashaa* - state

સ્વચ્છંદ - *svachchhand* - self-directed, self-righteousness egotism; hubris

૩૯૪

મુંબઈ, શ્રાવણ વદ ૧૦, ૧૯૪૮

મન મહિલાનું રે વહાલા ઉપરે, બીજાં કામ કરંત;
તેમ શ્રુતધર્મે રે મન દ્રઢ ધરે, જ્ઞાનાક્ષેપકવંત — ધન૦

ઘર સંબંધી બીજાં સમસ્ત કાર્ય કરતાં થકાં પણ જેમ પતિવ્રતા (મહિલા શબ્દનો અર્થ) સ્ત્રીનું મન પોતાના પ્રિય એવા ભરતારને વિષે લીન છે, તેમ સમ્યક્દ્રષ્ટિ એવા જીવનું ચિત્ત સંસારમાં રહી સમસ્ત કાર્યપ્રસંગે વર્તવું પડતાં છતાં, જ્ઞાનીસંબંધી શ્રવણ કર્યો છે એવો જે ઉપદેશધર્મ તેને વિષે લીનપણે વર્તે છે.

સમસ્ત સંસારને વિષે સ્ત્રીપુરુષના સ્નેહને પ્રધાન ગણવામાં આવ્યો છે, તેમાં પણ પુરુષ પ્રત્યેનો સ્ત્રીનો પ્રેમ એ કોઈ પ્રકારે પણ તેથી વિશેષ પ્રધાન ગણવામાં આવ્યો છે, અને એમાં પણ પતિવ્રતા એવી સ્ત્રીનો પતિ પ્રત્યેનો સ્નેહ તે પ્રધાનને વિષે પણ પ્રધાન એવો ગણવામાં આવ્યો છે. તે સ્નેહ એવો પ્રધાનપ્રધાન શા માટે ગણવામાં આવ્યો છે? ત્યારે જેણે સિદ્ધાંત બળવાનપણે દર્શાવવા તે દ્રષ્ટાંતને ગ્રહણ કર્યું છે, એવો સિદ્ધાંતકાર કહે છે કે તે સ્નેહને એટલા માટે અમે પ્રધાનને વિષે પણ પ્રધાન ગણ્યો છે કે બીજાં બધાં ઘરસંબંધી (અને બીજાં પણ) કામ કરતાં છતાં તે પતિવ્રતા એવી મહિલાનું ચિત્ત પતિને વિષે જ લીનપણે, પ્રેમપણે, સ્મરણપણે, ધ્યાનપણે, ઇચ્છાપણે વર્તે છે, એટલા માટે.

પણ સિદ્ધાંતકાર કહે છે કે એ સ્નેહનું કારણ તો સંસારપ્રત્યયી છે, અને અત્ર તો તે અસંસારપ્રત્યયી કરવાને અર્થે કહેવું છે; માટે તે સ્નેહ લીનપણે, પ્રેમપણે, સ્મરણપણે, ધ્યાનપણે, ઇચ્છાપણે જ્યાં કરવા યોગ્ય છે, જ્યાં તે સ્નેહ અસંસાર પરિણામને પામે છે, તે કહીએ છીએ.

તે સ્નેહ તો પતિવ્રતારૂપ એવા મુમુક્ષુએ જ્ઞાની સંબંધી શ્રવણરૂપ જે ઉપદેશાદિ ધર્મ તેની પ્રત્યે તે જ પ્રકારે કરવા યોગ્ય છે; અને તે પ્રત્યે તે પ્રકારે જે જીવ વર્તે છે, ત્યારે 'કાંતા' એવા નામની સમકિત સંબંધી જે દ્રષ્ટિ તેને વિષે તે જીવ સ્થિત છે, એમ જાણીએ છીએ.

એવા અર્થને વિષે પૂરિત એવાં એ બે પદ છે; તે પદ તો ભક્તિપ્રધાન છે, તથાપિ તે પ્રકારે ગૂઢ આશયે જીવનું નિદિધ્યાસન ન થાય તો ક્વચિત્ બીજું એવું પદ તે જ્ઞાનપ્રધાન જેવું ભાસે છે, અને તમને ભાસશે એમ જાણી તે બીજા પદનો તેવા પ્રકારનો ભાસ બાધ થવાને અર્થે ફરી પત્રની પૂર્ણતાએ માત્ર પ્રથમનું એક જ પદ લખી પ્રધાનપણે ભક્તિને જણાવી છે.

ભક્તિપ્રધાન દશાએ વર્તવાથી જીવના સ્વચ્છંદાદિ દોષ સુગમપણે વિલય થાય છે; એવો પ્રધાન આશય જ્ઞાની પુરુષોનો છે.

તે ભક્તિને વિષે નિષ્કામ એવી અલ્પ પણ ભક્તિ જો જીવને ઉત્પન્ન થઇ હોય છે તો તે ઘણા દોષથી નિવૃત્ત કરવાને યોગ્ય એવી હોય છે. અલ્પ એવું જ્ઞાન, અથવા જ્ઞાનપ્રધાનદશા તે અસુગમ એવા માર્ગ પ્રત્યે, સ્વચ્છંદાદિ દોષ પ્રત્યે, અથવા પદાર્થ સંબંધી ભ્રાંતિ પ્રત્યે પ્રાપ્ત કરે છે, ઘણું કરીને એમ હોય છે; તેમાં પણ આ કાળને વિષે તો ઘણા કાળ સુધી જીવનપર્યંત પણ જીવે ભક્તિપ્રધાન દશા આરાધવા યોગ્ય છે; એવો નિશ્ચય જ્ઞાનીઓએ કર્યો જણાય છે. (અમને એમ લાગે છે, અને

394

Mumbai, the 10th day of the dark half of Shravan, VS 1947

A woman's mind is fixed on her beloved,
while going about her other work.

So too is the mind of one with undistracted contemplation
transfixed on the teaching of an enlightened one.

Just as the mind of a devoted wife (the intended interpretation of the word: woman [in the verse above]), which, while carrying out household chores, is constantly immersed in her beloved husband, similarly, the mind of a self-realised soul, despite living in the world and having to participate in all activities and events, is constantly immersed in the esoteric teaching heard from an enlightened soul.

In the whole of society, the love shared between a woman and a man is considered to be the greatest love, and even there, the love held by a woman for a man is in some ways considered greater still, furthermore, the love held by a wife for her husband is said to be the greatest of the greatest forms of love. Why is this love considered to be the greatest of the greatest? The author, who has adopted this analogy to strongly illustrate the principle, says that he considers this love to be the greatest of the greatest because despite doing all of the household (and even other) chores, a devoted wife's mind is captivated solely in her husband, with full immersion, affection, remembrance, concentration and desire. That is why.

But the author says: that the object of such a love is worldly and has been stated here in order to steer our love in a non-worldly direction; therefore, the author says that one should focus one's love in the appropriate direction with full immersion, affection, remembrance, concentration and desire, such that the love leads to a non-worldly outcome.

This love should be directed by the true seeker, who is likened to the devoted wife, in exactly the same manner, but towards the imparted teachings of an enlightened soul instead; and if one directs his love in exactly this manner, then he becomes established in the high level of self-realisation called 'Kaanta'. This I know.

There are two verses with this meaning; both verses highlight the importance of devotion, but if one does not deeply study and imbibe the verses with a deep inner intention, then the second verse could be interpreted as highlighting the importance of knowledge; and being aware of how you might interpret the second verse, at that end of that letter I decided only to include the first verse, to prevent misunderstanding and to emphasise the importance of devotion.

By living in a way which prioritises devotion, one's faults, such as hubris, effortlessly subside; this is the foremost intention of enlightened souls.

394

Background

This letter is about the transformative power of devotion on the spiritual path. Shrimad shares the profound poetry of the medieval Jain saint Shree Yashovijayji, from his work 'Aath Drashti ni Sazzay'. The verses illustrate the significance of devotion through analogy. The focus is on immersing oneself completely in pure, selfless devotion to the Lord Jina, which enables the devotee to embody the qualities of a Jina and attain the same inner state. Shrimad shares these insights with Shree Saubhag.

નિષ્કામ - *nishkaam* - selfless

ભ્રાંતિ - *bhraanti* - deluded understanding

નિશ્ચય - *nishchay* - conclusion

પ્રતિબંધ - *pratibandh* - obstruction

પરિપક્વ - *paripakva* - mature, ripe

આત્મસ્વરૂપ પુરુષ - *aatmaswaroop purush* - enlightened soul

વિચાર - *vichaar* - contemplation

ચટકાવું - *chatkaavun* - to smite, sting

વિકલ્પ - *vikalp* - doubt

અખંડ - *akhand* - unbroken, flawless

આરાધન - *aaraadhan* - striving

એમ જ છે.)

હૃદયને વિષે જે મૂર્ત્તિસંબંધી દર્શન કરવાની તમને ઇચ્છા છે, તેને પ્રતિબંધ કરનારી એવી પ્રારબ્ધસ્થિતિ (તમને) છે; અને તે સ્થિતિને પરિપક્વ થવાને વિષે હજુ વાર છે; વળી તે મૂર્ત્તિના પ્રત્યક્ષપણામાં તો હાલ ગૃહાશ્રમ વર્તે છે, અને ચિત્રપટને વિષે સંન્યસ્તાશ્રમ વર્તે છે, એ એક ધ્યાનનો મુખ્ય એવો બીજો પ્રતિબંધ છે, તે મૂર્ત્તિથી તે આત્મસ્વરૂપ પુરુષની દશા ફરી ફરી તેનાં વાક્યાદિનાં અનુસંધાને વિચારવાને યોગ્ય છે, અને તેનું તે હૃદયદર્શનથી પણ મોટું ફળ છે. આ વાતને અત્ર સંક્ષેપ કરવી પડે છે.

'ભૃંગી ઇલિકાને ચટકાવે, તે ભૃંગી જગ જોવે રે.'

એ વાક્ય પરંપરાગત છે. એમ થવું કોઈ પ્રકારે સંભવિત છે, તથાપિ તે પ્રોફેસરનાં ગવેષણ પ્રમાણે ધારીએ કે તેમ થતું નથી, તોપણ અત્ર કંઇ હાનિ નથી, કારણ કે દ્રષ્ટાંત તેવી અસર કરવાને યોગ્ય છે, તો પછી સિદ્ધાંતનો જ અનુભવ કે વિચાર કર્તવ્ય છે. ઘણું કરીને એ દ્રષ્ટાંત સંબંધી કોઈને જ વિકલ્પ હશે; એટલે તે દ્રષ્ટાંત માન્ય છે, એમ જણાય છે. લોકદ્રષ્ટિએ અનુભવગમ્ય છે, એટલે સિદ્ધાંતને વિષે તેનું બળવાનપણું જાણી મહત્ પુરુષો તે દ્રષ્ટાંત આપતા આવ્યા છે, અને કોઈ પ્રકારે તેમ થવું સંભાવ્ય પણ જાણીએ છીએ. એક સમય પણ કદાપિ તે દ્રષ્ટાંત સિદ્ધ ન થાય એવું છે એમ ઠરે તોપણ ત્રણે કાળને વિષે નિરાબાધ, અખંડ-સિદ્ધ એવી વાત તેના સિદ્ધાંતપદની તો છે.

'જિન સ્વરૂપ થઈ જિન આરાધે, તે સહી જિનવર હોવે રે.'[૧]

આનંદઘનજી અને બીજા બધા જ્ઞાનીપુરુષો એમ જ કહે છે, અને જિન વળી બીજો પ્રકાર કહે છે કે, અનંતવાર જિનસંબંધી જે ભક્તિ તે કરવા છતાં જીવનું કલ્યાણ થયું નહીં; જિનમાર્ગને વિષે ઓળખાતાં એવાં સ્ત્રીપુરુષો એમ કહે છે કે અમે જિનને આરાધીએ છીએ, અને તે આરાધવા જાય છે, અથવા આરાધન કરવાને વિષે ઉપાય લે છે, તેમ છતાં જિનવર થયેલાં એવાં તે દેખાતાં નથી; ત્રણે કાળને વિષે અખંડ એવો એ સિદ્ધાંત તો અત્ર ખંડપણાને પામે છે, ત્યારે હવે એ વાત વિકલ્પ કરવા યોગ્ય કેમ નથી?

-----

૧. જુઓ આંક ૩૮૭ અર્થ માટે.

If even the slightest trace of selfless devotion arises, such devotion is worthy enough to remove many faults. But a trace of knowledge, ie. prioritising the path of knowledge, renders the path inaccessible, and leads one towards faults such as hubris, or towards a deluded understanding of objects, it is very much like this; and moreover, especially in this era, it is known to me that enlightened souls have concluded that it is appropriate to follow the path of devotion for an extended period of time, even for one's whole lifetime. (It seems like this to me, and it is so.)

The desire in your heart to meet this embodied form of mine is being obstructed by the fruition of (your) karma, and that karma will endure for a while. The fact that the present state of this embodied form is that of a householder, yet it is portrayed as that of a monk, is the second main obstruction to meditation; it is worth repeatedly contemplating the state of the enlightened soul through understanding their words, rather than through the embodied form, and the fruit of doing this is even greater than personally meeting them. This point has been succinctly stated.

'Smitten by the butterfly,
the caterpillar in the cocoon itself transforms into a butterfly.'

This saying has been passed down by word of mouth. It is somewhat probable that the above occurs. But if we presume, as scientific research suggests, that this is not the case, then no harm is caused because the analogy is so appropriately effective that it inspires one to experience or contemplate the principle itself. I know that, essentially, only a few people would have any doubts over the analogy, so the analogy is credible. Because it is a matter of common experience, knowing the power of this analogy to illustrate the principle, great souls have continued to use it as an analogy, and I know that in some ways it could be possible. It may be that, at some time, it is found that the analogy cannot be proved. Nevertheless, the verse stating the principle is uncontradictable in the past, present and future, it is ever-true.

'The one who immerses themself in the Lord Jina while striving for the One takes the form of a Jina themself.[1]'

Anandghanji and all other enlightened souls say just this, but the Lord Jina, on the other hand, says that despite expressing devotion towards a Jina infinite times, one has not attained salvation; the men and women who are recognised as following the path of the Jina say: 'We are striving for the Jina, and they do strive accordingly, or employ the means for striving, but nonetheless, they don't appear to have become like the Jina; so this flawless principle appears to be flawed, and so how is this matter not worthy of doubt?'

-----

1. Refer to Letter 387 for the meaning.

Keywords

વિક્ષેપ - *vikshep* - distraction, tossing of the mind, confusion

વિચારજ્ઞાન - *vichargnaan* - contemplative knowledge

નિશ્ચળ - *nishchal* - steadfast, without wavering

પરિણામ - *parinaam* - result, in this context behaviour or inclination

સંધીભૂત - *sandheebhoot* - connected with, linking, correlating to

દ્રષ્ટાંત - *drashtaant* - analogy that illustrates, that which is seen, example

અત્યંત - *atyant* - extremely, utterly

સિદ્ધાંત - *siddhaant* - the principle, doctrine

પ્રતિપાદન - *pratipaadan* - presentation of proof

ક્લેશાદિભાવ રહિત - *kleshaadibhav* rahit - harmonious

કામ્યપ્રેમ - *kaamyaprem* - sensual, lustful love

લક્ષ - *laksh* - focus

ધ્યાન - *dhyaan* - concentration

લય - *lay* - absorption

સ્મરણ - *smaran* - remembrance

શ્રેણી - *shrenee* - momentum, order

ઉપયોગ - *upyog* - attention

શ્રુત - *shrut* - imparted word, knowledge gained by hearing

પરિસીમા - *pariseemaa* - limit, boundary

અંશદ્રષ્ટિ - *anshdrashti* - iota of true understanding

જોગ - *jog* - factors

વિષમ - *visham* - negative

૩૯૫

મુંબઈ, શ્રાવણ વદ, ૧૯૪૮

ૐ

'તેમ શ્રુતધર્મે રે મન દ્રઢ ધરે, જ્ઞાનાક્ષેપકવંત.'

વિક્ષેપરહિત એવું જેનું વિચારજ્ઞાન થયું છે એવો 'જ્ઞાનાક્ષેપકવંત' આત્મકલ્યાણની ઇચ્છાવાળો પુરુષ હોય તે જ્ઞાનીમુખેથી શ્રવણ થયો છે એવો જે આત્મકલ્યાણરૂપ ધર્મ તેને વિષે નિશ્ચળ પરિણામે મનને ધારણ કરે, એ સામાન્ય ભાવ ઉપરનાં પદોનો છે.

તે નિશ્ચળ પરિણામનું સ્વરૂપ ત્યાં કેવું ઘટે છે? તે પ્રથમ જ જણાવ્યું છે, કે પ્રિય એવા પોતાના સ્વામીને વિષે બીજાં ગૃહકામને વિષે પ્રવર્તન છતાં પણ પતિવ્રતા એવી સ્ત્રીનું મન વર્તે છે તે પ્રકારે. જે પદનો વિશેષ અર્થ આગળ લખ્યો છે, તે સ્મરણમાં લાવી સિદ્ધાંતરૂપ એવાં ઉપરનાં પદને વિષે સંધીભૂત કરવું યોગ્ય છે. કારણ કે 'મન મહિલાનું વહાલા ઉપરે' એ પદ છે તે દ્રષ્ટાંતરૂપ છે.

અત્યંત સમર્થ એવો સિદ્ધાંત પ્રતિપાદન કરતાં જીવના પરિણામમાં તે સિદ્ધાંત સ્થિત થવાને અર્થે સમર્થ એવું દ્રષ્ટાંત દેવું ઘટે છે, એમ જાણી ગ્રંથકર્તા તે સ્થળે જગતમાં, સંસારમાં પ્રાયે મુખ્ય એવો જે પુરુષ પ્રત્યેનો 'ક્લેશાદિભાવ'રહિત એવો કામ્યપ્રેમ સ્ત્રીનો તે જ પ્રેમ સત્પુરુષથી શ્રવણ થયો હોય જે ધર્મ તેને વિષે પરિણમિત કરવા કહે છે. તે સત્પુરુષ દ્વારા શ્રવણપ્રાપ્ત થયો છે જે ધર્મ તેમાં સર્વ બીજા જે પદાર્થ પ્રત્યે પ્રેમ રહ્યો છે તેથી ઉદાસીન થઇ એક લક્ષપણે, એક ધ્યાનપણે, એક લયપણે, એક સ્મરણપણે, એક શ્રેણીપણે, એક ઉપયોગપણે, એક પરિણામપણે સર્વ વૃત્તિમાં રહેલો જે કામ્યપ્રેમ તે મટાડી, શ્રુતધર્મરૂપ કરવાનો ઉપદેશ કર્યો છે; એ કામ્યપ્રેમથી અનંતગુણ વિશિષ્ટ એવો શ્રુત પ્રત્યે પ્રેમ કરવો ઘટે છે; તથાપિ દ્રષ્ટાંત પરિસીમા કરી શક્યું નથી, જેથી દ્રષ્ટાંતની પરિસીમા જ્યાં થઇ ત્યાં સુધીનો પ્રેમ કહ્યો છે. સિદ્ધાંત ત્યાં પરિસીમાપણાને પમાડ્યો નથી.

અનાદિથી જીવને સંસારરૂપ અનંત પરિણતિ પ્રાપ્ત થવાથી અસંસારપણારૂપ કોઈ અંશ પ્રત્યે તેને બોધ નથી. ઘણાં કારણોનો જોગ પ્રાપ્ત થયે તે અંશદ્રષ્ટિ પ્રગટવાનો જોગ પ્રાપ્ત થયો તો તે વિષમ એવી સંસારપરિણતિ આડે તેને તે અવકાશ પ્રાપ્ત થતો નથી; જ્યાં સુધી તે અવકાશ પ્રાપ્ત ન થાય ત્યાં સુધી જીવને સ્વપ્રાપ્તિભાન ઘટતું નથી. જ્યાં સુધી તે પ્રાપ્તિ ન થાય ત્યાં સુધી જીવને કંઈ સુખ કહેવું ઘટતું નથી, દુઃખી કહેવો ઘટે છે, એમ દેખી અત્યંત અનંત કરુણા પ્રાપ્ત થઈ છે જેને, એવા આપ્તપુરુષે દુઃખ મટવાનો માર્ગ જાણ્યો છે, જે તે કહેતા હતા, કહે છે, ભવિષ્યકાળે કહેશે. તે માર્ગ એ કે જીવનું સ્વાભાવિકપણું પ્રગટ્યું છે જેને વિષે, જીવનું સ્વાભાવિક સુખ પ્રગટ્યું છે જેને વિષે, એવો જ્ઞાનીપુરુષ તે જ તે અજ્ઞાનપરિણતિ અને તેથી પ્રાપ્ત થયું જે દુઃખપરિણામ તેથી નિવારી આત્માને સ્વાભાવિકપણે સમજાવી શકવા યોગ્ય છે, કહી શકવાને યોગ્ય છે; અને તે વચન સ્વાભાવિક આત્મા જાણ્યાપૂર્વક હોવાથી તે દુઃખ મટાડી શકવાને બળવાન છે. માટે તે વચન જો કોઈ પણ પ્રકારે જીવને શ્રવણ થાય, તે અપૂર્વભાવરૂપ જાણી તેમાં પરમ પ્રેમ વર્તે, તો તત્કાળ અથવા અમુક અનુક્રમે આત્માનું સ્વાભાવિકપણું પ્રગટ થાય.

395

Mumbai, dark half of the month of Shravan, VS 1948

Aum

'So too is the mind of one with undistracted contemplation
transfixed on the teaching of an enlightened one.'

'One with undistracted contemplation', if such a person has the desire to uplift their soul, then they steadfastly fix their mind on the soul-uplifting dharma that one hears directly from an enlightened master. This is the common meaning of the above verses.

What is the nature of this steadfastness? As previously described, it is like the mind of a devoted wife, which, while carrying out household chores, is fixed on her beloved husband. The specific meaning of this illustrative verse, shared earlier, is worth recollecting and correlating to the verse above that describes the principle. Because the line 'A woman's mind is fixed on her beloved' is used as an analogy.

When presenting an utterly powerful principle such as this, a compelling analogy needs to be put forward in order for that principle to be firmly established in one's behaviour. Knowing this, the author of this verse is advising us to consider the 'harmonious' sensual love of a woman towards a man, which is generally considered to be the greatest love in the world, though it is worldly, and manifest that same love for the dharma that has been heard from the enlightened master. He is teaching us to pursue the dharma heard from an enlightened master by withdrawing and refocusing the love for all other objects, with a singular focus, singular concentration, singular absorption, singular remembrance, singular momentum, singular attention, with a single outcome in mind: to cure the sensual love within all our inclinations by redirecting it towards the imparted dharma; and one must direct an infinitely greater amount of love, than the sensual love, towards the imparted word. However, the analogy is naturally limited, and so the love has been described only to the extent that the analogy allows. But the principle being described is not subject to any kind of limit.

From beginningless time, due to the soul's infinite variety of worldly inclinations, it has not gained even the slightest understanding of anything non-worldly. Even when one has attained many tools, and attained the opportunity to manifest this first iota of true understanding, one's negative embroilment in worldly life does not leave one with enough time to make use of this opportunity; and until one finds the time to do so, the experience of one's true nature is unattainable. Until such a time that one gains this, it cannot be said that one has experienced even the slightest happiness, but instead can only be described as suffering; and on seeing this, the enlightened ones who possess extreme and infinite compassion, and who know the path to cure this suffering, have taught this path, teach it now, and will

395

Background

Shrimad teaches us to transform the sensual love within our inclinations by redirecting it towards dharma, as taught by an enlightened master. He continue to draw on the poetry to the great Jain saint, Shree Yashovijayji. Where Shrimad refers to an illustrative verse 'shared earlier', this can be found in Letters 393 and 394. The recipient of this letter remains unknown.

સંસારપરિણતિ - *sansaarparinati* - embroilment in worldly life

અવકાશ - *avkaash* - time, room, scope

સ્વપ્રાપ્તિભાન - *svapraaptibhaan* - experience of one's true nature

સુખ - *sukh* - happiness

દુઃખી - *dukhi* - those who are suffering

કરુણા - *karunaa* - compassion

teach it in the future. That path is such that only an enlightened soul, who has experienced the soul's true nature, who has experienced the soul's natural, inner happiness, is the only one who is capable of explaining and stating the nature of the soul. Having removed false knowledge and its resultant suffering, the words of such an enlightened soul are derived from an experience of the soul's nature, and are therefore powerful enough to cure suffering. And so, if the words of an enlightened soul ever fall on one's ears and one acknowledges the unprecedented potency of these words, embracing them with the highest love, then, sooner or later, one will manifest direct experience of the soul.

Keywords

પ્રવૃત્તિઉદય - *pravrutti-uday* - worldly occupation, the arising of karmas requiring engagement in the world

સમાધિ - *samaadhi* - bliss

જીવ - *jeev* - soul

નિષ્કારણ - *nishkaaran* - selfless

કરુણા - *karunaa* - compassion

સમયમાત્રના અનવકાશે - *samaymaatrana anavkaashe* - continuously, without a gap for even a moment

આત્મસ્વરૂપ - *aatmasvaroop* - nature of the self

આત્મસમાધિ - *aatmasamaadhi* - bliss of the self

અવસ્થા - *avasthaa* - state

આધિ - *aadhi* - worries

સહજ - *sahaj* - natural, simple, effortless

કારણ - *kaaran* - means, cause

પંચમકાળ - *panchamkaal* - Jain term for the dark era of spiritual decline, 5th time period of the cycle

પ્રતિબંધ - *pratibandh* - obstacles, attachment

કલ્યાણ - *kalyaan* - liberation, spiritual wellbeing,

લોક સંબંધી - *lok sambandhi* - worldly, societal

આકાર - *aakaar* - form, shape

સંસાર - *sansaar* - materialistic world

આધાર - *aadhaar* - support

ભવસ્થિતિ - *bhavsthiti* - maximum length of a single lifetime that a soul can live within a particular life-form.

માન - *maan* - respect

૪૩૦

મુંબઈ, માહ વદ ૦)), ગુરુ, ૧૯૪૯

ૐ

અત્ર પ્રવૃત્તિઉદયે સમાધિ છે. લીમડી વિષે જે આપને વિચાર રહે છે, તે કરુણા ભાવના કારણથી રહે છે, એમ અમે જાણીએ છીએ.

કોઈ પણ જીવ પરમાર્થ પ્રત્યે માત્ર અંશપણે પણ પ્રાપ્ત થવાના કારણને પ્રાપ્ત થાય એમ નિષ્કારણ કરુણાશીલ એવા ઋષભાદિ તીર્થંકરોએ પણ કર્યું છે, કારણ કે સત્પુરુષોના સંપ્રદાયની સનાતન એવી કરુણાવસ્થા હોય છે કે, સમયમાત્રના અનવકાશે આખો લોક આત્માવસ્થા પ્રત્યે હો, આત્મસ્વરૂપ પ્રત્યે હો; આત્મસમાધિ પ્રત્યે હો, અન્ય અવસ્થા પ્રત્યે ન હો, અન્ય સ્વરૂપ પ્રત્યે ન હો, અન્ય આધિ પ્રત્યે ન હો; જે જ્ઞાનથી સ્વાત્મસ્થ પરિણામ હોય છે, તે જ્ઞાન સર્વ જીવો પ્રત્યે પ્રગટ હો, અનવકાશપણે સર્વ જીવ તે જ્ઞાન પ્રત્યે રુચિપણે હો, એવો જ જેનો કરુણાશીલ સહજ સ્વભાવ છે, તે સંપ્રદાય સનાતન સત્પુરુષોનો છે.

આપના અંતઃકરણમાં એવી કરુણાવૃત્તિથી લીમડી વિષેનો વારંવાર વિચાર આવ્યા કરે છે, અને આપના વિચારનું એક અંશ પણ ફળ પ્રાપ્ત થાય અથવા તે ફળ પ્રાપ્ત થવાનું એક અંશ પણ કારણ ઉત્પન્ન થાય તો આ પંચમકાળમાં તીર્થંકરનો માર્ગ બહુ અંશે પ્રગટ થવા બરોબર છે, તથાપિ તેમ થવું સંભવિત નથી અને તે વાટે થવા યોગ્ય નથી એમ અમને લાગે છે. જેથી સંભવિત થવાયોગ્ય છે અથવા એનો જે માર્ગ છે, તે હાલ તો પ્રવૃત્તિના ઉદયમાં છે; અને તે કારણ જ્યાં સુધી તેમને લક્ષગત નહીં થાય ત્યાં સુધી બીજા ઉપાય તે પ્રતિબંધરૂપ છે, નિઃસંશય પ્રતિબંધરૂપ છે.

જીવ જો અજ્ઞાનપરિણામી હોય તો તે અજ્ઞાન નિયમિતપણે આરાધવાથી જેમ કલ્યાણ નથી, તેમ મોહરૂપ એવો એ માર્ગ અથવા એવા એ લોક સંબંધી માર્ગ તે માત્ર સંસાર છે; તે પછી ગમે તે આકારમાં મૂકો તોપણ સંસાર છે, તે સંસારપરિણામથી રહિત કરવા અસંસારગત વાણીનો અસ્વચ્છંદપરિણામે જ્યારે આધાર પ્રાપ્ત થાય છે, ત્યારે તે સંસારનો આકાર નિરાકારતાને પ્રાપ્ત થતો જાય છે. બીજા પ્રતિબંધ તેમની દ્રષ્ટિ પ્રમાણે કર્યા કરે છે, તેમ જ જ્ઞાનીનાં વચન પણ તેની તે દ્રષ્ટિએ આરાધે તો કલ્યાણ થવા યોગ્ય લાગતું નથી. માટે તમે એમ ત્યાં જણાવો કે તમે કોઈ કલ્યાણના કારણ નજીક થવાના ઉપાયની ઇચ્છા કરતા હો તો તેના પ્રતિબંધ ઓછા થવાના ઉપાય કરો; અને નહીં તો કલ્યાણની તૃષ્ણાનો ત્યાગ કરો. તમે એમ જાણતા હો કે અમે જેમ વર્તીએ છીએ તેમ કલ્યાણ છે, માત્ર અવ્યવસ્થા થઈ ગઈ છે, તે જ માત્ર અકલ્યાણ છે, એમ જાણતા હો તો તે યથાર્થ નથી. વાસ્તવ્યપણે તમારું જે વર્તવું છે, તેથી કલ્યાણ ન્યારું છે, અને તે તો જ્યારે જ્યારે જે જે જીવને તેવો તેવો ભવસ્થિત્યાદિ સમીપ જોગ હોય ત્યારે ત્યારે તેને તે પ્રાપ્ત થવા યોગ્ય છે. આખા સમૂહને વિષે કલ્યાણ માની લેવા યોગ્ય નથી, અને એમ જો કલ્યાણ થતું હોય તો તેનું ફળ સંસારાર્થ છે; કારણકે પૂર્વે એમ કરી જીવ, સંસારી રહ્યા કર્યો છે. માટે તે વિચાર તો જ્યારે જેને આવવો હશે ત્યારે આવશે. હાલ તમે તમારી રુચિ અનુસાર અથવા તમને જે ભાસે છે તે કલ્યાણ માની પ્રવર્તો છો તે વિષે સહજ, કોઈ જાતના માનની ઇચ્છા વગર, સ્વાર્થની ઇચ્છા વગર, તમારામાં ક્લેશ ઉત્પન્ન કરવાની ઇચ્છા વગર મને જે કંઈ ચિત્તમાં લાગે છે, તે જણાવું છું.

430

430

Mumbai, the new-moon of Maha, Thursday, VS 1949

Aum

I am in bliss despite worldly occupation. Your thoughts about Limbdi stem from your compassionate inclinations, that I know.

The selflessly compassionate Lord Tirthankaras such as Lord Rushabdev also wished for any soul to attain even the slightest means of gaining liberation. This is because it is the eternal, compassionate, spirit of the tradition of the enlightened masters, to wish that the whole universe be continuously immersed in the self, be in the nature of the self; be in the bliss of the self, not be in any other state, not be in any other nature, not be in any other worries. The knowledge that results in the self being in its own true nature: may that knowledge be manifest for all souls, and may all souls yearn for this knowledge continuously. Those with such natural compassion in their hearts are part of the eternal tradition of true enlightened masters.

Due to such compassionate inclination in your heart, you keep thinking about the person from Limbdi, and if your wish were to bear fruit even to a small degree, or if the slightest means for the fruition of your wish were to be attained, then it would be as if the Lord Tirthankara's path was manifested to a great extent in this dark era of spiritual decline; but that is not possible and not in the way that you have proposed, that is what I feel. The one through whom it is possible, or whose path it is, is currently in worldly occupation due to fruition of karma; and until the person from Limbdi perceives this one as a means to liberation, all other solutions are obstacles, without a doubt they are obstacles.

If a soul is in a state of ignorance, then just as a disciplined practice with such ignorance cannot lead to liberation, so too, a path of delusion or a worldly path is merely materialistic; no matter what form you give it, it is still materialistic. To remove the materialistic aspect, when one attains the support of non-materialistic teachings without hubris, then the materialistic form dissolves. Other obstacles for this person from Limdi are that he conducts himself according to his own perspective, so, if he practises the enlightened master's teachings from that same perspective then it doesn't seem possible to achieve liberation. So inform this person of the following message: If you wish for the means to come close to any means of liberation, then seek to reduce the obstacles; otherwise, abandon the thirst for liberation. If you believe that your conduct will lead to liberation, but that this conduct has merely become lax, and that this is the only constraint to your liberation, know this belief to be incorrect. In reality, your conduct is totally disparate from liberation. And that liberation is only attained by those particular souls, whose particular spiritual destiny brings them close to it. It is inappropriate to believe in collective liberation for all, and if such liberation were possible then

Background

Shree Saubhag has expressed a concern for the spiritual wellbeing of the leader of Limbdi, an ancient town, seeking Shrimad's guidance. In response, Shrimad describes the difficulty in making spiritual progress without having recognised a true Guru. Once more, he redirects our attention to our fundamental purpose, emphasizing that our path and efforts should be guided solely by the quest for the soul.

સ્વાર્થ - *svaarth* - personal gain, self-interest

અસંગ - *asang* - freed from worldly association, detached

આરાધન - *aaraadhan* - practice, observation with devotion

મમત્વભાવ - *mamatvabhaav* - sense of mineness, personal possessiveness

આત્માર્થ - *aatmaarth* - spirituality, spiritual motivation

દ્રવ્ય - *dravya* - substance

ક્ષેત્ર - *kshetra* - geographic area

કાળ - *kaal* - time

ભાવ - *bhaav* - inclination

નિર્ગ્રંથ - *nirgranth* - unfettered

કલ્યાણ જે વાટે થાય છે તે વાટનાં મુખ્ય બે કારણ જોવામાં આવે છે. એક તો જે સંપ્રદાયમાં આત્માર્થે બધી અસંગપણાવાળી ક્રિયા હોય, અન્ય કોઈ પણ અર્થની ઇચ્છાએ ન હોય, અને નિરંતર જ્ઞાનદશા ઉપર જીવોનું ચિત્ત હોય, તેમાં અવશ્ય કલ્યાણ જન્મવાનો જોગ જાણીએ છીએ. એમ ન હોય તો તે જોગનો સંભવ થતો નથી. અત્ર તો લોકસંજ્ઞાએ, ઓઘસંજ્ઞાએ, માનાર્થે, પૂજાર્થે, પદના મહત્ત્વાર્થે, શ્રાવકાદિનાં પોતાપણાર્થે કે એવાં બીજાં કારણથી જપતપાદિ, વ્યાખ્યાનાદિ કરવાનું પ્રવર્તન થઇ ગયું છે, તે આત્માર્થ કોઇ રીતે નથી, આત્માર્થના પ્રતિબંધરૂપ છે, માટે જો તમે કંઇ ઇચ્છા કરતા હો તો તેનો ઉપાય કરવા માટે બીજું જે કારણ કહીએ છીએ તે અસંગપણાથી સાધ્ય થયે કોઇ દિવસે પણ કલ્યાણ થવા સંભવ છે.

અસંગપણું એટલે આત્માર્થ સિવાયના સંગપ્રસંગમાં પડવું નહીં, સંસારના સંગીના સંગમાં વાતચીતાદિ પ્રસંગ શિષ્યાદિ કરવાના કારણે રાખવો નહીં, શિષ્યાદિ કરવા સાથે ગૃહવાસી વેષવાળાને ફેરવવા નહીં. દીક્ષા લે તો તારું કલ્યાણ થશે એવાં વાક્ય તીર્થંકરદેવ કહેતા નહોતા. તેનો હેતુ એક એ પણ હતો કે એમ કહેવું એ પણ તેનો અભિપ્રાય ઉત્પન્ન થવા પહેલાં તેને દીક્ષા આપવી છે; તે કલ્યાણ નથી. જેમાં તીર્થંકરદેવ આવા વિચારથી વર્ત્યા છે, તેમાં આપણે છ છ માસ દીક્ષા લેવાનો ઉપદેશ જારી રાખી તેને શિષ્ય કરીએ છીએ તે માત્ર શિષ્યાર્થ છે, આત્માર્થ નથી. પુસ્તક છે તે જ્ઞાનના આરાધનને અર્થે સર્વ પ્રકારના પોતાના મમત્વભાવ રહિત રખાય તો જ આત્માર્થ છે, નહીં તો મહાન પ્રતિબંધ છે, તે પણ વિચારવા યોગ્ય છે.

આ ક્ષેત્ર આપણું છે, અને તે ક્ષેત્ર જાળવવા ચાતુર્માસ ત્યાં રહેવા માટે જે વિચાર કરવામાં આવે છે તે ક્ષેત્રપ્રતિબંધ છે. તીર્થંકરદેવ તો એમ કહે છે કે દ્રવ્યથી, ક્ષેત્રથી, કાળથી, અને ભાવથી એ ચારે પ્રતિબંધથી જો આત્માર્થ થતો હોય અથવા નિર્ગ્રંથ થવાતું હોય તો તે તીર્થંકરદેવના માર્ગમાં નહીં, પણ સંસારના માર્ગમાં છે. એ આદિ વાત યથાશક્તિ વિચારી આપ જણાવશો. લખવાથી ઘણું લખી શકાય એમ સૂઝે છે, પણ અત્યારે અત્ર સ્થિતિ કરે છે.

લિ○ રાયચંદના પ્રણામ.

its fruits would be materialistic, as by striving for it in the past, one has continued to remain materialistic. Therefore that thought will arise, whenever and to whomever it does. Currently you are conducting yourself based on your interest or your sense of what liberation is, and I am simply telling you what is coming to mind regarding this, without any expectation of respect, personal gain or any intention of creating agitation in you.

There are two main causes by which the path of liberation is taken: one is a religious order in which all activities are for the purpose of the soul and freeing oneself from association, and without desire for any other purpose; the other is when a one's mind is focused continuously on its inner state of self. I am certain that these have the potential to give rise to the dawn of liberation. If not, then the dawn of liberation does not seem possible. The motivation for activities such as chanting, austerities and discourses has been reduced to mere social approval, conforming to tradition, one's own pride, adoration by others, boosting one's status, possessiveness over disciples, or any other such motivation. In no way is this for the purpose of the soul but is an obstacle to that purpose. So, if you have any desire for liberation, then by striving to achieve the second cause of focusing on your inner state, through freeing yourself from worldly association, this could one day be possible.

Freedom from association means not getting drawn into non-spiritual situations, not making engagements such as conversations with worldly people for the purposes of acquiring disciples, not keeping an entourage of householders with the intention of converting them into disciples. The Lord Tirthankara never used phrases like 'adopt monkhood to attain liberation'. One of the reasons for this was that saying so would incite someone to do so before their own readiness is developed enough for renouncing the world; that does not lead to liberation. The Lord Tirthankara's conduct was based on such thoughts, whereas if we continually preach the necessity of monkhood for six long months in order to create disciples, this is only done with an intention to recruit and not with a spiritual intention. Keeping a book can only be for the purpose of the soul when used for the pursuit of knowledge, free from all sense of mineness, otherwise, it is a great obstacle and this is also worthy of reflection.

The feeling that a geographic area is ours, and thinking of spending the monsoon season there to maintain control, is attachment to the area. The Lord Tirthankara says that if one can achieve the purpose of the soul or can become unfettered amid the four obstacles of substance, area, time and inclination, then, one is not on the path of the Lord Tirthankara, but on a materialistic path. Think about these and other matters to the best of your strengths, and let me know your thoughts. It occurs to me that there is a lot more that can be written, but for now, it stops here.

Respectfully, Raichand.

Keywords

કેવળ - *keval* - solely, only, purely, merely

ઉજાગર - *ujaagar* - awakened

અવસ્થા - *avasthaa* - state

જાગ્રત - *jaagrat* - aware, awake to

કેવળજ્ઞાન - *kevalgnaan* - totally pure enlightenment, omniscience

પદાર્થ - *padaarth* - substance, object

સ્વરૂપ - *svaroop* - form

પ્રતીતિ - *prateeti* - conviction, faith

પરિણામ - *parinaam* - form, state

સાક્ષાત્ ભાસે - *saakshaat bhaase* - (the soul) is directly experienced

અભિપ્રાય - *abhipraay* - definition, opinion, perspective, viewpoint (in this letter, also intention)

શ્રદ્ધા - *shraddhaa* - faith

બીજરુચિ - *beejruchi* - seeds of aspiration

સમ્યક્ત્વ - *samyaktva* - self-realisation

નિષ્કામ - *nishkaam* - selfless, free from desire, pure

ભક્તિ - *bhakti* - devotion

અબાધાએ - *abaadhaae* - unobstructedly

માર્ગાનુસારી - *maargaanusaaree* - follower of the path of liberation

જિન - *jina* - Lord Tirthankara

આત્માર્થે - *aatmaarthe* - for the purpose of the soul, spiritual purpose

પ્રાપ્તિ - *praapti* - gain

અપ્રાપ્તિ - *apraapti* - loss, not attaining

'આત્માપણું' - *aatmaapanun* - spirituality

ધ્વનિ - *dhvani* - invocation, sound

ગ્રહણ - *grahan* - adoption

ત્યાગ - *tyaag* - renunciation

ક્લેશરૂપ - *kleshroop* - inner conflict

૪૩૧

મુંબઈ, ફાગણ સુદ ૭, ગુરુ, ૧૯૪૯

આત્માપણે કેવળ ઉજાગર અવસ્થા વર્તે, અર્થાત્ આત્મા પોતાના સ્વરૂપને વિષે કેવળ જાગ્રત હોય ત્યારે તેને કેવળજ્ઞાન વર્તે છે એમ કહેવું યોગ્ય છે, એવો શ્રી તીર્થંકરનો આશય છે.

'આત્મા' જે પદાર્થને તીર્થંકરે કહ્યો છે, તે જ પદાર્થની તે જ સ્વરૂપે પ્રતીતિ થાય, તે જ પરિણામે આત્મા સાક્ષાત્ ભાસે ત્યારે તેને પરમાર્થસમ્યક્ત્વ છે, એવો શ્રી તીર્થંકરનો અભિપ્રાય છે. એવું સ્વરૂપ જેનું ભાસ્યું છે તેવા પુરુષને વિષે નિષ્કામ શ્રદ્ધા છે જેને, તે પુરુષને બીજરુચિસમ્યક્ત્વ છે. તેવા પુરુષની નિષ્કામ ભક્તિ અબાધાએ પ્રાપ્ત થાય, એવા ગુણો જે જીવમાં હોય તે જીવ માર્ગાનુસારી હોય; એમ જિન કહે છે.

અમારો અભિપ્રાય કંઈ પણ દેહ પ્રત્યે હોય તો તે માત્ર એક આત્માર્થે જ છે, અન્ય અર્થે નહીં. બીજા કોઈ પણ પદાર્થ પ્રત્યે અભિપ્રાય હોય તો તે પદાર્થ અર્થે નહીં, પણ આત્માર્થે છે. તે આત્માર્થ તે પદાર્થની પ્રાપ્તિ–અપ્રાપ્તિને વિષે હોય એમ અમને લાગતું નથી. 'આત્માપણું' એ ધ્વનિ સિવાય બીજો કોઈ ધ્વનિ કોઈ પણ પદાર્થના ગ્રહણત્યાગમાં સ્મરણજોગ નથી. અનવકાશ આત્માપણું જાણ્યા વિના, તે સ્થિતિ વિના અન્ય સર્વ ક્લેશરૂપ છે.

431

431

Mumbai, the 7th day of bright half of Fagan, Thursday, VS 1949

When there is purely an awakened state in the soul, or in other words, when the soul is purely awake to its own nature, then it is appropriate to say that it is in a state of totally pure enlightenment. Such is the Lord Tirthankara's intended message.

The substance the Lord Tirthankara has defined as 'soul': when one has faith in that very same substance, and directly experiences it in that very same form, then one has attained self-realisation of the highest order in the Lord Tirthankara's definition. A person who has selfless faith in that self-realised one who has experienced that form, possesses the seeds of aspiration for self-realisation. A person who possesses the virtues which enable unobstructed selfless devotion to that self-realised one, is described as a follower of the path; so say the Lord Jina.

Any intention whatsoever I have for the body is purely for the purpose of the soul, not for any other purpose. Any intention I have for other objects is not for those the purpose of those objects but for the purpose of the soul. I do not feel that this spiritual purpose is related to the gain or loss of any objects. I do not remember having any other calling than the call to 'spirituality' while adopting or renouncing objects. Without continuously knowing this spirituality, without experiencing that state, all else is inner conflict.

Background

What is enlightenment? Who is a true follower of the path? What is true spirituality? Shrimad answers these profound questions for Shree Saubhag.

Keywords

સમતા - *samtaa* - constancy, sameness

રમતા - *ramtaa* - vitality, vibrancy

ઉરધતા - *uradhataa* - precedence, being already there, already present

જ્ઞાયકતા - *gnaayaktaa* - awareness, the soul's ability to know and perceive

સુખભાસ - *sukhbhaas* - experiencing happiness

વેદક્તા - *vedaktaa* - sentience

ચૈતન્યતા - *chaitanyataa* - consciousness

જીવ વિલાસ - *jeev vilaas* - wonders of the soul

જીવ - *jeev* - soul

પદાર્થ - *padaarth* - substance

ઉદાસીનપણું - *udaaseenpanun* - indifference, neutrality

નિરાબાધ - *niraabaadh* - unobstructed, boundless

પ્રગટ - *pragat* - manifest

લક્ષણ - *lakshan* - defining characteristic

આત્મા - *aatmaa* - soul

સ્પષ્ટ - *spasht* - clear

અસંખ્યાત - *asankhyaat* - uncountable

પ્રદેશ - *pradesh* - the soul's units

સમપણું - *sampanun* - consistency

રમણીયપણું - *ramaneeyapanun* - beauty

સ્ફુર્તિ - *sfurti* - radiance

સુંદરપણું - *sundarpanun* - charm, beauty

વિદ્યમાન - *vidhyamaan* - present

૪૩૮

મુંબઈ, ચૈત્ર સુદ ૧, ૧૯૪૯

'સમતા, રમતા, ઊરધતા, જ્ઞાયકતા, સુખભાસ;
વેદકતા, ચૈતન્યતા, એ સબ જીવ વિલાસ.'

શ્રી તીર્થંકર એમ કહે છે કે આ જગતમાં આ જીવ નામના પદાર્થને ગમે તે પ્રકારે કહ્યો હોય તે પ્રકાર તેની સ્થિતિમાં હો, તેને વિષે અમારું ઉદાસીનપણું છે. જે પ્રકારે નિરાબાધપણે તે જીવ નામનો પદાર્થ અમે જાણ્યો છે, તે પ્રકારે કરી તે પ્રગટ અમે કહ્યો છે. જે લક્ષણે કહ્યો છે, તે સર્વ પ્રકારના બાધે કરી રહિત એવો કહ્યો છે. અમે તે આત્મા એવો જાણ્યો છે, જોયો છે, સ્પષ્ટ અનુભવ્યો છે, પ્રગટ તે જ આત્મા છીએ. તે આત્મા 'સમતા' નામને લક્ષણે યુક્ત છે. વર્તમાન સમયે જે અસંખ્ય પ્રદેશાત્મક ચૈતન્યસ્થિતિ તે આત્માની છે તે, તે પહેલાંના એક, બે, ત્રણ, ચાર, દશ, સંખ્યાત, અસંખ્યાત, અનંત સમયે હતી, વર્તમાને છે, હવે પછીના કાળને વિષે પણ તે જ પ્રકારે તેની સ્થિતિ છે. કોઈ પણ કાળે તેનું અસંખ્યાત પ્રદેશાત્મકપણું, ચૈતન્યપણું, અરૂપીપણું, એ આદિ સમસ્ત સ્વભાવ તે છૂટવા ઘટતા નથી; એવું જે સમપણું, સમતા તે જેનામાં લક્ષણ છે તે જીવ છે.

પશુ, પક્ષી, મનુષ્યાદિ દેહને વિષે, વૃક્ષાદિને વિષે જે કંઈ રમણીયપણું જણાય છે, અથવા જેના વડે તે સર્વ પ્રગટ સ્ફુર્તિવાળાં જણાય છે, પ્રગટ સુંદરપણા સમેત લાગે છે, તે રમતા, રમણીયપણું છે લક્ષણ જેનું તે જીવ નામનો પદાર્થ છે. જેના વિદ્યમાનપણા વિના આખું જગત શૂન્યવત્ સંભવે છે, એવું રમ્યપણું જેને વિષે છે, તે લક્ષણ જેને વિષે ઘટે તે જીવ છે.

કોઈ પણ જાણનાર ક્યારે પણ કોઈ પણ પદાર્થને પોતાના અવિદ્યમાનપણે જાણે એમ બનવા યોગ્ય નથી. પ્રથમ પોતાનું વિદ્યમાનપણું ઘટે છે, અને કોઈ પણ પદાર્થનું ગ્રહણ, ત્યાગાદિ કે ઉદાસીન જ્ઞાન થવામાં પોતે જ કારણ છે. બીજા પદાર્થના અંગીકારમાં, તેના અલ્પ માત્ર પણ જ્ઞાનમાં પ્રથમ જે હોય, તો જ થઈ શકે એવો સર્વથી પ્રથમ રહેનારો જે પદાર્થ તે જીવ છે. તેને ગૌણ કરીને એટલે તેના વિના કોઈ કંઈ પણ જાણવા ઇચ્છે તો તે બનવા યોગ્ય નથી, માત્ર તે જ મુખ્ય હોય તો જ બીજું કંઈ જાણી શકાય એવો એ પ્રગટ 'ઊર્ધ્વતાધર્મ' તે જેને વિષે છે, તે પદાર્થને શ્રી તીર્થંકર જીવ કહે છે.

પ્રગટ એવા જડ પદાર્થો અને જીવ, તે જે કારણે કરી ભિન્ન પડે છે, તે લક્ષણ જીવનો જ્ઞાયકપણા નામનો ગુણ છે. કોઈ પણ સમયે જ્ઞાયકરહિતપણે આ જીવ પદાર્થ કોઈ પણ અનુભવી શકે નહીં, અને તે જીવ નામના પદાર્થ સિવાય બીજા કોઈ પણ પદાર્થને વિષે જ્ઞાયકપણું સંભવી શકે નહીં, એવું જે અત્યંત અનુભવનું કારણ જ્ઞાયકતા તે લક્ષણ જેમાં છે તે પદાર્થ, તીર્થંકરે જીવ કહ્યો છે.

શબ્દાદિ પાંચ વિષય સંબંધી અથવા સમાધિ આદિ જોગ સંબંધી જે સ્થિતિમાં સુખ સંભવે છે તે ભિન્ન ભિન્ન કરી જોતાં માત્ર છેવટે તે સર્વને વિષે સુખનું કારણ એક જ એવો એ જીવ પદાર્થ સંભવે છે, તે સુખભાસ નામનું લક્ષણ, માટે તીર્થંકરે જીવનું કહ્યું છે; અને વ્યવહારદ્રષ્ટાંતે નિદ્રાથી તે પ્રગટ જણાય છે. જે નિદ્રાને વિષે બીજા સર્વ પદાર્થથી રહિતપણું છે, ત્યાં પણ હું સુખી છું એવું જે જ્ઞાન છે, તે બાકી વધ્યો એવો જે જીવ પદાર્થ તેનું છે; બીજું કોઈ ત્યાં વિદ્યમાન નથી, અને સુખનું ભાસવાપણું તો અત્યંત સ્પષ્ટ છે; તે જેનેથી ભાસે છે તે જીવ નામના પદાર્થ સિવાય બીજે ક્યાંય તે

438

438

Mumbai, the 1st day of the bright half of Chaitra, VS 1949

'Constancy, Vitality, Precedence, Awareness, Experiencing Happiness;
Sentience, Consciousness, these are the wonders of the soul'

The Lord Tirthankara says 'I am indifferent to the various claims made in the world about the substance called soul and its various states. I have described the substance known as soul in the same unobstructed way as I have experienced it. In describing the soul according to its defining characteristics, I have done so in an unrestricted way. I have known, seen, and clearly experienced the soul in this way, and manifestly am indeed this very soul.' This soul possesses the characteristic known as 'constancy'. Currently the soul is conscious and consists of uncountable units: one, two, three, four, ten, countable, uncountable, infinite moments ago it was the same, it remains the same now, and will continue to be in the very same way. At any time, the soul's uncountable units, its consciousness, its formlessness, and such qualities comprising its entire nature, will not separate from it; and the one who possesses these characteristics of consistency and constancy is the soul.

The characteristic whose presence causes whatever beauty that can be seen in the bodies of animals, birds, humans and trees, or else causes all of them to be experienced as manifestly radiant and manifestly charming, this characteristic is vitality, beauty, and it belongs to the substance called soul. Without the presence of vitality the whole world seems to reduce to nothingness; the one who possesses this characteristic of vitality is the soul.

It is not possible for any knower to know anything, at any time, in their own absence. Presence is a prerequisite, and it is due to the self that one can attend to, let go of, or purely witness any object. In the process of attending to any other object, the soul must be present for even the slightest knowledge of that object to occur. The one whose existence precedes that of all else is the soul. In the absence of the soul, meaning without its precedence, it is not possible for anyone to know anything that they wish to. Only in the precedence of the soul is it possible to know anything else and the one who possesses this manifest 'precedence' is defined as the soul by the Lord Tirthankara.

The factor that differentiates soul from material objects, the distinguishing characteristic of the soul, is the quality called awareness. At no time, can anyone experience the soul without its quality of awareness, and it is not possible for awareness to be present in anything other than the substance known as soul. The substance in which the characteristic of awareness is found, the ultimate cause of experience, is defined as the soul by the Lord Tirthankaras.

Be it from the objects of the five senses such as sound or from association with states such as blissful awareness, wherever happiness seems possible, on detailed analysis, in the end, the singular cause of happiness in all these cases can be deduced

Background

In a previous correspondence, Letter 436 to Shree Saubhag, Shrimad elucidated seven characteristics of the soul as revealed by the Lord Tirthankaras through their direct experience. Following this, Shree Saubhag must have posed further questions, leading us to this invaluable letter where Shrimad meticulously explores each characteristic of the soul with great clarity. He draws inspiration from a verse in Saint Banarasidas's 'Natak Samaysaar'. It is believed that by truly grasping any of these characteristics, one can manifest the soul.

ગ્રહણ - *grahan* - grasping, attending to (in this context because the object is grasped by knowledge)

ત્યાગ - *tyaag* - letting go of

ઉદાસીન જ્ઞાન - *udaaseen gnaan* - pure witnessing

અંગીકાર - *angeekaar* - the process of attending to, acceptance

જડ - *jad* - lifeless, matter

અનુભવવું - *anubhavvun* - to experience

વિષય - *vishay* - senses

ભાસવું - *bhaasvun* - to sense

અચળ - *achal* - immoveable, steady, fixed, constant

ઉપયોગ - *upyog* - ray of consciousness

લક્ષણ જોયું નથી.

આ મોળું છે, આ મીઠું છે, આ ખાટું છે, આ ખારું છે, હું આ સ્થિતિમાં છું, ટાઢે ઠરું છું, તાપ પડે છે, દુઃખી છું, દુઃખ અનુભવું છું, એવું જે સ્પષ્ટ જ્ઞાન, વેદનજ્ઞાન, અનુભવજ્ઞાન, અનુભવપણું તે જો કોઈમાં પણ હોય તો તે આ જીવ પદને વિષે છે, અથવા તે જેનું લક્ષણ હોય છે તે પદાર્થ જીવ હોય છે, એ જ તીર્થંકરાદિનો અનુભવ છે.

સ્પષ્ટ પ્રકાશપણું, અનંત અનંત કોટી તેજસ્વી દીપક, મણિ, ચંદ્ર, સૂર્યાદિની કાંતિ જેના પ્રકાશ વિના પ્રગટવા સમર્થ નથી, અર્થાત્ તે સર્વ પોતે પોતાને જણાવા અથવા જાણવા યોગ્ય નથી. જે પદાર્થના પ્રકાશને વિષે ચૈતન્યપણાથી તે પદાર્થો જાણ્યા જાય છે, તે પદાર્થો પ્રકાશ પામે છે, સ્પષ્ટ ભાસે છે, તે પદાર્થ જે કોઈ છે તે જીવ છે. અર્થાત્ તે લક્ષણ પ્રગટપણે સ્પષ્ટ પ્રકાશમાન, અચળ એવું નિરાબાધ પ્રકાશ્યમાન ચૈતન્ય, તે જીવનું તે જીવ પ્રત્યે ઉપયોગ વાળતાં પ્રગટ દેખાય છે.

એ જે લક્ષણો કહ્યાં તે ફરી ફરી વિચારી જીવ નિરાબાધપણે જાણ્યો જાય છે, જે જાણવાથી જીવ જાણ્યો છે તે લક્ષણો એ પ્રકારે તીર્થંકરાદિએ કહ્યાં છે.

to be the substance known as soul. This characteristic of experiencing happiness belongs to the soul, said the Lord Tirthankaras. It can be clearly understood from the everyday example of sleep: all other substances are absent, yet even there is the knowledge that 'I am happy', which is within the soul, the substance which remains. There is nothing else present there, and yet the experience of happiness is extremely clear. The characteristic from which this experiencing arises can be seen nowhere but in the substance known as soul.

This is bland, this is sweet, this is sour, this is salty, I am in this state, I'm in the cold, it is warm, I am sorrowful, I experience sorrow – if this clear knowledge, sensation, experiential knowledge, state of sentience is present in anything, then it is present in the soul. In other words, the substance whose characteristic this is, is soul, this is the very experience of the Lord Tirthankara.

The bright light, infinitely luminous brightness of lamps, jewels, the moon and the sun, are not capable of manifesting by themselves, meaning that none of these are capable of making themselves known or knowing by themselves. The substance whose light of consciousness enables these objects to be known, gain illumination, and be seen clearly, whatever that substance is, it is the soul. In other words, the evidently radiant luminosity, the immovable, boundlessly luminous quality of consciousness, can be manifestly seen as belonging to the soul, by turning one's ray of consciousness on the soul.

By repeatedly contemplating on these defining characteristics described, the soul comes to be experienced without limitations. The Lord Tirthankaras and liberated beings have come to know the soul by knowing these characteristics, which they have defined in this way.

'Enlightened masters have not left anything unsaid, but seekers have left many things undone.'

Shrimad Rajchandra Vachanamrut

Letter 466

Keywords

શુદ્ધ - *shuddh* - pure

ચિત્ત - *chitt* - mind

પરમાર્થનાં સાધન - *parmaarthnaa saadhan* - spiritual tools

પરમ - *param* - highest

સત્સંગ - *satsang* - association of enlightened souls

નિવાસ - *nivaas* - dwelling

કાળ - *kaal* - time, era

વિષમ - *visham* - challenging, arduous

અત્યંત - *atyant* - exceedingly

પ્રવૃત્તિ - *pravrutti* - activity, engagement

અગ્નિપણું - *agnipanun* - fieriness

નિવૃત્તિ - *nivrutti* - freedom from ignorance, retreat

આરાધન - *aaraadhan* - striving

ક્ષેત્ર - *kshetra* - place, site

સમાધિ - *samaadhi* - inner bliss

વારંવાર - *vaaramvaar* - repeatedly, again and again

ઉદય - *uday* - karmic fruition

રુચિ - *ruchi* - passion

લક્ષ - *laksh* - focus, motivation

નિયમિત - *niyamit* - regular

કલ્યાણ - *kalyaan* - liberation

કારણો - *kaarano* - causes, reasons

મળ - *mal* - impurities

વિક્ષેપ - *vikshep* - distraction, tossing of the mind, fluctuation, confusion

અજ્ઞાન - *agnaan* - ignorance; not understanding the true nature of reality, veil over reality

નિવૃત્તિ - *nivrutti* - freedom

આરંભ - *aarambh* - activities

પરિગ્રહ - *parigraha* - possessions

૪૪૯

મુંબઈ, જેઠ સુદ ૧૧, શુક્ર, ૧૯૪૯

વૈરાગ્યાદિ સાધનસંપન્ન ભાઈ કૃષ્ણદાસ,
શ્રી ખંભાત.

શુદ્ધ ચિત્તથી વિદિત કરેલી તમારી વિજ્ઞપ્તિ પહોંચેલ છે.

સર્વ પરમાર્થનાં સાધનમાં પરમ સાધન તે સત્સંગ છે, સત્પુરુષના ચરણ સમીપનો નિવાસ છે. બધા કાળમાં તેનું દુર્લભપણું છે; અને આવા વિષમ કાળમાં તેનું અત્યંત દુર્લભપણું જ્ઞાનીપુરુષોએ જાણ્યું છે.

જ્ઞાનીપુરુષોની પ્રવૃત્તિ, પ્રવૃત્તિ જેવી હોતી નથી. ઊના પાણીને વિષે જેમ અગ્નિપણાનો મુખ્ય ગુણ કહી શકાતો નથી, તેમ જ્ઞાનીની પ્રવૃત્તિ છે; તથાપિ જ્ઞાનીપુરુષ પણ નિવૃત્તિને કોઈ પ્રકારે પણ ઇચ્છે છે. પૂર્વે આરાધન કરેલાં એવાં નિવૃત્તિનાં ક્ષેત્રો, વન, ઉપવન, જોગ, સમાધિ અને સત્સંગાદિ જ્ઞાનીપુરુષને પ્રવૃત્તિમાં બેઠાં વારંવાર સાંભરી આવે છે. તથાપિ ઉદયપ્રાપ્ત પ્રારબ્ધને જ્ઞાની અનુસરે છે. સત્સંગની રુચિ રહે છે, તેનો લક્ષ રહે છે, પણ તે વખત અત્ર વખત નિયમિત નથી.

કલ્યાણને વિષે પ્રતિબંધરૂપ જે જે કારણો છે, તે જીવે વારંવાર વિચારવાં ઘટે છે; તે તે કારણોને વારંવાર વિચારી મટાડવાં ઘટે છે; અને એ માર્ગને અનુસર્યા વિના કલ્યાણની પ્રાપ્તિ ઘટતી નથી. મળ, વિક્ષેપ અને અજ્ઞાન એ અનાદિના જીવના ત્રણ દોષ છે. જ્ઞાનીપુરુષોનાં વચનની પ્રાપ્તિ થયે, તેનો યથાયોગ્ય વિચાર થવાથી, અજ્ઞાનની નિવૃત્તિ હોય છે. તે અજ્ઞાનની સંતતિ બળવાન હોવાથી તેનો રોધ થવાને અર્થે અને જ્ઞાનીપુરુષનાં વચનોનો યથાયોગ્ય વિચાર થવાને અર્થે, મળ અને વિક્ષેપ મટાડવાં ઘટે છે. સરળપણું, ક્ષમા, પોતાના દોષનું જોવું, અલ્પારંભ, અલ્પ પરિગ્રહ એ આદિ મળ મટવાનાં સાધન છે. જ્ઞાનીપુરુષની અત્યંત ભક્તિ તે વિક્ષેપ મટવાનું સાધન છે.

જ્ઞાનીપુરુષના સમાગમનો અંતરાય રહેતો હોય, તે તે પ્રસંગમાં વારંવાર તે જ્ઞાનીપુરુષની દશા, ચેષ્ટા અને વચનો નીરખવા, સંભારવા અને વિચારવા યોગ્ય છે. વળી તે સમાગમના અંતરાયમાં, પ્રવૃત્તિના પ્રસંગોમાં, અત્યંત સાવધાનપણું રાખવું ઘટે છે; કારણ કે એક તો સમાગમનું બળ નથી, અને બીજો અનાદિ અભ્યાસ છે જેનો, એવી સહજાકાર પ્રવૃત્તિ છે; જેથી જીવ આવરણપ્રાપ્ત હોય છે. ઘરનું, જ્ઞાતિનું, કે બીજાં તેવાં કામોનું કારણ પડ્યે ઉદાસીનભાવે પ્રતિબંધરૂપ જાણી પ્રવર્તન ઘટે છે. તે કારણોને મુખ્ય કરી કોઈ પ્રવર્તન કરવું ઘટતું નથી; અને એમ થયા વિના પ્રવૃત્તિનો અવકાશ પ્રાપ્ત થાય નહીં.

આત્માને ભિન્ન ભિન્ન પ્રકારની કલ્પના વડે વિચારવામાં લોકસંજ્ઞા, ઓઘસંજ્ઞા અને અસત્સંગ એ કારણો છે; જે કારણોમાં ઉદાસીન થયા વિના, નિઃસત્ત્વ એવી લોકસંબંધી જપતપાદિ ક્રિયામાં સાક્ષાત્ મોક્ષ નથી, પરંપરા મોક્ષ નથી, એમ માન્યા વિના, નિઃસત્ત્વ એવા અસત્શાસ્ત્ર અને અસદ્‌ગુરુ જે આત્મસ્વરૂપને આવરણનાં મુખ્ય કારણો છે, તેને સાક્ષાત્ આત્મઘાતી જાણ્યા વિના જીવને જીવના સ્વરૂપનો નિશ્ચય થવો બહુ દુર્લભ છે, અત્યંત દુર્લભ છે. જ્ઞાનીપુરુષનાં પ્રગટ આત્મસ્વરૂપને કહેતાં એવાં વચનો પણ તે કારણોને લીધે જીવને સ્વરૂપનો વિચાર કરવાને બળવાન થતાં નથી.

449

449

Mumbai, the 11th day of the bright half of Jeth, Friday, VS 1949

Krushnadas, possessor of detachment and other such tools,
Shree Khambhat.

The request you made with a pure mind has reached me.

Of all spiritual tools, the highest tool is the association of enlightened souls, which is to dwell closely at the feet of an enlightened one. In all times, finding this is difficult; and in this challenging time, enlightened souls have said it is exceedingly difficult.

The activities of an enlightened one are not truly activities at all. Just as one cannot say that the intrinsic quality of hot water is fieriness, the same is true of the activity of enlightened ones. And even then, enlightened ones long for some form of retreat from activity. The places where previous striving has occurred such as: places of retreat, forest, woods, encounter, experiences of inner bliss and the association of enlightened masters, and so on, are reminisced again and again by enlightened ones, while in the midst of activity. Nonetheless, the enlightened one acts according to the unfolding of karmic fruition. The passion for 'the association of enlightened souls' remains, the focus on it remains, but the opportunity to attain it does not arise regularly here at the moment.

One should repeatedly contemplate on whichever causes hinder the attainment of liberation; thinking about these causes repeatedly, one should remedy them; and without following this path, the attainment of liberation is not possible. Impurity, distraction, and ignorance are the three faults that the soul has endured since beginningless time. On attaining the words of an enlightened one and thinking about them appropriately, one becomes free of ignorance. The consequences of this ignorance are powerful. Hence, in order to block it, and in order to contemplate on an enlightened one's words appropriately, one must cure the faults of impurity and distraction. Straightforwardness, forgiveness, observing one's own faults, minimising activities, minimising possessions, and similar practices, are tools for removing impurity. Intense devotion towards an enlightened one is the practice to remedy distraction.

When one is obstructed from being in the company of an enlightened one, on such occasions one should repeatedly gaze on, recollect and contemplate the enlightened one's inner-state, actions and words. Indeed, in the absence of this company, and in the midst of worldly activity, one must be extremely cautious; because, firstly, one does not have the supportive strength of enlightened company, and secondly, one has engaged in habitual activies since beginningless time; due to which the soul is obscured. If reasons arise to conduct household, community or other tasks, do so dispassionately, knowing that they can cause bondage. During such activities, you should not give priority to these reasons; without this, it is not possible to attain freedom from activity.

Background

Shrimad here is guiding Krushnadas, a true seeker residing in the town of Khambhat. Krushnadas, yearning deeply to see Shrimad, found his health affected by his longing. Shrimad, with immense compassion for such earnest souls, carefully guides and elevates them on their spiritual journey towards liberation – being very clear about what the root path is.

હવે એવો નિશ્ચય કરવો ઘટે છે, કે જેને આત્મસ્વરૂપ પ્રાપ્ત છે, પ્રગટ છે, તે પુરુષ વિના બીજો કોઇ તે આત્મસ્વરૂપ યથાર્થ કહેવા યોગ્ય નથી; અને તે પુરુષથી આત્મા જાણ્યા વિના બીજો કોઇ કલ્યાણનો ઉપાય નથી. તે પુરુષથી આત્મા જાણ્યા વિના આત્મા જાણ્યો છે, એવી કલ્પના મુમુક્ષુ જીવે સર્વથા ત્યાગ કરવી ઘટે છે. તે આત્મારૂપ પુરુષના સત્‌સંગની નિરંતર કામના રાખી ઉદાસીનપણે લોકધર્મસંબંધી અને કર્મસંબંધી પરિણામે છૂટી શકાય એવી રીતે વ્યવહાર કરવો; જે વ્યવહાર કર્યામાં જીવને પોતાની મહત્તાદિની ઇચ્છા હોય તે વ્યવહાર કરવો યથાયોગ્ય નથી.

અમારા સમાગમનો હાલ અંતરાય જાણી નિરાશતાને પ્રાપ્ત થવું ઘટે છે; તથાપિ તેમ કરવા વિષે 'ઇશ્વરેચ્છા' જાણી સમાગમની કામના રાખી જેટલો પરસ્પર મુમુક્ષુભાઇઓનો સમાગમ બને તેટલો કરવો, જેટલું બને તેટલું પ્રવૃત્તિમાંથી વિરક્તપણું રાખવું, સત્પુરુષનાં ચરિત્રો અને માર્ગાનુસારી (સુંદરદાસ, પ્રીતમ, અખા, કબીર આદિ) જીવોનાં વચનો અને જેનો ઉદ્દેશ આત્માને મુખ્ય કહેવા વિષે છે, એવા (વિચારસાગર, સુંદરદાસના ગ્રંથ, આનંદઘનજી, બનારસીદાસ, કબીર, અખા વગેરેનાં પદ) ગ્રંથનો પરિચય રાખવો, અને એ સૌ સાધનમાં મુખ્ય સાધન એવો શ્રી સત્પુરુષનો સમાગમ ગણવો.

અમારા સમાગમનો અંતરાય જાણી ચિત્તને પ્રમાદનો અવકાશ આપવો યોગ્ય નહીં, પરસ્પર મુમુક્ષુભાઈઓનો સમાગમ અવ્યવસ્થિત થવા દેવો યોગ્ય નહીં; નિવૃત્તિનાં ક્ષેત્રનો પ્રસંગ ન્યૂન થવા દેવો યોગ્ય નહીં; કામનાપૂર્વક પ્રવૃત્તિ યોગ્ય નહીં; એમ વિચારી જેમ બને તેમ અપ્રમત્તતાને, પરસ્પરના સમાગમને, નિવૃત્તિનાં ક્ષેત્રને અને પ્રવૃત્તિનાં ઉદાસીનપણાને આરાધવાં.

જે પ્રવૃત્તિ અત્ર ઉદયમાં છે, તે બીજે દ્વારેથી ચાલ્યા જતાં પણ ન છોડી શકાય એવી છે, વેદવાયોગ્ય છે માટે તેને અનુસરીએ છીએ; તથાપિ અવ્યાબાધ સ્થિતિને વિષે જેવું ને તેવું સ્વાસ્થ્ય છે.

આજે આ આઠમું પત્તું લખીએ છીએ. તે સૌ તમ સર્વ જિજ્ઞાસુ ભાઈઓને વારંવાર વિચારવાને અર્થે લખાયાં છે. ચિત્ત એવા ઉદયવાળું ક્યારેક વર્તે છે. આજે તેવો અનુક્રમે ઉદય થવાથી તે ઉદય પ્રમાણે લખ્યું છે. અમે સત્‌સંગની તથા નિવૃત્તિની કામના રાખીએ છીએ, તો પછી તમ સર્વેને એ રાખવી ઘટે એમાં કંઇ આશ્ચર્ય નથી. અમે અલ્પારંભને, અલ્પપરિગ્રહને વ્યવહારમાં બેઠાં પ્રારબ્ધ નિવૃત્તિરૂપે ઇચ્છીએ છીએ, મહત્‌ આરંભ, અને મહત્‌ પરિગ્રહમાં પડતા નથી. તો પછી તમારે તેમ વર્તવું ઘટે એમાં કંઇ સંશય કર્ત્તવ્ય નથી. અત્યારે સમાગમ થવાના જોગનો નિયમિત વખત લખી શકાય એમ સૂઝતું નથી. એ જ વિનંતી.

સાધન - *saadhan* - practices, tools, observances

અંતરાય - *antaraay* - obstacle, obscuration, absence

સહજાકાર પ્રવૃત્તિ - *sahajaakaar pravrutti* - habitual activities

આવરણપ્રાપ્ત - *aavaranprapt* - obscured, ensnared; ensnared by karma

ઉદાસીનભાવ - *udaaseenbhaav* - dispassion

પ્રતિબંધ - *pratibandh* - causing bondage

અવકાશ - *avkaash* - break, pause, gap

કલ્પના - *kalpanaa* - mistaken notion, imagination

અસત્‌સંગ - *asatsang* - false teachers

ઉદાસીન - *udaaseen* - distance, detachment

નિઃસત્ત્વ - *nisattva* - superficial, without truth, without power

આત્મઘાતી - *aatmaghaatee* - inflicting harm to the self

આત્મારૂપ પુરુષ - *aatmaroop purush* - soul-man, self-realised soul, whose soul is manifest

લોકધર્મસંબંધી - *lokdharmasambandhee* - related to or regarding societal norms, duties towards all relations

વ્યવહાર - *vyavahaar* - behaviour, conduct

નિરાશ - *niraash* - disappointed

વિરક્તપણું - *viraktpanun* - aloofness

માર્ગાનુસારી - *maarganusaaree* - a follower of the path, a soul who possesses virtues which enable unobstructed selfless devotion to a self-realised one

નિવૃત્તિનાં ક્ષેત્ર - *nivruttina kshetra* - spaces conducive to retreating from worldly activity

કામના - *kaamnaa* - worldly desire

અપ્રમત્તતા - *apramattataa* - lack of spiritual laxity, spiritual vigilance

The soul is imagined in many different ways, and the causes of this confusion are overly heeding the world, following along without understanding, and unenlightened company. It is necessary to distance oneself from these causes, to understand that moksha does not arise directly or indirectly from superficially conducted societal rituals such as recitation or austerity, or from superficial and false scriptures and false Gurus, and to recognise these as the principal causes of obscuring the soul's true nature. Without knowing that these directly inflict harm to the self, it is difficult, extremely difficult, for the soul to determine its own nature. Due to these causes, even the words of an enlightened master that directly describe the nature of the soul are not powerful enough to inspire contemplation of the soul's nature.

Now we must resolve that only he who has attained the nature of the soul, to whom it has manifested, and none other than he, is worthy of speaking about the nature of the soul; and that there is no means to liberation other than knowing the soul from such a person. A seeker of moksha should completely abandon the mistaken notion that he has known the soul, unless he has known it from such a person. With a constant desire for association with such a manifest soul, one's behaviour both in society and in response to karmic fruition should be with such dispassion that it results in becoming free. Behaviour in which the soul desires for such things as worldly importance is not worthy behaviour.

Knowing the obstacles to being in my company, disappointment is inevitable. But realising that it is 'God's will', and mantaining the desire for meeting, focus on maximising mutual interaction with fellow seekers as much as possible. Remain aloof as much as you can from worldly activities. Study the lives of saints, and the words of devotedly virtuous souls (Sundardas, Preetam, Akha, Kabir and so on), and also become familiar with books that preach the importance of the soul (Vicharsaagar, Sundardas's texts, and the poetry of those such as Anandghanji, Banarasidas, Kabir and Akha). And from all of these practices, the foremost practice is being in the company of an enlightened master.

Knowing the obstacles to being in my company, it is not appropriate to allow laxity of the mind. It is not appropriate to allow meetings with fellow seekers to become irregular. It is not appropriate to disregard any opportunities for spiritual retreat. It is not appropriate to conduct activities with worldly desire. Thinking in this way, as much as possible, pursue spiritual vigilance, mutual spiritual interaction, spiritual retreat, and dispassion in activity.

Whatever activity lies here in the fruition of my karma is impossible to abandon, even if I try to walk out of a different door. It must be endured, and so I live accordingly. And yet, the health of my spiritual connection with the unbounded inner state is as it should be.

Today I am writing this eighth postcard. They are all written for you fraternity of seekers to contemplate on over and over. The mind only experiences such karmic fruition occasionally and today, because such a fruition has happened to arise, I

have written according to that fruition. I maintain a desire for the association of enlightened souls, and freedom from activity, and so it is no surprise that all of you also maintain a similar desire. Sitting amid worldly life, I wish for freedom from karmic fruition in the form of reduced possessions and reduced activities. I do not get involved with much possession or much activity. So there is no doubt that you too should conduct yourself in the same way. Right now a proper time for us to meet is not occurring to me. That is all.

૪૬૬

પેટલાદ, ભાદરવા સુદ ૬, ૧૯૪૯

ૐ

૧. જેની પાસેથી ધર્મ માગવો, તે પામ્યાની પૂર્ણ ચોકસી કરવી એ વાક્યને સ્થિર ચિત્તથી વિચારવું.

૨. જેની પાસેથી ધર્મ માગવો તેવા પૂર્ણજ્ઞાનીનું ઓળખાણ જીવને થયું હોય ત્યારે તેવા જ્ઞાનીઓનો સત્સંગ કરવો અને સત્સંગ થાય તે પૂર્ણ પુણ્યોદય સમજવો. તે સત્સંગમાં તેવા પરમજ્ઞાનીએ ઉપદેશેલો શિક્ષાબોધ ગ્રહણ કરવો એટલે જેથી કદાગ્રહ, મતમતાંતર, વિશ્વાસઘાત અને અસત્ વચન એ આદિનો તિરસ્કાર થાય; અર્થાત્ તેને ગ્રહણ કરવાં નહીં. મતનો આગ્રહ મૂકી દેવો. આત્માનો ધર્મ આત્મામાં છે. આત્મત્વપ્રાપ્તપુરુષનો બોધેલો ધર્મ આત્મતામાર્ગરૂપ હોય છે. બાકીના માર્ગના મતમાં પડવું નહીં.

૩. આટલું થતાં છતાં જો જીવથી સત્સંગ થયા પછી કદાગ્રહ, મતમતાંતરાદિ દોષ ન મૂકી શકાતો હોય તો પછી તેણે છૂટવાની આશા કરવી નહીં.

અમે પોતે કોઇને આદેશવાત એટલે આમ કરવું એમ કહેતા નથી. વારંવાર પૂછો તોપણ તે સ્મૃતિમાં હોય છે. અમારા સંગમાં આવેલાં કોઇ જીવોને હજુ સુધી અમે એમ જણાવ્યું નથી કે આમ વર્તો, કે આમ કરો. માત્ર શિક્ષાબોધ તરીકે જણાવ્યું હશે.

૪. અમારો ઉદય એવો છે કે એવી ઉપદેશવાત કરતાં વાણી પાછી ખેંચાઈ જાય છે. સાધારણ પ્રશ્ન પૂછે તો તેમાં વાણી પ્રકાશ કરે છે; અને ઉપદેશવાતમાં તો વાણી પાછી ખેંચાઈ જાય છે, તેથી અમે એમ જાણીએ છીએ કે હજુ તેવો ઉદય નથી.

૫. પૂર્વે થઈ ગયેલા અનંતજ્ઞાનીઓ જોકે મહાજ્ઞાની થઈ ગયા છે, પણ તેથી કંઈ જીવનો દોષ જાય નહીં; એટલે કે અત્યારે જીવમાં માન હોય તે પૂર્વે થઈ ગયેલા જ્ઞાની કહેવા આવે નહીં; પરંતુ હાલ જે પ્રત્યક્ષ જ્ઞાની બિરાજમાન હોય તે જ દોષને જણાવી કઢાવી શકે. જેમ દૂરના ક્ષીરસમુદ્રથી અત્રેના તૃષાતુરની તૃષા છીપે નહીં, પણ એક મીઠા પાણીનો કળશો અત્રે હોય તો તેથી તૃષા છીપે.

૬. જીવ પોતાની કલ્પનાથી કલ્પે કે ધ્યાનથી કલ્યાણ થાય કે સમાધિથી કે યોગથી કે આવા આવા પ્રકારથી, પણ તેથી જીવનું કંઈ કલ્યાણ થાય નહીં. જીવનું કલ્યાણ થવું તો જ્ઞાનીપુરુષના લક્ષમાં હોય છે, અને તે પરમ સત્સંગે કરી સમજી શકાય છે; માટે તેવા વિકલ્પ કરવા મૂકી દેવા.

૭. જીવે મુખ્યમાં મુખ્ય આ વાત વિશેષ ધ્યાન આપવા જેવી છે, કે સત્સંગ થયો હોય તો સત્સંગમાં સાંભળેલ શિક્ષાબોધ પરિણામ પામી, સહેજે જીવમાં ઉત્પન્ન થયેલ કદાગ્રહાદિ દોષો તો છૂટી જવા જોઈએ, કે જેથી સત્સંગનું અવર્ણવાદપણું બોલવાનો પ્રસંગ બીજા જીવોને આવે નહીં.

૮. જ્ઞાનીપુરુષે કહેવું બાકી નથી રાખ્યું, પણ જીવે કરવું બાકી રાખ્યું છે. એવો યોગાનુયોગ કોઈક જ વેળા ઉદયમાં આવે છે. તેવી વાંછાએ રહિત મહાત્માની ભક્તિ તો કેવળ કલ્યાણકારક જ નીવડે છે; પણ કોઈ વેળા તેવી વાંછા મહાત્મા પ્રત્યે થઈ અને તેવી પ્રવૃત્તિ થઈ ચૂકી, તોપણ

Keywords

ચોકસી - *choksee* - certainty, precision, ensuring, scrutiny

શિક્ષાબોધ - *shikshaabodh* - wisdom teachings

કદાગ્રહ - *kadaagraha* - obstinacy

મતમતાંતર - *matmataantar* - sectarianism

વિશ્વાસઘાત - *vishvaasghaat* - betrayal of trust

અસત્ વચન - *asat vachan* - untrue words, untrue statement

તિરસ્કાર - *tiraskaar* - contempt, abhorrence

સ્મૃતિ - *smruti* - memory, recollection

ઉદય - *uday* - karmic circumstances

પ્રત્યક્ષ - *pratyaksh* - present, currently alive

બિરાજમાન - *biraajmaan* - presiding

ક્ષીરસમુદ્ર - *ksheersamudra* - ocean of milk (according to Jain cosmology)

તૃષા - *trushaa* - thirst

કલ્પના - *kalpanaa* - imagination

યોગ - *yog* - association

લક્ષ - *laksh* - focus, purpose, vision

યોગાનુયોગ - *yogaanuyog* - fortunate coincidence

નિઃશંક - *nishank* - free from doubt

વિસ્મરણ - *vismaran* - forgetting, discarding from one's mind

ઉપદેશ - *updesh* - teaching

વિપરીત - *vipareet* - malefic, adverse

એકાકી - *ekaakee* - alone

ઉદાસ - *udaas* - unsupported, detached

466

Petlad, the 6th day of the bright half of the month of Bhadarva, VS 1949

Aum

1. Whomever you request dharma from, thoroughly ensure they have attained it themselves. Think about this statement with a steady mind.

2. From whomever you have requested dharma, once you recognise this completely enlightened master, then remain in association with such enlightened masters, and when such association occurs, understand it to be the fruition of completely meritorious karmas. Grasp the wisdom teachings of that ultimate enlightened one so that obstinacy, sectarianism, betrayal of trust, untrue words, and so on, are abhorred, in other words, do not adopt these. Let go of insistence on one's own sect: the dharma of the soul is in the soul itself. The dharma imparted by one who has attained their soul, is the path leading to the soul. Don't fall into obstinacy about any other path.

3. Despite doing this, if after the soul has gained the association of an enlightened master, one cannot give up faults such as obstinacy and sectarianism, then one should not hope for salvation.

   I myself do not command anyone, saying 'do this'. Even if you repeatedly ask, this is in my mind. To this day, I have not instructed anyone who has come into association with me that they should conduct themselves this way or behave that way. I might have informed them merely by way of instructive teaching.

4. My own karmic circumstances are such that my speech withdraws when I utter such teachings. If an ordinary question is posed, the speech sheds light. But in spiritual teachings, the speech withdraws. Because of this, I know that the karmic circumstances are not yet right for it.

5. Infinitely enlightened masters of the past, even though they have attained great insight, cannot remove the faults of a seeker. For instance, if a seeker currently has pride, an enlightened master of the past does not come forth to tell him this. But only a present, presiding master is able to inform a seeker about it and remove the fault. A distant ocean of milk cannot quench the thirst of a thirsty person here, but if there is one glass of sweet water here, then their thirst can be quenched.

6. One may imagine with their own imagination that observing practices of meditation, trance, yoga, or this or that other practice, will lead to liberation, but that will not lead to the soul's liberation. The liberation of a seeker remains in the vision of an enlightened master and can only be understood through the foremost association with them. Therefore leave aside such imaginary notions.

466

Background

In this extremely clear letter, Shrimad explains the importance of learning dharma only from a completely enlightened master. Only a glass of water in hand can quench our thirst, he writes. Shrimad wrote this from the town of Petlad, where he took some time away from his work in Mumbai. We don't know the name of the fortunate recipient of this letter.

તે જ વાંછા જો અસત્પુરુષમાં કરી હોય અને જે ફળ થાય છે, તે કરતાં આનું ફળ જુદું થવાનો સંભવ છે. સત્પુરુષ પ્રત્યે તેવા કાળમાં જો નિઃશંકપણું રહ્યું હોય, તો કાળે કરીને તેમની પાસેથી સન્માર્ગની પ્રાપ્તિ હોઈ શકે છે. એક પ્રકારે અમને પોતાને એ માટે બહુ શોચ રહેતો હતો, પણ તેનું કલ્યાણ વિચારીને શોચ વિસ્મરણ કર્યો છે.

૯. મન, વચન, કાયાના જોગમાંથી જેને કેવળીસ્વરૂપભાવ થતાં અહંભાવ મટી ગયો છે, એવા જે જ્ઞાનીપુરુષ, તેના પરમઉપશમરૂપ ચરણારવિંદ તેને નમસ્કાર કરી, વારંવાર તેને ચિંતવી, તે જ માર્ગમાં પ્રવૃત્તિની તમે ઇચ્છા કર્યા કરો એવો ઉપદેશ કરી, આ પત્ર પૂરો કરું છું.

વિપરીત કાળમાં એકાકી હોવાથી ઉદાસ!!!

7. One should concentrate intensely on this most important point, which is that if one has attained association with an enlightened master, then the teaching heard in such association should have had an impact, and flaws such as obstinacy should naturally go so that others would not have the opportunity to speak ill of the association with an enlightened master.

8. Enlightened masters have not left anything unsaid, but seekers have left many things undone. Such a fortunate encounter arises only rarely, by karmic fruition. Such devotion, free from worldly desire, towards a great soul, will result purely in liberation. But even if a worldly desire does arise towards the great soul, and such conduct does arise, the fruits of having such a desire are likely to be quite different from having had the same desire towards a master that is not enlightened. If one has remained free from doubt towards an enlightened master on such an occasion, then over time, the true path can be attained from him. In one sense, I myself had great concern about this, but thinking of the seeker's liberation, that concern has been discarded.

9. I bow to the supremely serene lotus feet of the enlightened master who, by attaining the sense of complete liberation, has cured all identification with the activities of mind, body and speech; I repeatedly contemplate on them, and guide you to keep wishing to pursue that very path – having given this teaching, I end the letter here.

      Feeling unsupported due to the solitude in this malefic era!!!

Keywords

સુધારસ - *sudhaaras* - Nectar of Immortality, name of the technique of meditation

નિર્ધાર - *nirdhaar* - clarity

માર્ગ - *maarg* - path, practice (in this context)

નિરાકરણ - *niraakaran* - conclusion, comprehension

વિક્ષેપ - *vikshep* - confusion, tossing of the mind

ઉત્પત્તિ - *utpatti* - arising, birth

પરમાર્થ - *parmaarth* - true spiritual essence

સત્સંગ - *satsang* - association with an enlightened master

આત્મા - *aatmaa* - soul

વ્યવહાર - *vyavahaar* - relative

માર્ગાનુસારી - *maargaanusaaree* - one with a basic worthiness of the path

ઉપાય - *upaay* - method, solution, means to

આત્મપ્રદેશ - *aatmapradesh* - soul's units

સ્થિરતા - *sthirtaa* - stillness, complete stillness

પરિણામ - *parinaam* - the resulting factors, in this case the inner state, or mind

બોધ - *bodh* - knowledge, imparted wisdom

દુભવું - *dubhavun* - to impede, hurt

નિશ્ચય - *nishchay* - resolution, conclusion

પવન - *pavan* - breath, literally it means wind

શ્વાસોચ્છ્વાસ - *shvaasochchhvaas* - breathing

કલ્યાણ - *kalyaan* - liberation

૪૭૨

મુંબઈ, આસો સુદ ૯, બુધ, ૧૯૪૯

પરમસ્નેહી શ્રી સુભાગ્ય તથા શ્રી ડુંગર, શ્રી સાયલા.

આજે કાગળ ૧ શ્રી સુભાગ્યનો લખેલો આવ્યો તે પહોંચ્યો છે.

ખુલ્લા કાગળમાં[1] સુધારસ પરત્વે પ્રાયે સ્પષ્ટ લખ્યું હતું, તે ચાહીને લખ્યું હતું. એમ લખવાથી વિપરિણામ આવવાનું છે નહીં, એમ જાણીને લખ્યું હતું. કંઈ કંઈ તે વાતના ચર્ચક જીવને જો તે વાત વાંચવામાં આવે તો કેવળ તેથી નિર્ધાર થઈ જાય એમ બને નહીં, પણ એમ બને કે જે પુરુષે આ વાક્યો લખ્યાં છે તે પુરુષ કોઈ અપૂર્વ માર્ગના જ્ઞાતા છે, અને આ વાતનું નિરાકરણ તે પ્રત્યેથી થવાનો મુખ્ય સંભવ છે, એમ જાણી તેની તે પ્રત્યે કંઈ પણ ભાવના થાય. કદાપિ એમ ધારીએ કે તેને કંઈ કંઈ સંજ્ઞા તે વિષેની થઈ હોય, અને આ સ્પષ્ટ લખાણ વાંચવાથી તેને વિશેષ સંજ્ઞા થઈ પોતાની મેળે તે નિર્ધારમાં આવી જાય, પણ તે નિર્ધાર એમ થતો નથી. યથાર્થ તેના સ્થળનું જાણવું તેનાથી થઈ શકે નહીં, અને તે કારણથી જીવને વિક્ષેપની ઉત્પત્તિ થાય કે આ વાત કોઈ પ્રકારે જાણવામાં આવે તો સારું. તો તે પ્રકારે પણ જે પુરુષે લખ્યું છે તે પ્રત્યે તેને ભાવનાની ઉત્પત્તિ થવી સંભવે છે.

ત્રીજો પ્રકાર એમ સમજવા યોગ્ય છે કે સત્પુરુષની વાણી સ્પષ્ટપણે લખાઈ હોય તોપણ તેનો પરમાર્થ સત્પુરુષનો સત્સંગ જેને આજ્ઞાંકિતપણે થયો નથી, તેને સમજાવો દુર્લભ થાય છે, એમ તે વાંચનારને સ્પષ્ટ જાણવાનું ક્યારેય પણ કારણ થાય. જોકે અમે તો અતિ સ્પષ્ટ લખ્યું નહોતું તોપણ તેમને એવો કંઈ સંભવ થાય છે; પણ અમે તો એમ ધારીએ છીએ કે અતિ સ્પષ્ટ લખ્યું હોય, તોપણ ઘણું કરી સમજાતું નથી, અથવા વિપરીત સમજાય છે, અને પરિણામે પાછો તેને વિક્ષેપ ઉત્પન્ન થઈ સન્માર્ગને વિષે ભાવના થવાનો સંભવ થાય છે. એ પત્તામાં અમે ઇચ્છાપૂર્વક સ્પષ્ટ લખ્યું હતું.

સહેજ સ્વભાવે પણ ન ધારેલું ઘણું કરી પરમાર્થ પરત્વે લખાતું નથી, અથવા બોલાતું નથી, કે જે અપરમાર્થરૂપ પરિણામને પામે.

બીજો અમારો આશય તે જ્ઞાન વિષે લખવાનો વિશેષપણે અત્ર લખ્યો છે. (૧) જે જ્ઞાનીપુરુષે સ્પષ્ટ એવો આત્મા કોઈ અપૂર્વ લક્ષણે, ગુણે અને વેદનપણે, અનુભવ્યો છે, અને તે જ પરિણામ જેના આત્માનું થયું છે, તે જ્ઞાનીપુરુષે જો તે સુધારસ સંબંધી જ્ઞાન આપ્યું હોય તો તેનું પરિણામ પરમાર્થ–પરમાર્થસ્વરૂપ છે. (૨) અને જે પુરુષ તે સુધારસને જ આત્મા જાણે છે, તેનાથી તે જ્ઞાનની પ્રાપ્તિ થઈ હોય તો તે વ્યવહાર–પરમાર્થસ્વરૂપ છે. (૩) તે જ્ઞાન કદાપિ પરમાર્થ–પરમાર્થસ્વરૂપ એવા જ્ઞાનીએ ન આપ્યું હોય, પણ તે જ્ઞાનીપુરુષે સન્માર્ગ સન્મુખ આકર્ષે એવો જે જીવને ઉપદેશ કર્યો હોય તે જીવને રુચ્યો હોય તેનું જ્ઞાન તે પરમાર્થ–વ્યવહારસ્વરૂપ છે. (૪) અને તે સિવાય શાસ્ત્રાદિ જાણનાર સામાન્ય પ્રકારે માર્ગાનુસારી જેવી ઉપદેશવાત કરે, તે શ્રદ્ધાય, તે વ્યવહાર–વ્યવહારસ્વરૂપ છે. સુગમપણે સમજવા એમ ચાર પ્રકાર થાય છે. પરમાર્થ–પરમાર્થસ્વરૂપ એ નિકટ મોક્ષનો ઉપાય છે. પરમાર્થ–વ્યવહારસ્વરૂપ એ અનંતર પરંપરસંબંધે મોક્ષનો ઉપાય છે. વ્યવહાર–પરમાર્થસ્વરૂપ તે ઘણાં કાળે કોઈ પ્રકારે પણ મોક્ષનાં સાધનના કારણભૂત થવાનો ઉપાય છે. વ્યવહાર–વ્યવહારસ્વરૂપનું ફળ આત્મપ્રત્યયી નથી સંભવતું. આ વાત હજુ કોઈ પ્રસંગે વિશેષપણે લખીશું એટલે વિશેષપણે સમજાશે; પણ આટલી સંક્ષેપતાથી વિશેષ ન સમજાય તો

472

472

Mumbai, 9th day of the bright half of Aso, Wednesday, VS 1949

Most beloved Shree Saubhag and Shree Dungar, Shree Sayla.

I have received a letter written by Shree Saubhag today.

My writing about the Nectar of Immortality explicitly in a postcard[1] was done intentionally. I wrote in this way knowing that it would not have any adverse consequences. Even if these words were to be read by those who are enthusiasts in this matter, it is unlikely that they would arrive at a firm conclusion simply based on this writing; instead, it would lead them to the conclusion that the author of these words is the knower of an unprecedented practice, and in all likelihood, it is only through this person that this matter can be rightfully comprehended, and so they would somehow be drawn to the author. Suppose we assume that those readers have some prior knowledge on this matter, and so by reading these explicitly stated words their knowledge would increase sufficiently for them to independently come to a clear conclusion. But, clarity cannot be attained that way. They would not possibly be able to know its exact location, and from the resulting uncertainty, a thought would arise that 'It would be good to gain insight into this matter by any means.' So even in this way, they would be drawn to the author of these words.

The third possibility to understand here is that even if the teachings of an enlightened master were to be clearly written, it is impossible to understand the true spiritual essence contained in them by those who have not associated with an enlightened master and respectfully followed his instructions - therefore, such writings can become the very cause for the reader to gain clarity on the importance of these instructions. I had not written those words particularly lucidly, however, there might be some possibility that Shree Dungar feels that I did; but my belief is that even if those words had been written extremely clearly, they could not be rightfully understood, or else would be incorrectly understood, and the reader would consequently experience uncertainty, which in turn could lead them to an inclination of the possibility of seeking out the true path. In that postcard, I had intentionally written those words with clarity.

Naturally immersed in the self, nothing I speak or write about this ultimate truth, would result, even unintentionally, in untruth.

I express here in detail another reason behind my writing about this practice (1) If the knowledge related to the Nectar of Immortality had been attained through an enlightened person who has experienced the soul clearly through unprecedented characteristics, qualities and experience, and whose soul now abides in this realisation, then the result of this knowledge is categorised as absolute-absolute (2) And if this knowledge were to be obtained from one who considers Nectar of Immortality itself to be the soul, then the result is categorised as relative-absolute.

Background

In Letter 471 (not included in this collection) Shrimad sends Shree Saubhag a postcard about meditation. Shree Saubhag responds with concern about discussing such esoteric matters so openly! In this subsequent letter, Shrimad reassures him that there is no need to worry, and goes on to share a remarkable four-fold analysis in which he discusses the importance of learning this meditation technique, as opposed to others, and the importance of learning it from someone who has experienced their own soul by means of it, as opposed to from others. Sudhaaras, 'Nectar of Immortality', is shorthand for both the technique of meditation, and an element of the practice itself.

પ્રગટ - *pragat* - manifest

મુખરસ - *mukhras* - Nectar of Immortality, also known as 'Sudhaaras', name of the technique of meditation

એકતાર - *ektaar* - absorbed

સુધારસ-સ્થિરતા - *sudhaaras-sthirta* - meditative stillness

બીજજ્ઞાન - *beejgnaan* - meditation technique that is the seed of enlightenment

સુગમ - *sugam* - simple, easy

ચંદન - *chandan* - sandalwood

મર્યાદા - *maryaadaa* - limit

વિભાવ પરિણામ - *vibhaav parinaam* - external engagement

છાયા - *chhaayaa* - reflection, shadow, effect

સુગંધ - *sugandh* - fragrance

વિશેષપણું - *visheshpanun* - intensity, depth

મુઝાશો નહીં.

લક્ષણથી, ગુણથી અને વેદનથી જેને આત્મસ્વરૂપ જણાયું છે, તેને ધ્યાનનો એ એક ઉપાય છે, કે જેથી આત્મપ્રદેશની સ્થિરતા થાય છે, અને પરિણામ પણ સ્થિર થાય છે. લક્ષણથી, ગુણથી અને વેદનથી જેણે આત્મસ્વરૂપ જાણ્યું નથી, એવા મુમુક્ષુને જ્ઞાનીપુરુષે બતાવેલું જો આ જ્ઞાન હોય તો તેને અનુક્રમે લક્ષણાદિનો બોધ સુગમપણે થાય છે. મુખરસ અને તેનું ઉત્પત્તિક્ષેત્ર એ કોઈ અપૂર્વ કારણરૂપ છે એમ તમે નિશ્ચયપણે નિર્ધારજો. જ્ઞાનીપુરુષનો તે પછીનો જે માર્ગ તે ન દુભાય એવો તમને પ્રસંગ થયો છે, તેથી તેવો નિશ્ચય રાખવા જણાવ્યું છે. તે પછીનો માર્ગ જો દુભાતો હોય અને તેને વિષે કોઈને અપૂર્વ કારણરૂપે નિશ્ચય થયો હોય તો તે કોઈ પ્રકારે પાછો નિશ્ચય ફેરવ્યે જ ઉપાયરૂપ થાય છે, એવો અમારા આત્મામાં લક્ષ રહે છે.

એક અજ્ઞાનપણે પવનની સ્થિરતા કરે છે, પણ શ્વાસોચ્છ્વાસ રોધનથી તેને કલ્યાણનો હેતુ થતો નથી, અને એક જ્ઞાનીની આજ્ઞાપૂર્વક શ્વાસોચ્છ્વાસનો રોધ કરે છે, તો તેને તે કારણથી જે સ્થિરતા આવે છે, તે આત્માને પ્રગટવાનો હેતુ થાય છે. શ્વાસોચ્છ્વાસની સ્થિરતા થવી એ એક પ્રકારે ઘણી કઠણ વાત છે. તેનો સુગમ ઉપાય મુખરસ એકતાર કરવાથી થાય છે; માટે તે વિશેષ સ્થિરતાનું સાધન છે; પણ તે સુધારસ-સ્થિરતા અજ્ઞાનપણે ફળીભૂત થતી નથી, એટલે કલ્યાણરૂપ થતી નથી, તેમ તે બીજજ્ઞાનનું ધ્યાન પણ અજ્ઞાનપણે કલ્યાણરૂપ થતું નથી, એટલો વિશેષ નિશ્ચય અમને ભાસ્યા કરે છે. જેણે વેદનપણે આત્મા જાણ્યો છે તે જ્ઞાનીપુરુષની આજ્ઞાએ તે કલ્યાણરૂપ થાય છે, અને આત્મા પ્રગટવાનો અત્યંત સુગમ ઉપાય થાય છે.

એક બીજી અપૂર્વ વાત પણ આ સ્થળે લખવાનું સૂઝે છે. આત્મા છે તે ચંદનવૃક્ષ છે. તેની સમીપે જે જે વસ્તુઓ વિશેષપણે રહી હોય તે તે વસ્તુ તેની સુગંધનો (!) વિશેષ બોધ કરે છે. જે વૃક્ષ ચંદનથી વિશેષ સમીપ હોય તે વૃક્ષમાં ચંદનની ગંધ વિશેષપણે સ્ફુરે છે. જેમ જેમ આઘેનાં વૃક્ષ હોય તેમ તેમ સુગંધ મંદપરિણામને ભજે છે; અને અમુક મર્યાદા પછી અસુગંધરૂપ વૃક્ષોનું વન આવે છે; અર્થાત્ ચંદન પછી તે સુગંધપરિણામ કરતું નથી. તેમ આ આત્મા વિભાવ પરિણામને ભજે છે, ત્યાં સુધી તેને ચંદન વૃક્ષ કહીએ છીએ અને સૌથી તેને અમુક અમુક સૂક્ષ્મ વસ્તુનો સંબંધ છે, તેમાં તેની છાયા (!) રૂપ સુગંધ વિશેષ પડે છે; જેનું ધ્યાન જ્ઞાનીની આજ્ઞાએ થવાથી આત્મા પ્રગટે છે. પવન કરતાં પણ સુધારસ છે તેમાં, આત્મા વિશેષ સમીપપણે વર્તે છે, માટે તે આત્માની વિશેષ છાયા–સુગંધ (!)નો ધ્યાન કરવા યોગ્ય ઉપાય છે. આ પણ વિશેષપણે સમજવા યોગ્ય છે.

પ્રણામ પહોંચે.

-----

૧. જુઓ આંક ૪૭૧.

(3) If that knowledge has not been bestowed by an enlightened person, as per the absolute-absolute category, the sermons of an enlightened one have attracted the seeker towards the true path, and indeed the seeker has been drawn to the path, then such knowledge is categorised as absolute-relative. (4) And besides these, to have faith in the words of one who understands the scriptures and preaches with a basic worthiness of the path, can be categorised as relative-relative. These four categories are for ease of understanding. The absolute-absolute is the shortest path to liberation. The absolute-relative path gradually leads to liberation due to its connection with an enlightened lineage. The relative-absolute path is, over a long period of time, in some way, a means to be a cause of the tools for moksha. The fruits of a relative-relative path do not lead one towards the soul. On some occasion, I shall write in more detail about this topic, so that it may be understood in more detail; so if you do not understand this from my brief points, then do not feel dejected.

For the one who has known the soul through its characteristics, qualities and from experience, the above is one method for meditation, by which one can attain complete stillness of the soul, as well as stillness of the mind. For the true seeker who has not yet known the soul through its characteristics and qualities, and from experience, if this method is attained from an enlightened master, then he will sequentially and easily gain the knowledge of its characteristics, and so on. Believe with absolute certainty that the Nectar of Immortality, and its source, are unprecedented means. Your circumstances are such that the next stages in the path of the enlightened ones would not be impeded, and this is why I have told you to maintain this belief of yours. If the path were being impeded, and if one has formed a false belief due to unprecedented reasons, then the only solution is to turn around such a belief. That remains the focus of my soul.

In the absence of an enlightened master one may try to still their breath, but controlling their breathing in this manner will not lead to spiritual liberation. Another, under the instruction of an enlightened master, may control their breathing, and the stillness that arises out of that will lead them to the manifestation of the soul. In one sense, to attain the stillness of breathing is a very difficult task. The easy means to it is through one-pointed concentration on the Nectar of Immortality; therefore it is a better technique for stillness. But that meditative-stillness in the Nectar of Immortality cannot be fruitful without the grace of an enlightened master; in other words, the technique alone does not lead to liberation. This meditation technique that is the seed of enlightenment, given without enlightened instruction, will not lead to liberation – I feel most certain of this. Under the instruction of an enlightened one, who has known the soul by means of his own experience, this meditation results in liberation. This is an extremely simple way to manifest the soul.

At this point, it strikes me that I should state another extraordinary analogy. The soul is a sandalwood tree. Those objects that are in close proximity to it,

strongly announce its fragrance (!). Those trees that are in close proximity to a sandalwood tree strongly emanate the scent of sandalwood. As the trees become more distant, the fragrance of sandalwood becomes milder; and beyond a certain limit, one reaches a forest of unscented trees; in other words, the sandalwood no longer infuses its scent. Similarly, as long as the soul is externally engaged, we describe it as a sandalwood tree. And it is mostly associated with a finely subtle object on which the soul's reflection (!) and fragrance fall the most strongly, and by meditating on this object under the command of an enlightened master, one realises the soul. The soul is closer to where the Nectar of Immortality is than it is to the breath, and hence to meditate on the reflection-fragrance (!) of the soul is an apt method. This too is worth understanding in depth.

Respectfully.

-----

1. Refer to Letter 471.

Keywords

બૂઝો - *boozo* - awaken

સમ્યક્ - *samyak* - true, right

સદ્‌વિવેક - *sadvivek* - true wisdom

સમજવું - *samajvun* - to understand

લોક - *lok* - universe

પોતપોતાનું - *potpotaanun* - one's own individual, different, distinct

વિપર્યાસ - *viparyaas* - delusion

અભિપ્રાય - *abhipraay* - decision

સાધન - *saadhan* - practices

અપ્રધાન - *apradhaan* - dropped, reduced in emphasis

સત્‌સંગ - *satsang* - association with an enlightened master, saint

ઉપાસવું - *upaasvun* - to devotedly follow, to worship

આત્મભાવ - *aatmabhaav* - identification

ઉપાધિ - *upaadhi* - worldly concern

આધિ - *aadhi* - mental concern

વ્યાધિ - *vyaadhi* - physical concern

મટવું - *matvun* - abandon, literal translation is healing

ખેદ - *khed* - remorse

અજાણ્યું - *ajaanyun* - unfamiliar

પરનાં - *parnaa* - foreign

ઉદાસીન - *udaaseen* - distant, separate

અરમણીય - *aramaniya* - unattractive

અમોહકર - *amohakar* - uninviting, not charming

રસ - *ras* - interest

સ્વાભાવિક - *svaabhaavik* - naturally

માર્ગાનુસારી - *maargaanusaaree* - those faithful to the path

જાણીતું - *jaanitun* - familiar

પોતાનું - *potaanun* - one's own

પ્રીતિકર - *preetikar* - charming

સુંદર - *sundar* - beautiful

આકર્ષનાર - *aakarshnaar* - attractive

૪૯૧

મુંબઈ, ફાગણ, ૧૯૫૦

ૐ

તીર્થંકર વારંવાર નીચે કહ્યો છે, તે ઉપદેશ કરતા હતા:—

'હે જીવો! તમે બૂઝો, સમ્યક્ પ્રકારે બૂઝો. મનુષ્યપણું મળવું ઘણું દુર્લભ છે, અને ચારે ગતિને વિષે ભય છે, એમ જાણો. અજ્ઞાનથી સદ્‌વિવેક પામવો દુર્લભ છે, એમ સમજો. આખો લોક એકાંત દુઃખે કરી બળે છે, એમ જાણો. અને 'સર્વ જીવ' પોતપોતાનાં કર્મે કરી વિપર્યાસપણું અનુભવે છે, તેનો વિચાર કરો.'

(સૂયગડાંગ–અધ્યયન ૭ મું, ૧૧)

સર્વ દુઃખથી મુક્ત થવાનો અભિપ્રાય જેનો થયો હોય, તે પુરુષે આત્માને ગવેષવો, અને આત્મા ગવેષવો હોય તેણે યમનિયમાદિક સર્વ સાધનનો આગ્રહ અપ્રધાન કરી, સત્‌સંગને ગવેષવો; તેમ જ ઉપાસવો. સત્‌સંગની ઉપાસના કરવી હોય તેણે સંસારને ઉપાસવાનો આત્મભાવ સર્વથા ત્યાગવો. પોતાના સર્વ અભિપ્રાયનો ત્યાગ કરી પોતાની સર્વ શક્તિએ તે સત્‌સંગની આજ્ઞાને ઉપાસવી. તીર્થંકર એમ કહે છે કે જે કોઈ તે આજ્ઞા ઉપાસે છે, તે અવશ્ય સત્‌સંગને ઉપાસે છે. એમ જે સત્‌સંગને ઉપાસે છે તે અવશ્ય આત્માને ઉપાસે છે, અને આત્માને ઉપાસનાર સર્વ દુઃખથી મુક્ત થાય છે.

(દ્વાદશાંગીનું સળંગ સૂત્ર)

પ્રથમમાં જે અભિપ્રાય દર્શાવ્યો છે તે ગાથા સૂયગડાંગમાં નીચે પ્રમાણે છે:

संबुज्झहा जंतवो माणुसत्तं, दट्ठुं भयं बालिसेणं अलंभो,
एगंतदुक्खे जरिए व लोए, सक्कम्मणा विप्परियासुवेइ.

સર્વ પ્રકારની ઉપાધિ, આધિ, વ્યાધિથી મુક્તપણે વર્તતા હોઈએ તોપણ સત્‌સંગને વિષે રહેલી ભક્તિ તે અમને મટવી દુર્લભ જણાય છે. સત્‌સંગનું સર્વોત્તમ અપૂર્વપણું અહોરાત્ર એમ અમને વસ્યા કરે છે, તથાપિ ઉદયજોગ પ્રારબ્ધથી તેવો અંતરાય વર્તે છે. ઘણું કરી કોઈ વાતનો ખેદ 'અમારા' આત્માને વિષે ઉત્પન્ન થતો નથી, તથાપિ સત્‌સંગના અંતરાયનો ખેદ અહોરાત્ર ઘણું કરી વર્ત્યા કરે છે. 'સર્વ ભૂમિઓ, સર્વ માણસો, સર્વ કામો, સર્વ વાતચીતાદિ પ્રસંગો અજાણ્યાં જેવાં, સાવ પરનાં, ઉદાસીન જેવાં, અરમણીય, અમોહકર અને રસરહિત સ્વાભાવિકપણે ભાસે છે.' માત્ર જ્ઞાનીપુરુષો, મુમુક્ષુપુરુષો, કે માર્ગાનુસારી પુરુષોનો સત્‌સંગ તે જાણીતો, પોતાનો, પ્રીતિકર, સુંદર, આકર્ષનાર અને રસસ્વરૂપ ભાસે છે. એમ હોવાથી અમારું મન ઘણું કરી અપ્રતિબદ્ધપણું ભજતું ભજતું તમ જેવા માર્ગેચ્છાવાન પુરુષોને વિષે પ્રતિબદ્ધપણું પામે છે.

491

491

Mumbai, Fagan, VS 1950

Aum

The Lord Tirthankaras repeatedly used to teach what is said below:-

'Oh souls! Awaken, awaken in the true way. It is extremely rare to be born as a human, and existence in all four realms is full of fear, know this. It is rare to obtain true wisdom from ignorance, understand this. This entire universe is categorically burning in the fires of sorrow, know this. And all souls are under the spell of delusion according to their own individual karma, contemplate this.'

(Suyagadang Sutra - Chapter 7, Verse 11)

'The one who has decided to free themselves from all sorrow, that person should seek the soul, and the one who wishes to seek the soul should drop the insistence on all kinds of all religious practices including vows and codes of conduct, and instead seek an enlightened master; and devote themselves. The one who wishes to devotedly follow the enlightened master must completely let go of their identification with devotedly following the materialistic world. Such a seeker must let go of all their opinions and with all their strength adhere to the instructions that they have obtained from the enlightened master. The Lord Tirthankaras have spoken thus - whoever devotedly follows the instructions of an enlightened master, surely is devotedly following the master himself. In this way, the one who devotedly follows the master, surely devotedly follows the soul, and those devotedly following the soul become free from all sorrow.'

(Dvadashang Sutra)

The perspective shared in the first paragraph is taken from this verse in the Suyagadang Sutra, which is as below:

संबुज्झहा जंतवो माणुसत्तं, दट्ठुं भयं बालिसेणं अलंभो,
एगंतदुक्खे जरिए व लोए, सक्कम्मणा विप्परियासुवेइ.

Even when I have attained inner freedom from all worldly, mental or physical affairs, my devotion towards the enlightened master is impossible to abandon. Day and night I constantly dwell on the unprecedented importance of the enlightened master, and yet, these predestined external circumstances are an obstacle to it. I have mostly no sense of remorse in 'myself' towards anything, yet day and night I feel remorseful about these obstacles which obstruct meeting an enlightened saint. 'All places, all people, all tasks, all occurrences of conversation, naturally seem unfamiliar, completely foreign, distant, unattractive, uninviting, and uninteresting to me.' It is only association with enlightened saints, like-minded seekers of moksha, and those faithful to the path, that I find familiar, my own, charming, beautiful, attractive and by nature interesting. This being the case, while my mind is mostly unbounded, it is bounded by those desirous of the path, such as you.

Background

Shrimad emphasises here that when it comes to devotion we must make a choice - to follow an enlightened master or to follow the materialistic world. He adds that those who devotedly follow the master, are in fact devotedly following their own soul and will therefore become free from all sorrow. It is not known who this letter is written to.

'That meditative-stillness in the Nectar of Immortality cannot be fruitful without the grace of an enlightened master; in other words, the technique alone does not lead to liberation.... I feel most certain of this.'

Shrimad Rajchandra Vachanamrut

Letter 472

Keywords

વિપર્યાસ - *viparyaas* - distorted thinking, deluded thinking

આત્મભાવ - *aatmabhaav* - spiritual essence

આત્મપરિણામી - *aatmaparinaamee* - a soul that has realised its own true nature

વ્યવસાય - *vyavasaay* - profession or business

છિન્ન - *chhinn* - shredded

તુર્યાવસ્થા - *turyaavasthaa* - high spiritual state (beyond the three common conscious states)

નિર્બીજ - *nirbeej* - seedless

વિરત્યાદિ - *viratyaadi* - refers to the fifth or sixth stage of enlightenment known as Partial and Complete restraint

જ્ઞાની - *gnaanee* - scholar

કાર્ય - *kaarya* - activity

ક્ષણ - *kshan* - moment

પ્રમાદ - *pramaad* - negligence, carelessness, deviating, omission, neglecting duty,

વ્યવહાર - *vyavahaar* - worldly engagement

પ્રારબ્ધ - *praarabdh* - fruition of karma

જાગૃતિ - *jaagruti* - wakefulness, alertness, vigilance

માર્ગાનુસારી - *maargaanusaaree* - a follower of the path, a soul who possesses virtues which enable unobstructed selfless devotion to a self-realised one

વિશેષ - *vishesh* - intense

'સિદ્ધાંતબોધ' - *siddhaantbodh* - doctrinal wisdom

'ઉપદેશબોધ' - *updeshbodh* - instructive wisdom

૫૦૬

મુંબઈ, વૈશાખ, ૧૯૫૦

શ્રી તીર્થંકરાદિ મહાત્માઓએ એમ કહ્યું છે કે જેને વિપર્યાસ મટી દેહાદિને વિષે થયેલી આત્મબુદ્ધિ, અને આત્મભાવને વિષે થયેલી દેહબુદ્ધિ તે મટી છે, એટલે આત્મા આત્મપરિણામી થયો છે, તેવા જ્ઞાનીપુરુષને પણ જ્યાં સુધી પ્રારબ્ધ વ્યવસાય છે, ત્યાં સુધી જાગૃતિમાં રહેવું યોગ્ય છે. કેમ કે, અવકાશ પ્રાપ્ત થયે અનાદિ વિપર્યાસ ભયનો હેતુ ત્યાં પણ અમે જાણ્યો છે. ચાર ઘનઘાતી કર્મ જ્યાં છિન્ન થયાં છે, એવા સહજ સ્વરૂપ પરમાત્માને વિષે તો સંપૂર્ણ જ્ઞાન અને સંપૂર્ણ જાગૃતિરૂપ તુર્યાવસ્થા છે; એટલે ત્યાં અનાદિ વિપર્યાસ નિર્બીજપણાને પ્રાપ્ત થવાથી કોઈપણ પ્રકારે ઉદ્ભવ થઈ શકે જ નહીં; તથાપિ તેથી ન્યૂન એવાં વિરત્યાદિ ગુણસ્થાનકે વર્તતા એવા જ્ઞાનીને તો કાર્યે કાર્યે અને ક્ષણે ક્ષણે આત્મજાગૃતિ યોગ્ય છે. પ્રમાદવશે ચૌદપૂર્વ અંશે ન્યૂન જાણ્યા છે એવા જ્ઞાનીપુરુષને પણ અનંતકાળ પરિભ્રમણ થયું છે. માટે જેની વ્યવહારને વિષે અનાસક્ત બુદ્ધિ થઈ છે, તેવા પુરુષે પણ જો તેવા ઉદયનું પ્રારબ્ધ હોય તો તેની ક્ષણે ક્ષણે નિવૃત્તિ ચિંતવવી, અને નિજભાવની જાગૃતિ રાખવી. આ પ્રકારે જ્ઞાનીપુરુષને મહાજ્ઞાની એવા શ્રી તીર્થંકરાદિકે ભલામણ દીધી છે; તો પછી, જેને માર્ગાનુસારી અવસ્થામાં પણ હજુ પ્રવેશ થયો નથી, એવા જીવને તો આ સર્વ વ્યવસાયથી વિશેષ–વિશેષ નિવૃત્તભાવ રાખવો; અને વિચારજાગૃતિ રાખવી યોગ્ય છે, એમ જણાવવા જેવું પણ રહેતું નથી, કેમ કે તે તો સમજણમાં સહેજે આવી શકે એવું છે.

બોધ બે પ્રકારથી જ્ઞાની પુરુષોએ કર્યો છે. એક તો 'સિદ્ધાંતબોધ' અને બીજો તે સિદ્ધાંતબોધ થવાને કારણભૂત એવો 'ઉપદેશબોધ'. જો ઉપદેશબોધ જીવને અંતઃકરણમાં સ્થિતિમાન થયો ન હોય તો સિદ્ધાંતબોધનું માત્ર તેને શ્રવણ થાય તે ભલે, પણ પરિણામ થઈ શકે નહીં. 'સિદ્ધાંતબોધ' એટલે પદાર્થનું જે સિદ્ધ થયેલું સ્વરૂપ છે, જ્ઞાનીપુરુષોએ નિષ્કર્ષ કરી જે પ્રકારે છેવટે પદાર્થ જાણ્યો છે તે જે પ્રકારથી વાણી દ્વારાએ જણાવાય તેમ જણાવ્યો છે એવો જે બોધ છે તે 'સિદ્ધાંતબોધ' છે. પણ પદાર્થના નિર્ણયને પામવા જીવને અંતરાયરૂપ તેની અનાદિ વિપર્યાસભાવને પામેલી એવી બુદ્ધિ છે, કે જે વ્યક્તપણે કે અવ્યક્તપણે વિપર્યાસપણે પદાર્થસ્વરૂપને નિર્ધારી લે છે; તે વિપર્યાસબુદ્ધિનું બળ ઘટવા, યથાવત્ વસ્તુસ્વરૂપ જાણવાને વિષે પ્રવેશ થવા, જીવને વૈરાગ્ય અને ઉપશમ સાધન કહ્યાં છે; અને એવાં જે જે સાધનો જીવને સંસારભય દ્રઢ કરાવે છે તે તે સાધનો સંબંધી જે ઉપદેશ કહ્યો છે તે 'ઉપદેશબોધ' છે.

આ ઠેકાણે એવો ભેદ ઉત્પન્ન થાય કે 'ઉપદેશબોધ' કરતાં 'સિદ્ધાંતબોધ'નું મુખ્યપણું જણાય છે, કેમકે ઉપદેશબોધ પણ તેને જ અર્થે છે, તો પછી સિદ્ધાંતબોધનું જ પ્રથમથી અવગાહન કર્યું હોય તો જીવને પ્રથમથી જ ઉન્નતિનો હેતુ છે. આ પ્રકારે જો વિચાર ઉદ્ભવે તો તે વિપરીત છે, કેમકે સિદ્ધાંતબોધનો જન્મ ઉપદેશબોધથી થાય છે. જેને વૈરાગ્ય-ઉપશમ સંબંધી ઉપદેશબોધ થયો નથી, તેને બુદ્ધિનું વિપર્યાસપણું વર્ત્યા કરે છે, અને જ્યાં સુધી બુદ્ધિનું વિપર્યાસપણું હોય ત્યાં સુધી સિદ્ધાંતનું વિચારવું પણ વિપર્યાસપણે થવું જ સંભવે છે. કેમકે ચક્ષુને વિષે જેટલી ઝાંખપ છે, તેટલો ઝાંખો પદાર્થ તે દેખે છે. અને જો અત્યંત બળવાન પટળ હોય તો તેને સમૂળગો પદાર્થ દેખાતો નથી; તેમ જેને ચક્ષુનું યથાવત્ સંપૂર્ણ તેજ છે તે, પદાર્થને પણ યથાયોગ્ય દેખે છે. તેમ જે જીવને વિષે ગાઢ

506

Mumbai, Vaishakh, VS 1950

The Lord Tirthankaras and other great souls have said that for those whose distorted thinking is cured, whose tendency to think of matter as soul, and soul as matter, is cured, meaning that the soul has realised its own true nature, even for such an enlightened master, for as long as they engage in professional life due to their karmic fruition, they should remain vigilant. Because, in my experience, there is a fear that, given the chance, the distorted thinking since beginningless time will resurface in such a situation. The Lord whose soul effortlessly remains in the self, and whose four destructive karmas have been shredded, is in a high spiritual state of complete knowledge and complete wakefulness, meaning that the seed of distorted thinking since beginningless time has been destroyed in them and, therefore, cannot arise in any way. However, enlightened masters who are in the lower stages of awakening known as the stages of partial and complete restraint, must maintain awareness of the soul in each and every activity and in each and every moment. Due to spiritual laxity, scholars with knowledge of slightly less than all fourteen Purva of the Jain Canon have still wandered in the cycle of birth and death for infinite time. Therefore, one who is detached from worldly life, but still has to engage in it due to karmic fruition should think about becoming free from it at each and every moment, and they should remain awake to their own true nature. This is the advice that the great Lord Tirthankaras have given to enlightened masters. Therefore one who has yet to start following the path devotedly should maintain an extremely intense inclination to become free from worldly occupation; and should maintain alertness of their thoughts. This does not even need to be said because it is easily understood.

Enlightened masters have imparted wisdom in two forms: first, 'doctrinal-wisdom' and second 'instructive-wisdom', which is the cause of 'doctrinal-wisdom'. If 'instructive-wisdom' is not firmly established in one's conscience, then even if doctrinal-wisdom is heard, it does not have any effect. 'Doctrinal-wisdom' is the articulation of the realised nature of substances by enlightened masters who have drawn out the essence, and, ultimately known the substances. This wisdom, articulated to the extent possible in speech, is 'doctrinal-wisdom.' But for one to gain a clear understanding of these substances, the obstacle is the mindset that has been distorted from beginningless time, which, explicitly or implicitly, leads to a distorted conclusion about the nature of substances. In order to reduce the power of this distorted thinking, and to enter into an understanding of the true nature of the soul, the practices prescribed to one are detachment and pacification of the passions. The imparted wisdom that preaches about such practices, which are the ones that firmly establish the fear of worldly existence, is known as 'instructive-wisdom'.

At this point, the thought arises that 'doctrinal-wisdom' is more important than 'instructive-wisdom', because 'instructive-wisdom' is for the purpose of

Background

Jain scriptures emphasise the importance of reducing one's worldly engagements and possessions, while strengthening detachment and pacifying negative passions. Shrimad elucidates that this type of wisdom, known as 'instructive wisdom', is far more crucial and a prerequisite to understanding 'doctrinal wisdom' — such as descriptions of the soul and other substances. The recipient of this letter remains unknown.

અંતઃકરણ - *antahkaran* - conscience, heart-mind

પરિણામ - *parinaam* - realisation

સિદ્ધ - *siddh* - realised, known by an enlightened master

નિષ્કર્ષ - *nishkarsh* - essence, meaning

પદાર્થ - *padaarth* - substance

બુદ્ધિ - *buddhi* - mindset

વ્યક્ત - *vyakt* - explicit

નિર્ધાર - *nirdhaar* - conclusion

વસ્તુ - *vastu* - soul, truth

વૈરાગ્ય - *vairaagya* - detachment

ઉપશમ - *upsham* - pacification of the passions, calmness

પ્રથમ - *pratham* - first, right from the start

અવગાહન - *avgaahan* - immersing oneself

સંભવવું - *sambhavvun* - to be likely

ચક્ષુ - *chakshu* - eyes

ઝાંખપ - *zaankhap* - dimness, haziness

પટળ - *patal* - a thin film over the eyes

ગૃહ - *gruha* - home

કુટુંબ - *kutumb* - family

પરિગ્રહ - *parigraha* - possessions

અહંતા - *ahamtaa* - ego, identity

મમતા - *mamtaa* - mineness

સદ્‌બુદ્ધિ - *sadbuddhi* - true mindset

મોહિનીય કર્મ - *mohaneeya karma* - deluding karma

આરંભ - *aarambh* - worldly activities

મતિજ્ઞાન - *matignaan* - empirical knowledge

શ્રુતજ્ઞાન - *shrutgnaan* - inferred knowledge

વિપર્યાસબુદ્ધિ છે, તેને તો કોઈ રીતે સિદ્ધાંતબોધ વિચારમાં આવી શકે નહીં. જેની વિપર્યાસબુદ્ધિ મંદ થઈ છે તેને તે પ્રમાણમાં સિદ્ધાંતનું અવગાહન થાય; અને જેણે તે વિપર્યાસબુદ્ધિ વિશેષપણે ક્ષીણ કરી છે એવા જીવને વિશેષપણે સિદ્ધાંતનું અવગાહન થાય.

ગૃહકુટુંબ પરિગ્રહાદિ ભાવને વિષે જે અહંતા મમતા છે અને તેની પ્રાપ્તિ અપ્રાપ્તિ પ્રસંગમાં જે રાગદ્વેષ કષાય છે, તે જ 'વિપર્યાસબુદ્ધિ' છે; અને અહંતા મમતા તથા કષાય જ્યાં વૈરાગ્ય–ઉપશમ ઉદ્‌ભવે છે ત્યાં મંદ પડે છે, અનુક્રમે નાશ પામવા યોગ્ય થાય છે. ગૃહકુટુંબાદિ ભાવને વિષે અનાસક્ત બુદ્ધિ થવી તે 'વૈરાગ્ય' છે; અને તેની પ્રાપ્તિ–અપ્રાપ્તિ નિમિત્તે ઉત્પન્ન થતો એવો જે કષાય–ક્લેશ તેનું મંદ થવું તે 'ઉપશમ' છે. એટલે તે બે ગુણ વિપર્યાસબુદ્ધિને પર્યાયાંતર કરી સદ્‌બુદ્ધિ કરે છે; અને તે સદ્‌બુદ્ધિ જીવાજીવાદિ પદાર્થની વ્યવસ્થા જેથી જણાય છે એવા સિદ્ધાંતની વિચારણા કરવા યોગ્ય થાય છે, કેમકે ચક્ષુને પટળાદિ અંતરાય મટવાથી જેમ પદાર્થ યથાવત્ દેખાય છે, તેમ અહંતાદિ પટળનું મંદપણું થવાથી જીવને જ્ઞાનીપુરુષે કહેલા એવા સિદ્ધાંતભાવ, આત્મભાવ, વિચારચક્ષુએ દેખાય છે. જ્યાં વૈરાગ્ય અને ઉપશમ બળવાન છે, ત્યાં વિવેક બળવાનપણે હોય છે. વૈરાગ્યઉપશમ બળવાન ન હોય ત્યાં વિવેક બળવાન હોય નહીં, અથવા યથાવત્ વિવેક હોય નહીં. સહજ આત્મસ્વરૂપ છે એવું કેવળજ્ઞાન તે પણ પ્રથમ મોહિનીય કર્મના ક્ષયાંતર પ્રગટે છે. અને તે વાતથી ઉપર જણાવ્યો છે તે સિદ્ધાંત સ્પષ્ટ સમજી શકાશે.

વળી જ્ઞાની પુરુષોની વિશેષ શિખામણ વૈરાગ્ય-ઉપશમ પ્રતિબોધતી જોવામાં આવે છે. જિનના આગમ પર દ્રષ્ટિ મૂકવાથી એ વાત વિશેષ સ્પષ્ટ જણાઈ શકશે. 'સિદ્ધાંતબોધ' એટલે જીવાજીવ પદાર્થનું વિશેષપણે કથન તે આગમમાં જેટલું કર્યું છે, તે કરતાં વિશેષપણે, વિશેષપણે વૈરાગ્ય અને ઉપશમને કથન કર્યાં છે, કેમકે તેની સિદ્ધિ થયા પછી વિચારની નિર્મળતા સહેજે થશે, અને વિચારની નિર્મળતા સિદ્ધાંતરૂપ કથનને સહેજે કે ઓછા પરિશ્રમે અંગીકાર કરી શકે છે, એટલે તેની પણ સહેજે સિદ્ધિ થશે; અને તેમજ થતું હોવાથી ઠામ ઠામ એ જ અધિકારનું વ્યાખ્યાન કર્યું છે. જો જીવને આરંભ-પરિગ્રહનું પ્રવર્તન વિશેષ રહેતું હોય તો વૈરાગ્ય અને ઉપશમ હોય તો તે પણ ચાલ્યા જવા સંભવે છે, કેમકે આરંભ-પરિગ્રહ તે અવૈરાગ્ય અને અનુપશમનાં મૂળ છે, વૈરાગ્ય અને ઉપશમના કાળ છે.

શ્રી ઠાણાંગસૂત્રમાં આરંભ અને પરિગ્રહનું બળ જણાવી પછી તેથી નિવર્તવું યોગ્ય છે એવો ઉપદેશ થવા આ ભાવે દ્વિભંગી કહી છે.

૧. જીવને મતિજ્ઞાનાવરણીય ક્યાં સુધી હોય? જ્યાં સુધી આરંભ અને પરિગ્રહ હોય ત્યાં સુધી.

૨. જીવને શ્રુતજ્ઞાનાવરણીય ક્યાં સુધી હોય? જ્યાં સુધી આરંભ અને પરિગ્રહ હોય ત્યાં સુધી.

૩. જીવને અવધિજ્ઞાનાવરણીય ક્યાં સુધી હોય? જ્યાં સુધી આરંભ અને પરિગ્રહ હોય ત્યાં સુધી.

૪. જીવને મનઃપર્યવજ્ઞાનાવરણીય ક્યાં સુધી હોય? જ્યાં સુધી આરંભ અને પરિગ્રહ હોય ત્યાં સુધી.

૫. જીવને કેવળજ્ઞાનાવરણીય ક્યાં સુધી હોય? જ્યાં સુધી આરંભ અને પરિગ્રહ હોય ત્યાં સુધી.

'doctrinal wisdom', so if one were to immerse oneself in only 'doctrinal-wisdom' from the beginning, that would enable the soul to benefit from the very outset. If such thinking arises, then it is distorted because the birth of 'doctrinal-wisdom' is in 'instructive-wisdom'. One who has not received 'instructive-wisdom' about detachment and the pacification of the passions, their mindset continues to be distorted, and for as long as the mindset is distorted, then even just thinking about doctrinal-wisdom is bound to be distorted. For however dim the eyes are, that is how dimly substances will be seen. And if the filming over of the eyes is very strong, then one cannot see the substances at all. And if one's eyes are very bright, then the substances too can truly be seen. In the same way, a person who has an intensely distorted mindset, is in no way able to contemplate 'doctrinal-wisdom'. One who has a reduction in their distorted mindset immerses themselves, to that degree, in doctrine. And one who has removed their distorted mindset to a greater degree, immerses themselves even more in the doctrine.

The sense of me-and-mineness that one feels towards the home, family, possessions and so on, and the passions of attachment and aversion that arise in acquiring or losing them, this is the distorted mind. Where detachment and pacification arise, the sense of me and mineness and the passions become milder and gradually become ready to be destroyed. To have an unattached mindset towards home, family, possessions, and so on is 'detachment', and weakening of the passions that arise from acquiring and losing them is 'pacification'. These two virtues transform the distorted mindset into a true mindset. This true mindset becomes worthy of contemplating the doctrine, which enables us to know the states of substances such as soul, non-soul and so on. This is because, just as by curing the filming over of the eyes, substances are seen clearly, so by weakening the film of me and mineness, the soul sees the doctrinal and spiritual essence of what is stated by the enlightened master, with the eye of contemplation. Where detachment and pacification are strong, discrimination is strong. Where detachment and pacification are not strong, discrimination is not strong, or else, appropriate discrimination is absent: the emergence of totally pure enlightenment, that is omniscient knowledge, which is when the soul effortlessly resides in itself, first requires the destruction of deluding karmas which makes it possible to clearly understand the doctrine stated above.

Moreover, the predominant teachings of the enlightened masters are detachment and pacification. And by casting our eye to the scriptures of the Jinas, this point is even more clearly understood. In the scriptures, detachment and pacification are mentioned much, much more than 'doctrinal-wisdom' which discusses soul and non-soul.

Because only after detachment and pacification are firmly established does thought become automatically pure, and the purity of thought accepts doctrinal-wisdom easily or with less effort, and because this happens, this instructive-wisdom is preached everywhere. If the soul engages in a lot of activity and possession, then even if detachment and pacification are present, they are likely to depart, because

અવધિજ્ઞાન - *avadhignaan* - clairvoyant knowledge

મનઃપર્યવજ્ઞાન - *manahparyavgnaan* - mind-reading knowledge

કેવળજ્ઞાન - *kevalgnaan* - totally pure enlightenment, omniscient knowledge

સંભવ - *sambhav* - possible

એમ કહી દર્શનાદિના ભેદ જણાવી સત્તર વાર તે ને તે વાત જણાવી છે કે, તે આવરણો ત્યાં સુધી હોય કે જ્યાં સુધી આરંભ અને પરિગ્રહ હોય. આવું આરંભપરિગ્રહનું બળ જણાવી ફરી અર્થાપત્તિરૂપે પાછું તેનું ત્યાં જ કથન કર્યું છે.

૧. જીવને મતિજ્ઞાન ક્યારે ઊપજે? આરંભપરિગ્રહથી નિવર્ત્યે.

૨. જીવને શ્રુતજ્ઞાન ક્યારે ઊપજે? આરંભપરિગ્રહથી નિવર્ત્યે.

૩. જીવને અવધિજ્ઞાન ક્યારે ઊપજે? આરંભપરિગ્રહથી નિવર્ત્યે.

૪. જીવને મનઃપર્યવજ્ઞાન ક્યારે ઊપજે? આરંભપરિગ્રહથી નિવર્ત્યે.

૫. જીવને કેવળજ્ઞાન ક્યારે ઊપજે? આરંભપરિગ્રહથી નિવર્ત્યે.

એમ સત્તર પ્રકાર ફરીથી કહી આરંભપરિગ્રહની નિવૃત્તિનું ફળ જ્યાં છેવટે કેવળજ્ઞાન છે ત્યાં સુધી લીધું છે; અને પ્રવૃત્તિનું ફળ કેવળજ્ઞાન સુધીનાં આવરણના હેતુપણે કહી તેનું અત્યંત બળવાનપણું કહી જીવને તેથી નિવૃત્ત થવાનો જ ઉપદેશ કર્યો છે. ફરી ફરીને જ્ઞાનીપુરુષોનાં વચન એ ઉપદેશનો જ નિશ્ચય કરવાની જીવને પ્રેરણા કરવા ઇચ્છે છે; તથાપિ અનાદિ અસત્‌સંગથી ઉત્પન્ન થયેલી એવી દુષ્ટ ઇચ્છાદિ ભાવમાં મૂઢ થયેલો એવો જીવ પ્રતિબૂઝતો નથી; અને તે ભાવોની નિવૃત્તિ કર્યા વિના અથવા નિવૃત્તિનું પ્રયત્ન કર્યા વિના શ્રેય ઇચ્છે છે, કે જેનો સંભવ ક્યારે પણ થઈ શક્યો નથી, વર્તમાનમાં થતો નથી, અને ભવિષ્યમાં થશે નહીં.

activity and possession are the root of non-detachment and non-pacification, and the death of detachment and pacification.

The Thanang Sutra discussed the power of initiation of worldly activities and accumulation of possessions, and that these should be stopped, for which the below two repetitive lists have been preached.

1. For how long does the soul possess karmas which obscure empirical knowledge? For as long as activity and possession remain.
2. For how long does the soul possess karmas which obscure Inferred knowledge? For as long as activity and possession remain.
3. For how long does the soul possess karmas which obscure clairvoyant knowledge? For as long as activity and possession remain.
4. For how long does the soul possess karmas which obscure mind-reading knowledge? For as long as activity and possession remain.
5. For how long does the soul possess karmas which obscure omniscient knowledge? For as long as activity and possession remain.

Having said this, discussing the categories of perception and so on, this very point is mentioned seventeen times that obstructions remain as long as activities and possession remain. Having shown the power of activity and possession, the analysis above is restated in a positive sense.

1. When does empirical knowledge arise in a soul? When activity and possession stop.
2. When does inferred knowledge arise in a soul? When activity and possession stop.
3. When does clairvoyant knowledge arise in a soul? When activity and possession stop.
4. When does mind-reading knowledge arise in a soul? When activity and possession stop.
5. When does omniscient knowledge arise in a soul? When activity and possession stop.

In restating this in seventeen ways, the fruit of stopping activity and possession has been taken all the way, ultimately, up to omniscient knowledge. Having stated that the fruit of conducting activity and possession causes the obstruction of knowledge all the way up to omniscience. Stating their extreme power, the soul is emphatically advised to stop them. Over and over again, the words of enlightened masters wish to encourage souls to firmly resolve this very imparted wisdom. However, stupefied in feelings such as lowly desires arising from not having had association with enlightened masters since beginningless time, the soul does not awaken. And the soul wishes for liberation without freedom from those feelings, or without making efforts towards freedom from those feelings, which has never ever been possible before, cannot happen in the present, and cannot happen in the future.

Keywords

અનંતાનુબંધી - *anantanubandhee* - infinitely-binding intense forms of anger, pride, deceit and greed

મતાભિગ્રહ - *matabhigraha* - sectarian obstinacy

દુરાગ્રહતા - *duraagrahata* - stubbornness

વિકથા - *vikathaa* - worldly subjects

નીરસ - *neeras* - disinterest

જુગુપ્સા - *jugupsaa* - contempt

બળવીર્ય સ્ફૂરવું - *balveerya sphuravun* - to inspire greater energy

રક્ત - *rakta* - engulfed, absorbed, engaged

આત્મજ્ઞાન - *aatmagnaan* - self-realisation

ભાસ્યું - *bhaasyun* - recognised, experienced, felt

ભાવના - *bhaavanaa* - thought, feeling, inclination

અભિમાન - *abhimaan* - arrogance, pride

કુળધર્મ - *kuldharma* - family faith by tradition

લૌકિકભાવ - *laukikbhaav* - materialistic feelings

પંચવિષયાકાર એવાં કર્મ - *panchvishayaakar evaan karma* - karmic fruition that takes the form of engagement in the five senses

પૂર્વસંજ્ઞા - *poorvasangnaa* - past sentiments

અધિકરણક્રિયા - *adhikarankriyaa* - foundational causative process

૫૨૨

મુંબઈ, ભા. સુદ ૩, રવિ, ૧૯૫૦

જીવને જ્ઞાનીપુરુષનું ઓળખાણ થયે તથાપ્રકારે અનંતાનુબંધી ક્રોધ, માન, માયા, લોભ મોળાં પડવાનો પ્રકાર બનવા યોગ્ય છે, કે જેમ બની અનુક્રમે તે પરિક્ષીણપણાને પામે છે. સત્પુરુષનું ઓળખાણ જેમ જેમ જીવને થાય છે, તેમ તેમ મતાભિગ્રહ, દુરાગ્રહતાદિ ભાવ મોળા પડવા લાગે છે, અને પોતાના દોષ જોવા ભણી ચિત્ત વળી આવે છે; વિકથાદિ ભાવમાં નીરસપણું લાગે છે, કે જુગુપ્સા ઉત્પન્ન થાય છે; જીવને અનિત્યાદિ ભાવના ચિંતવવા પ્રત્યે બળવીર્ય સ્ફુરવા વિષે જે પ્રકારે જ્ઞાનીપુરુષ સમીપે સાંભળ્યું છે, તેથી પણ વિશેષ બળવાન પરિણામથી તે પંચવિષયાદિને વિષે અનિત્યાદિ ભાવ દ્રઢ કરે છે. અર્થાત્ સત્પુરુષ મળ્યે આ સત્પુરુષ છે એટલું જાણી, સત્પુરુષને જાણ્યા પ્રથમ જેમ આત્મા પંચવિષયાદિને વિષે રક્ત હતો તેમ રક્ત ત્યાર પછી નથી રહેતો, અને અનુક્રમે તે રક્તભાવ મોળો પડે એવા વૈરાગ્યમાં જીવ આવે છે; અથવા સત્પુરુષનો યોગ થયા પછી આત્મજ્ઞાન કંઈ દુર્લભ નથી; તથાપિ સત્પુરુષને વિષે, તેનાં વચનને વિષે, તે વચનના આશયને વિષે, પ્રીતિ ભક્તિ થાય નહીં ત્યાં સુધી આત્મવિચાર પણ જીવમાં ઉદય આવવા યોગ્ય નથી; અને સત્પુરુષનો જીવને યોગ થયો છે, એવું ખરેખરું તે જીવને ભાસ્યું છે, એમ પણ કહેવું કઠણ છે.

જીવને સત્પુરુષનો યોગ થયે તો એવી ભાવના થાય કે અત્યાર સુધી જે મારાં પ્રયત્ન કલ્યાણને અર્થે હતાં તે સૌ નિષ્ફળ હતાં, લક્ષ વગરનાં બાણની પેઠે હતાં, પણ હવે સત્પુરુષનો અપૂર્વ યોગ થયો છે, તો મારાં સર્વ સાધન સફળ થવાનો હેતુ છે. લોકપ્રસંગમાં રહીને જે નિષ્ફળ, નિર્લક્ષ સાધન કર્યાં તે પ્રકારે હવે સત્પુરુષને યોગે ન કરતાં જરૂર અંતરાત્મામાં વિચારીને દ્રઢ પરિણામ રાખીને, જીવે આ યોગને, વચનને વિષે જાગૃત થવા યોગ્ય છે, જાગૃત રહેવા યોગ્ય છે; અને તે તે પ્રકાર ભાવી, જીવને દ્રઢ કરવો કે જેથી તેને પ્રાપ્ત જોગ 'અફળ' ન જાય, અને સર્વ પ્રકારે એ જ બળ આત્મામાં વર્ધમાન કરવું, કે આ યોગથી જીવને અપૂર્વ ફળ થવા યોગ્ય છે, તેમાં અંતરાય કરનાર 'હું જાણું છું, એ મારું અભિમાન, કુળધર્મને અને કરતા આવ્યા છીએ તે ક્રિયાને કેમ ત્યાગી શકાય એવો લોકભય, સત્પુરુષની ભક્તિ આદિને વિષે પણ લૌકિકભાવ, અને કદાપિ કોઈ પંચવિષયાકાર એવાં કર્મ જ્ઞાનીને ઉદયમાં દેખી તેવો ભાવ પોતે આરાધવાપણું એ આદિ પ્રકાર છે,' તે જ અનંતાનુબંધી ક્રોધ, માન, માયા, લોભ છે. એ પ્રકાર વિશેષપણે સમજવા યોગ્ય છે; તથાપિ અત્યારે જેટલું બન્યું તેટલું લખ્યું છે.

ઉપશમ, ક્ષયોપશમ અને ક્ષાયિક સમ્યકત્વને માટે સંક્ષેપમાં વ્યાખ્યા કહી હતી, તેને અનુસરતી ત્રિભોવનના સ્મરણમાં છે.

જ્યાં જ્યાં આ જીવ જન્મ્યો છે, ભવના પ્રકાર ધારણ કર્યા છે, ત્યાં ત્યાં તથાપ્રકારના અભિમાનપણે વર્ત્યો છે; જે અભિમાન નિવૃત્ત કર્યા સિવાય તે તે દેહનો અને દેહના સંબંધમાં આવતા પદાર્થોનો આ જીવે ત્યાગ કર્યો છે, એટલે હજી સુધી તે જ્ઞાનવિચારે કરી ભાવ ગાળ્યો નથી, અને તે તે પૂર્વસંજ્ઞાઓ હજી એમ ને એમ આ જીવના અભિમાનમાં વર્તી આવે છે, એ જ એને લોક આખાની અધિકરણક્રિયાનો હેતુ કહ્યો છે; જે પણ વિશેષપણે અત્ર લખવાનું બની શક્યું નથી. પત્રાદિ માટે નિયમિતપણા વિષે વિચાર કરીશ.

522

Mumbai, the 3rd day of the bright half of Bhadarva, Sunday, VS 1950

To the extent that the soul has recognised an enlightened master, the infinitely-binding intense forms of anger, pride, deceit and greed, become proportionately milder and are gradually completely destroyed. As one's recognition of an enlightened master grows: sectarian obstinacy and stubbornness become proportionately milder; one's mind turns towards looking at one's own faults; a disinterest is felt towards worldly subjects and a contempt arises towards them; the recognition of an enlightened master inspires the contemplation and inner acceptance of truths such as the impermanence of the objects of the five senses. This process happens with even greater energy when we have recognised an enlightened master, rather than just listening to their teachings. Meaning, that when one encounters an enlightened master, and recognises 'this truly is an enlightened master', the soul no longer remains engrossed in the objects of the five senses as it was before recognising the enlightened master, and the soul enters into such detachment that the engrossment will gradually reduce. In other words, after encountering an enlightened master, self-realisation is not at all difficult. However, until one develops love and devotion towards the enlightened master, towards their words, and towards the intention behind their words, it is not even feasible for contemplation of the soul to arise, and until then, it is difficult to even say the soul has truly recognised that it has encountered an enlightened master, and truly realised that they are enlightened.

When one encounters an enlightened master, one thinks 'whatever spiritual efforts I have made so far have been fruitless, like firing an arrow from a bow without any target, but now that I have the unprecedented company of an enlightened master, it will be the cause of all my practices becoming fruitful. The unfruitful, untargeted practices that I have carried out in worldly association, must no longer be practised in that way having come into association with an enlightened master: certainly, contemplating with the inner mind, and keeping a firm resolve, the soul must become vigilant, and remain vigilant, about its association with an enlightened master, and about the words of an enlightened master.' And thinking in this way, the soul must be made firm so that the present association does not become 'fruitless'. This is the strong resolve that the soul must cultivate in every way, so that in the presence of enlightened company the soul attains unprecedented fruit. The obstacles to this are: the arrogance of 'I know'; a fear of what people will say if I renounce my family's faith and any rituals that we have traditionally observed; materialistic feelings even about such things as devotion to an enlightened master; on seeing an enlightened master's karmic fruition take the form of engagement in the five senses, thinking that one can indulge in those senses as well; these and others are the types of obstacles. These obstacles are themselves the infinitely-binding intense forms of anger, pride,

Background

How can we tell if we have truly recognised an enlightened master? This letter tells us exactly what changes we will see in ourselves once we truly do recognise an enlightened master. And the extent to which we see these changes reflects the extent to which we have recognised the master! Shrimad is writing to Shree Ambalal.

deceit and greed. This must be understood in more detail; but for now, I have written as much as I can.

The definitions I had briefly stated for Transitory, Fluctuating and Irreversible self-realisation will be recalled by Tribhovan.

Wherever this soul has been born, whatever incarnation it has taken, it has taken pride in each context. The soul has left behind all those bodies and objects related to each body, without ever becoming free of that pride. Meaning, until now this pride has not melted away through wise contemplation. All those past sentiments continue in exactly the same way in this soul's pride, and that alone is the foundational causative process of all worldly life. I have not been able to write more on this here, either. I will think over the regularity of my letter-writing.

Keywords

સ્વસ્થતા - *svasthataa* - health, wellness

સમાધિ - *samaadhi* - inner bliss

આત્મપરિણામ - *aatmaparinaam* - soul's state

અસ્વસ્થતા - *asvasthataa* - unwellness

અસમાધિ - *asamaadhi* - absence of inner bliss

આર્ત્ત - *aartta* - anguished

ધ્યાન - *dhyaan* - meditation

વિક્ષેપભાવ - *vikshepbhaav* - distraction

વૈરાગ્ય - *vairaagya* - detachment

કલ્યાણ - *kalyaan* - liberation

ન્યૂનતા - *nyoonta* - diminishment

પરિણામ - *parinaam* - state

ચેતન - *chetan* - consciousness

પર્યાય - *paryaay* - changes of state / manifestations

પ્રવૃત્તિ - *pravrutti* - activity

આશ્રયવાન - *aashrayvaan* - those that have taken shelter

નિદિધ્યાસવું - *nididhyaasvun* - to implementing, master, live and breathe the truth

૫૫૧

મુંબઈ, માગશર, ૧૯૫૧

શ્રી સોભાગ,

શ્રી જિન આત્મપરિણામની સ્વસ્થતાને સમાધિ અને આત્મપરિણામની અસ્વસ્થતાને અસમાધિ કહે છે; તે અનુભવજ્ઞાને જોતાં પરમ સત્ય છે.

અસ્વસ્થ કાર્યની પ્રવૃત્તિ કરવી, અને આત્મપરિણામ સ્વસ્થ રાખવાં એવી વિષમપ્રવૃત્તિ શ્રી તીર્થંકર જેવા જ્ઞાનીથી બનવી કઠણ કહી છે, તો પછી બીજા જીવને વિષે તે વાત સંભવિત કરવી કઠણ હોય એમાં આશ્ચર્ય નથી.

કોઈ પણ પરપદાર્થને વિષે ઇચ્છાની પ્રવૃત્તિ છે, અને કોઈ પણ પરપદાર્થના વિયોગની ચિંતા છે, તેને શ્રી જિન આર્ત્તધ્યાન કહે છે, તેમાં અંદેશો ઘટતો નથી.

ત્રણ વર્ષના ઉપાધિ યોગથી ઉત્પન્ન થયો એવો વિક્ષેપભાવ તે મટાડવાનો વિચાર વર્તે છે. દ્રઢ વૈરાગ્યવાનના ચિત્તને જે પ્રવૃત્તિ બાધ કરી શકે એવી છે, તે પ્રવૃત્તિ અદ્રઢ વૈરાગ્યવાન જીવને કલ્યાણ સન્મુખ થવા ન દે એમાં આશ્ચર્ય નથી.

જેટલી સંસારને વિષે સારપરિણતિ મનાય તેટલી આત્મજ્ઞાનની ન્યૂનતા શ્રી તીર્થંકરે કહી છે.

પરિણામ જડ હોય એવો સિદ્ધાંત નથી. ચેતનને ચેતનપરિણામ હોય અને અચેતનને અચેતનપરિણામ હોય, એવો જિને અનુભવ કર્યો છે. કોઈ પણ પદાર્થ પરિણામ કે પર્યાય વિના હોય નહીં, એમ શ્રી જિને કહ્યું છે અને તે સત્ય છે.

શ્રી જિને જે આત્મઅનુભવ કર્યો છે, અને પદાર્થનાં સ્વરૂપ સાક્ષાત્કાર કરી જે નિરૂપણ કર્યું છે તે, સર્વ મુમુક્ષુ જીવે પરમ કલ્યાણને અર્થે નિશ્ચય કરી વિચારવા યોગ્ય છે. જિને કહેલા સર્વ પદાર્થના ભાવો એક આત્મા પ્રગટ કરવાને અર્થે છે, અને મોક્ષમાર્ગમાં પ્રવૃત્તિ બેની ઘટે છે; એક આત્મજ્ઞાનીની અને એક આત્મજ્ઞાનીના આશ્રયવાનની, એમ શ્રી જિને કહ્યું છે.

આત્મા સાંભળવો, વિચારવો, નિદિધ્યાસવો, અનુભવવો એવી એક વેદની શ્રુતિ છે; અર્થાત્ જો એક એ જ પ્રવૃત્તિ કરવામાં આવે તો જીવ તરી પાર પામે એવું લાગે છે. બાકી તો માત્ર કોઈ શ્રી તીર્થંકર જેવા જ્ઞાની વિના, સર્વને આ પ્રવૃત્તિ કરતાં કલ્યાણનો વિચાર કરવો અને નિશ્ચય થવો તથા આત્મસ્વસ્થતા થવી દુર્લભ છે. એ જ વિનંતિ.

551

551

Mumbai, Maagshar, VS 1951

Shree Saubhag

The Lord Jina describes the wellness of the soul's state as inner bliss, and the unwellness of the soul's state as the absence of inner bliss, and from observing my own experience I know this to be the ultimate truth.

It has been said that even for an enlightened soul such as a Lord Tirthankara it is challenging to conduct spiritually unhealthy activities while maintaining the health of the soul's state, so it is no surprise that others would find this difficult too.

If one experiences a desire for any object, or is worried about losing any object, this is what the Lord Jina describes as anguished meditation. There is no doubt about this.

I am contemplating how to cure the feeling of distraction arising from the worldly engagement of the past three years. Such activity can be a barrier even for a mind with firm detachment, and so it is no surprise that it would prevent a soul without firm detachment from encountering liberation.

The extent to which one believes worldly life to be meaningful is the extent to which one's self realisation is diminished, so say the Lord Tirthankara.

There is no rule that every state must be material. Consciousness has conscious states, and matter has material states. The Lord Jina has experienced this. Substances are never without states or modes. The Lord Jina has said this, and this is true.

The Lord Jina's experience of the soul, and the depiction they have given, having directly experienced the nature of that substance, must be firmly accepted and contemplated by all seekers for the sake of their liberation. The descriptions of all states of all substances given by the Lord Jina are singularly for the purpose of realising the soul. Only two are worthy of acting on the path of liberation: one is the enlightened master, and the other is one that has taken shelter in an enlightened master.

Hearing about, contemplating, mastering and experiencing the soul: this is a sequence described in the Vedas. Meaning, it appears that if one only engages in these activities, then they would swim across the ocean of this worldly existence. But, without an enlightened master, such as a Lord Tirthankara, it would be difficult for anyone to contemplate and become determined about liberation, and to attain the wellness of the soul's state while engaging in these activities. That is all.

Background

Shrimad pens yet another uplifting and insightful letter to Shree Saubhag. Here, he elucidates the essence of true spiritual health and warns of the perils inherent in worldly engagements. Shrimad once again underscores the profound importance of receiving guidance directly from an enlightened master, reminding us that such instruction is vital on our journey towards liberation.

Keywords

વિચાર - *vichaar* - contemplation

અસત્સંગ - *asatsang* - worldly company with those who are not true spiritual seekers

અસત - *asat* - unwholesome or false

પ્રસંગ - *prasang* - events

નિજસ્વભાવસ્વરૂપ - *nijsvabhaavsvaroop* - manifestation of one's own natural form (nij - oneself, svabhaav - one's own nature, svaroop - one's own form)

મોહનિદ્રા - *mohnidra* - slumber of delusion

જાગ્રત - *jaagrut* - alert

પ્રમાદી - *pramaadi* - spiritually negligent

નિશ્ચય - *nishchay* - belief

નિર્મળતા - *nirmaltaa* - purity

અનિત્ય - *anitya* - impermanent, ephemeral

અસાર - *asaar* - meaningless, futile

ઉપાધિકાર્ય - *upaadhikaarya* - activities of worldly engagement

આર્ત્તિ - *aartti* - pain

શિથિલપણું - *shithiltpanun* - complacency

આલંબન - *aalamban* - examples, inspiration

અશ્રેય - *ashrey* - lack of spiritual welfare or credit

કાર્યકારી - *kaaryakaari* - effective

જાપ - *jaap* - prayer, chant

પ્રદેશ - *pradesh* - soul's units

પર્યાય - *paryaay* - modes, modifications

૫૬૯

મુંબઈ, ફાગણ વદ ૩, ૧૯૫૧

શ્રી સત્પુરુષોને નમસ્કાર

સર્વ ક્લેશથી અને સર્વ દુઃખથી મુક્ત થવાનો ઉપાય એક આત્મજ્ઞાન છે. વિચાર વિના આત્મજ્ઞાન થાય નહીં, અને અસત્સંગ તથા અસત્પ્રસંગથી જીવનું વિચારબળ પ્રવર્તતું નથી, એમાં કિંચિત્ માત્ર સંશય નથી.

આરંભપરિગ્રહનું અલ્પત્વ કરવાથી અસત્પ્રસંગનું બળ ઘટે છે; સત્સંગના આશ્રયથી અસત્સંગનું બળ ઘટે છે. અસત્સંગનું બળ ઘટવાથી આત્મવિચાર થવાનો અવકાશ પ્રાપ્ત થાય છે. આત્મવિચાર થવાથી આત્મજ્ઞાન થાય છે; અને આત્મજ્ઞાનથી નિજસ્વભાવસ્વરૂપ, સર્વ ક્લેશ અને સર્વ દુઃખથી રહિત એવો મોક્ષ થાય છે; એ વાત કેવળ સત્ય છે.

જે જીવો મોહનિદ્રામાં સૂતા છે તે અમુનિ છે; નિરંતર આત્મવિચારે કરી મુનિ તો જાગૃત રહે; પ્રમાદીને સર્વથા ભય છે, અપ્રમાદીને કોઈ રીતે ભય નથી, એમ શ્રી જિને કહ્યું છે.

સર્વ પદાર્થનું સ્વરૂપ જાણવાનો હેતુ માત્ર એક આત્મજ્ઞાન કરવું એ છે. જો આત્મજ્ઞાન ન થાય તો સર્વ પદાર્થના જ્ઞાનનું નિષ્ફળપણું છે.

જેટલું આત્મજ્ઞાન થાય તેટલી આત્મસમાધિ પ્રગટે.

કોઈ પણ તથારૂપ જોગને પામીને જીવને એક ક્ષણ પણ અંતર્ભેદજાગૃતિ થાય તો તેને મોક્ષ વિશેષ દૂર નથી.

અન્યપરિણામમાં જેટલી તાદાત્મ્યવૃત્તિ છે, તેટલો જીવથી મોક્ષ દૂર છે.

જો કોઈ આત્મજોગ બને તો આ મનુષ્યપણાનું મૂલ્ય કોઈ રીતે ન થઈ શકે તેવું છે. પ્રાયે મનુષ્યદેહ વિના આત્મજોગ બનતો નથી એમ જાણી, અત્યંત નિશ્ચય કરી, આ જ દેહમાં આત્મજોગ ઉત્પન્ન કરવો ઘટે.

વિચારની નિર્મળતાએ કરી જો આ જીવ અન્યપરિચયથી પાછો વળે તો સહજમાં હમણાં જ તેને આત્મજોગ પ્રગટે. અસત્સંગપ્રસંગનો ઘેરાવો વિશેષ છે, અને આ જીવ તેથી અનાદિકાળનો હીનસત્ત્વ થયો હોવાથી તેથી અવકાશ પ્રાપ્ત કરવા અથવા તેની નિવૃત્તિ કરવા જેમ બને તેમ સત્સંગનો આશ્રય કરે તો કોઈ રીતે પુરુષાર્થયોગ્ય થઈ વિચારદશાને પામે.

જે પ્રકારે અનિત્યપણું, અસારપણું આ સંસારનું અત્યંતપણે ભાસે તે પ્રકારે કરી આત્મવિચાર ઉત્પન્ન થાય.

હવે આ ઉપાધિકાર્યથી છૂટવાની વિશેષ વિશેષ આર્ત્તિ થયા કરે છે, અને છૂટવા વિના જે કંઈ પણ કાળ જાય છે તે, આ જીવનું શિથિલપણું જ છે, એમ લાગે છે; અથવા એવો નિશ્ચય રહે છે.

જનકાદિ ઉપાધિમાં રહ્યા છતાં આત્મસ્વભાવમાં વસતા હતા એવા આલંબન પ્રત્યે ક્યારેય બુદ્ધિ થતી નથી. શ્રી જિન જેવા જન્મત્યાગી પણ છોડીને ચાલી નીકળ્યા એવા ભયના હેતુરૂપ

569

Mumbai, the 3rd day of the dark half of Fagun, VS 1951

Bowing to the Great Enlightened Ones

The only means to become free from all distress and all suffering is to know the soul. Without contemplation, the soul cannot be known; and by keeping worldly company and attending worldly events, one's contemplative power does not function. There is not even a shred of doubt about this.

Reducing worldly activities and possessions weakens the strength of worldly events. The shelter in association with an enlightened master reduces the strength of worldly company. Reducing the strength of worldly company provides an opportunity for spiritual contemplation. And through spiritual contemplation, one comes to know the soul. With knowing the soul comes moksha, which is the manifestation of one's own natural form, liberated from all distress and all suffering. This statement is entirely true.

Those souls sleeping in the slumber of delusion are not monks. By continuously contemplating on the soul, monks remain vigilant. Those who are spiritually negligent always have fear. Those who are spiritually vigilant do not have any kind of fear. So the Lord Jina has said.

The purpose of knowing the nature of every substance is purely to know the soul. If one does not know the soul, knowing everything else is fruitless.

The extent to which one knows the soul, is the extent to which the soul's blissful awareness arises.

Having attained association with any enlightened master, if one awakens to the inner distinction between soul and body, even for a moment, then liberation is not far at all.

The extent that one identifies with other states is the extent to which liberation is far from the the soul.

If one gets to know the soul in any way, then this human life is invaluable. Knowing that, mostly, one cannot attain the soul without the human body, one must firmly resolve to realise the soul in this very body.

Through purity of thought, if one turns back from familiarity with the outer world, then easily and immediately, one would attain the soul. The siege of worldly company and events is intense, and this soul has therefore become powerless since beginningless time. To find time and freedom from that, if one takes the shelter of an enlightened master in whatever way possible, then one will, in some way, become worthy of striving and attain the state of contemplation.

The intensity with which one feels the impermanence and meaninglessness of worldly life is the same intensity with which the contemplation of the soul arises.

569

Background

Shrimad is now 28 years old, and has just retired from his business. He has handed everything over to his brother. The letters he wrote around this time give us an insight into his intense longing to be free, arising from his inner state of detachment. In this letter, Shrimad expresses a sense of urgency to make spiritual progress by taking advantage of the rare opportunity this human birth gives. It is written to Shree Saubhag.

સંખ્યાત - *sankhyaat* - countability, can be measured

અસંખ્યાત - *asankhyaat* - uncountability, beyond measurement

ઉપાધિયોગની નિવૃત્તિ આ પામર જીવ કરતાં કરતાં કાળ વ્યતીત કરશે તો અશ્રેય થશે, એવો ભય જીવના ઉપયોગ પ્રત્યે પ્રવર્તે છે, કેમકે એમ જ કર્તવ્ય છે.

જે રાગદ્વેષાદિ પરિણામ અજ્ઞાન વિના સંભવતાં નથી, તે રાગદ્વેષાદિ પરિણામ છતાં જીવન્મુક્તપણું સર્વથા માનીને જીવન્મુક્ત દશાની જીવ આશાતના કરે છે, એમ વર્તે છે. સર્વથા રાગદ્વેષ પરિણામનું પરિક્ષીણપણું જ કર્ત્તવ્ય છે.

અત્યંત જ્ઞાન હોય ત્યાં અત્યંત ત્યાગ સંભવે છે. અત્યંત ત્યાગ પ્રગટ્યા વિના અત્યંત જ્ઞાન ન હોય એમ શ્રી તીર્થંકરે સ્વીકાર્યું છે.

આત્મપરિણામથી જેટલો અન્ય પદાર્થનો તાદાત્મ્યઅધ્યાસ નિવર્તવો તેને શ્રી જિન ત્યાગ કહે છે.

તે તાદાત્મ્યઅધ્યાસ નિવૃત્તિરૂપ ત્યાગ થવા અર્થે આ બાહ્ય પ્રસંગનો ત્યાગ પણ ઉપકારી છે, કાર્યકારી છે. બાહ્ય પ્રસંગના ત્યાગને અર્થે અંતર્ત્યાગ કહ્યો નથી, એમ છે, તોપણ આ જીવે અંતર્ત્યાગને અર્થે બાહ્ય પ્રસંગની નિવૃત્તિને કંઇ પણ ઉપકારી માનવી યોગ્ય છે.

નિત્ય છૂટવાનો વિચાર કરીએ છીએ અને જેમ તે કાર્ય તરત પતે તેમ જાપ જપીએ છીએ. જોકે એમ લાગે છે કે તે વિચાર અને જાપ હજી તથારૂપ નથી, શિથિલ છે; માટે અત્યંત વિચાર અને તે જાપને ઉગ્રપણે આરાધવાનો અલ્પકાળમાં યોગ કરવો ઘટે છે, એમ વર્ત્યા કરે છે.

પ્રસંગથી કેટલાંક અરસપરસ સંબંધ જેવાં વચનો આ પત્રમાં લખ્યાં છે, તે વિચારમાં સ્ફુરી આવતાં સ્વવિચારબળ વધવાને અર્થે અને તમને વાંચવા વિચારવાને અર્થે લખ્યાં છે.

જીવ, પ્રદેશ, પર્યાય તથા સંખ્યાત, અસંખ્યાત, અનંત આદિ વિષે તથા રસના વ્યાપકપણા વિષે ક્રમે કરી સમજવું યોગ્ય થશે.

તમારો અત્ર આવવાનો વિચાર છે, તથા શ્રી ડુંગર આવવાનો સંભવ છે એમ લખ્યું તે જાણ્યું છે. સત્સંગ જોગની ઇચ્છા રહ્યા કરે છે.

Now I am, more and more, having of a painful longing to become free from these activities of worldly engagement. And whatever time passes without this freedom, that is indeed the soul's complacency. It seems this way, or rather, such is my belief.

Great souls like Janak lived with worldly engagement, and yet resided in their souls – but I never take such examples for inspiration. A cause for fear is that even the Lord Jinas, who were renunciate from birth, gave up everything and walked away from worldly engagement. If this lowly soul wastes time, taking too long to become free, then that will be spiritually detrimental. I fear for my consciousness, and that is most certainly appropriate.

States such as like and dislike are not possible without ignorance. Despite having inner states such as like and dislike, if one falsely believes oneself to be liberated while living, then this conduct is blasphemous against the true state of freedom within this life. Becoming completely free from all states of like and dislike is one's sole duty.

Wherever there is intense realisation, there is intense renunciation. Without intense renunciation arising, intense realisation cannot exist. This is what the Lord Tirthankara has accepted.

The Lord Jinas define renunciation as the extent to which the inner state of the soul desists from false identification with other external objects.

For the sake of desisting from false identification with other objects, the renunciation of worldly events is helpful and effective. Inner renunciation has not been recommended for the purpose of achieving external renunciation, and yet it is appropriate to recognise the useful role that external renunciation plays in achieving internal renunciation.

I am constantly contemplating becoming free, and I pray for this to happen as quickly as possible. However, it seems that this contemplation and prayer are not as they should be – they are weak. Therefore, contemplating and praying must be done intensely, within a short time. That is my feeling.

In this letter, I have written several mutually reinforcing statements. I've done this to strengthen my own contemplation and for you to read and contemplate on too.

The soul, its units, its modes, countability, uncountability, infinity and the pervasiveness of nectar - it is important to understand these concepts gradually.

You wrote that you are thinking about coming here, and Shree Dungar too. I note that. I continue to desire spiritual company.

૫૭૨

મુંબઈ, ફાગણ વદ ૭, રવિ, ૧૯૫૧

સર્વ વિભાવથી ઉદાસીન અને અત્યંત શુદ્ધ નિજ પર્યાયને સહજપણે આત્મા ભજે, તેને શ્રી જિને તીવ્રજ્ઞાનદશા કહી છે. જે દશા આવ્યા વિના કોઈ પણ જીવ બંધનમુક્ત થાય નહીં, એવો સિદ્ધાંત શ્રી જિને પ્રતિપાદન કર્યો છે; જે અખંડ સત્ય છે.

કોઈક જીવથી એ ગહન દશાનો વિચાર થઈ શકવા યોગ્ય છે, કેમકે અનાદિથી અત્યંત અજ્ઞાન દશાએ આ જીવે પ્રવૃત્તિ કરી છે, તે પ્રવૃત્તિ એકદમ અસત્ય, અસાર સમજાઈ, તેની નિવૃત્તિ સૂઝે, એમ બનવું બહુ કઠણ છે; માટે જ્ઞાનીપુરુષનો આશ્રય કરવારૂપ ભક્તિમાર્ગ જિને નિરૂપણ કર્યો છે, કે જે માર્ગ આરાધવાથી સુલભપણે જ્ઞાનદશા ઉત્પન્ન થાય છે.

જ્ઞાનીપુરુષના ચરણને વિષે મન સ્થાપ્યા વિના એ ભક્તિમાર્ગ સિદ્ધ થતો નથી, જેથી ફરી ફરી જ્ઞાનીની આજ્ઞા આરાધવાનું જિનાગમમાં ઠેકાણે ઠેકાણે કથન કર્યું છે. જ્ઞાનીપુરુષના ચરણમાં મનનું સ્થાપન થવું પ્રથમ કઠણ પડે છે, પણ વચનની અપૂર્વતાથી, તે વચનનો વિચાર કરવાથી, તથા જ્ઞાની પ્રત્યે અપૂર્વ દ્રષ્ટિએ જોવાથી, મનનું સ્થાપન થવું સુલભ થાય છે.

જ્ઞાનીપુરુષના આશ્રયમાં વિરોધ કરનારા પંચવિષયાદિ દોષો છે. તે દોષ થવાનાં સાધનથી જેમ બને તેમ દૂર રહેવું, અને પ્રાપ્ત સાધનમાં પણ ઉદાસીનતા રાખવી, અથવા તે તે સાધનોમાંથી અહંબુદ્ધિ છોડી દઈ, રોગરૂપ જાણી પ્રવર્તવું ઘટે. અનાદિ દોષનો એવા પ્રસંગમાં વિશેષ ઉદય થાય છે. કેમકે આત્મા તે દોષને છેદવા પોતાની સન્મુખ લાવે છે કે, તે સ્વરૂપાંતર કરી તેને આકર્ષે છે, અને જાગૃતિમાં શિથિલ કરી નાંખી પોતાને વિષે એકાગ્રબુદ્ધિ કરાવી દે છે. તે એકાગ્રબુદ્ધિ એવા પ્રકારની હોય છે કે, 'મને આ પ્રવૃત્તિથી તેવો વિશેષ બાધ નહીં થાય, હું અનુક્રમે તેને છોડીશ; અને કરતાં જાગૃત રહીશ;' એ આદિ ભ્રાંતદશા તે દોષ કરે છે; જેથી તે દોષનો સંબંધ જીવ છોડતો નથી, અથવા તે દોષ વધે છે, તેનો લક્ષ તેને આવી શકતો નથી.

એ વિરોધી સાધનનો બે પ્રકારથી ત્યાગ થઈ શકે છે: એક તે સાધનના પ્રસંગની નિવૃત્તિ; બીજો પ્રકાર વિચારથી કરી તેનું તુચ્છપણું સમજાવું.

વિચારથી કરી તુચ્છપણું સમજાવા માટે પ્રથમ તે પંચવિષયાદિના સાધનની નિવૃત્તિ કરવી વધારે યોગ્ય છે, કેમકે તેથી વિચારનો અવકાશ પ્રાપ્ત થાય છે.

તે પંચવિષયાદિ સાધનની નિવૃત્તિ સર્વથા કરવાનું જીવનું બળ ન ચાલતું હોય ત્યારે, ક્રમે ક્રમે, દેશે દેશે તેનો ત્યાગ કરવો ઘટે; પરિગ્રહ તથા ભોગોપભોગના પદાર્થનો અલ્પ પરિચય કરવો ઘટે. એમ કરવાથી અનુક્રમે તે દોષ મોળા પડે, અને આશ્રયભક્તિ દ્રઢ થાય; તથા જ્ઞાનીનાં વચનોનું આત્મામાં પરિણામ થઈ તીવ્રજ્ઞાનદશા પ્રગટી જીવન્મુક્ત થાય.

જીવ કોઈક વાર આવી વાતનો વિચાર કરે, તેથી અનાદિ અભ્યાસનું બળ ઘટવું કઠણ પડે, પણ દિનદિન પ્રત્યે, પ્રસંગે પ્રસંગે અને પ્રવૃત્તિ પ્રવૃત્તિએ ફરી ફરી વિચાર કરે, તો અનાદિ અભ્યાસનું બળ ઘટી, અપૂર્વ અભ્યાસની સિદ્ધિ થઈ સુલભ એવો આશ્રયભક્તિમાર્ગ સિદ્ધ થાય. એ જ વિનંતિ.

આ૦ સ્વ૦ પ્રણામ.

Keywords

ભજવું - *bhajvun* - to exist, reside, dwell

તીવ્રજ્ઞાનદશા - *teevragnaandashaa* - ultimate self-realisation, totally pure enlightenment

બંધન - *bandhan* - bondage of karma

અખંડ - *akhand* - unbreakable, eternal

ગહન - *gahan* - deep

આરાધવું- *aaraadhvun* - to strive, to follow obediently

જ્ઞાનદશા - *gnaan dashaa* - enlightened state of self-realisation

જિનાગમ - *jinaagam* - the scriptures of the Lord Jina, Jain Canon

સ્થાપન - *sthaapan* - placing in an act of surrender

સુલભ - *sulabh* - easily

સાધન - *saadhan* - practises

સ્વરૂપાંતર - *svaroopaantar* - changing of form, undermine (in this context)

આકર્ષવું - *aakarshvun* - to attract

જાગૃતિ - *jaagruti* - alertness

એકાગ્રબુદ્ધિ - *ekaagrabuddhi* - concentration, dwelling

પ્રવૃત્તિ - *pravrutti* - activity

લક્ષ - *laksh* - subject of focus or discernment

વિરોધી - *virodhee* - obstructive, adversary

સાધન - *saadhan* - objects, tools, means

જીવન્મુક્ત - *jeevanmukt* - liberated while living

572

Mumbai, the 7th day of the dark half of Fagan, Sunday, VS 1951

When the soul is effortlessly distant from all outward flow of concentration, existing in its own extremely pure state – this is the state that Lord Jina has defined as a highly enlightened state. Without this state arising, not a single soul can become free from bondage, that is the principle that the Lord Jina has stated; which is eternally true.

It is possible only for few souls to contemplate this deep state. Because since beginningless time, this soul has conducted itself in a state of extreme ignorance, and for that activity to be understood as completely untrue and meaningless, and for one to be inclined to become free from it: for that to happen is very difficult. Therefore, the Lord Jina has described the devotional path of taking shelter in an enlightened master. By striving on that path, one can easily attain the enlightened state.

Without surrendering one's mind at the lotus feet of an enlightened master, that path of devotion is not realised, which is why Jain scriptures repeatedly discuss, in many places, that one should obey the commands of an enlightened master. At first, it is difficult to surrender one's mind at the feet of an enlightened master, but understanding the unprecedented nature of his words, by contemplating those words and by looking at the enlightened master with an unprecedented perspective, surrendering the mind becomes easy.

Indulging in the five senses and other faults are obstructions to the shelter of the enlightened master. Therefore one should stay away, as far as possible, from objects that lead to such faults and remain equanimous to any such objects that already exist in one's life, or remove the sense of identify with those objects and treat them as if they are a disease. The faults from beginningless time arise strongly on such occasions. Because as soon as the soul faces the faults in order to overcome them, the faults undermine that effort, attract the soul, weaken the soul's alertness towards them, and cause the soul to dwell on them. That dwelling is of this form: 'I will not be harmed greatly by this activity, I will gradually abandon it; and in that process, I will remain awake.' The faults are created by such thoughts and delusions, so that the soul cannot abandon its connection to the body, or in other words, the faults increase. The soul is unable to discern this.

These obstructive objects can be renounced in two ways. Firstly removing oneself from situations where these objects are present. The second way is to understand their lowliness by means of contemplation.

To understand their lowliness by means of contemplation, it is more appropriate to first become free from the objects of the five senses. This is because that creates time for contemplation.

572

Background

Shrimad draws our attention to the objects of our five senses, and our identification with them, explaining how these and other faults constantly hinder us on the path. We are unable to progress because we are unable to surrender our mind with devotion to an enlightened master. Shrimad explains that despite our best intentions, our faults play mind games with us. This letter is written to Shree Ambalal.

When one cannot be completely free from the objects of indulgence in the five senses with one's own willpower, then one should gradually, piece-by-piece renounce them; one should reduce familiarity with possessions and objects of repeated indulgence. By doing so, those faults gradually weaken, and devotional surrender becomes strong. Then the words of an enlightened master have an impact on the soul, giving rise to the highly enlightened state and thus, liberation whilst living.

If the soul contemplates such matters only occasionally, then it is difficult to reduce the force of these habits which one has had since beginningless time. But if the soul contemplates on them daily, at every opportunity and during all activities, again and again, then the power of these habits ingrained since beginningless time weakens, unprecedented habit is realised, and the easily accessible path of devotional surrender is achieved. That is all.

                 Respectfully, one immersed in the soul.

'Most important of all, most necessary of all,
one must resolve that whatever I wish to do should be
done for the liberation of the soul.'

Shrimad Rajchandra Vachanamrut

Letter 609

Keywords

સહજસ્વરૂપ - *sahajsvaroop* - effortless nature

ભાન - *bhaan* - recollection

સંગ - *sang* - association

અપરોક્ષ - *aparoksh* - direct

જ્ઞાની - *gnaanee* - enlightened saints

અસંગપણું - *asangpanun* - freedom from worldly association

સર્વોત્કૃષ્ટ - *sarvotkrusht* - foremost

પરમાણુ - *parmaanu* - one single unit of matter

શૈલેશીઅવસ્થા - *shaileshiavastha* - the final actions of an embodied soul before it attains the state of complete liberation.

ભાવ - *bhaav* - inner inclinations

દુષ્કર - *dushkar* - difficult

સાધન - *saadhan* - practice, tool, means

નિરાશ્રય - *niraashray* - without true shelter, support and guidance from an enlightened master

સત્સંગ - *satsang* - association with enlightened masters

આધાર - *aadhaar* - support

વીતરાગ - *veetraag* - totally enlightened one (a soul that is free from all attachment)

હિતકારી - *hitkaaree* - beneficial

પરમ સ્નેહ - *param sneh* - utmost love

ઉપાસવું - *upaasvun* - to devotedly follow

વિચારણા - *vichaarnaa* - contemplating

આત્મગુણ - *aatmagun* - virtues of the soul

આવિર્ભાવ - *aavirbhaav* - appearance

૬૦૯

મુંબઈ, જેઠ, ૧૯૫૧

૧. સહજસ્વરૂપે જીવની સ્થિતિ થવી તેને શ્રી વીતરાગ 'મોક્ષ' કહે છે.

૨. સહજસ્વરૂપથી જીવ રહિત નથી, પણ તે સહજસ્વરૂપનું માત્ર ભાન જીવને નથી, જે થવું તે જ સહજસ્વરૂપે સ્થિતિ છે.

૩. સંગના યોગે આ જીવ સહજસ્થિતિને ભૂલ્યો છે; સંગની નિવૃત્તિએ સહજસ્વરૂપનું અપરોક્ષ ભાન પ્રગટે છે.

૪. એ જ માટે સર્વ તીર્થંકરાદિ જ્ઞાનીઓએ અસંગપણું જ સર્વોત્કૃષ્ટ કહ્યું છે, કે જેના અંગે સર્વ આત્મસાધન રહ્યાં છે.

૫. સર્વ જિનાગમમાં કહેલાં વચનો એક માત્ર અસંગપણામાં જ સમાય છે; કેમકે તે થવાને અર્થે જ તે સર્વ વચનો કહ્યાં છે. એક પરમાણુથી માંડી ચૌદ રાજલોકની અને મેષોન્મેષથી માંડી શૈલેશીઅવસ્થા પર્યંતની સર્વ ક્રિયા વર્ણવી છે, તે એ જ અસંગતા સમજાવવાને અર્થે વર્ણવી છે.

૬. સર્વ ભાવથી અસંગપણું થવું તે સર્વથી દુષ્કરમાં દુષ્કર સાધન છે; અને તે નિરાશ્રયપણે સિદ્ધ થવું અત્યંત દુષ્કર છે. એમ વિચારી શ્રી તીર્થંકરે સત્સંગને તેનો આધાર કહ્યો છે, કે જે સત્સંગના યોગે સહજસ્વરૂપભૂત એવું અસંગપણું જીવને ઉત્પન્ન થાય છે.

૭. તે સત્સંગ પણ જીવને ઘણી વાર પ્રાપ્ત થયા છતાં ફળવાન થયો નથી એમ શ્રી વીતરાગે કહ્યું છે, કેમકે તે સત્સંગને ઓળખી, આ જીવે તેને પરમ હિતકારી જાણ્યો નથી; પરમ સ્નેહે ઉપાસ્યો નથી; અને પ્રાપ્ત પણ અપ્રાપ્ત ફળવાન થવા યોગ્ય સંજ્ઞાએ વિસર્જન કર્યો છે, એમ કહ્યું છે. આ અમે કહ્યું તે જ વાતની વિચારણાથી અમારા આત્મામાં આત્મગુણ આવિર્ભાવ પામી સહજસમાધિ પર્યંત પ્રાપ્ત થયા એવા સત્સંગને હું અત્યંત અત્યંત ભક્તિએ નમસ્કાર કરું છું.

૮. અવશ્ય આ જીવે પ્રથમ સર્વ સાધનને ગૌણ જાણી, નિર્વાણનો મુખ્ય હેતુ એવો સત્સંગ જ સર્વાર્પણપણે ઉપાસવો યોગ્ય છે; કે જેથી સર્વ સાધન સુલભ થાય છે, એવો અમારો આત્મસાક્ષાત્કાર છે.

૯. તે સત્સંગ પ્રાપ્ત થયે જો આ જીવને કલ્યાણ પ્રાપ્ત ન થાય તો અવશ્ય આ જીવનો જ વાંક છે; કેમકે તે સત્સંગના અપૂર્વ, અલભ્ય, અત્યંત દુર્લભ એવા યોગમાં પણ તેણે તે સત્સંગના યોગને બાધ કરનાર એવાં માઠાં કારણોનો ત્યાગ ન કર્યો!

૧૦. મિથ્યાગ્રહ, સ્વચ્છંદપણું, પ્રમાદ અને ઇંદ્રિયવિષયથી ઉપેક્ષા ન કરી હોય તો જ સત્સંગ ફળવાન થાય નહીં, અથવા સત્સંગમાં એકનિષ્ઠા, અપૂર્વભક્તિ આણી ન હોય તો ફળવાન થાય નહીં. જો એક એવી અપૂર્વભક્તિથી સત્સંગની ઉપાસના કરી હોય તો અલ્પ કાળમાં મિથ્યાગ્રહાદિ નાશ પામે, અને અનુક્રમે સર્વ દોષથી જીવ મુક્ત થાય.

૧૧. સત્સંગની ઓળખાણ થવી જીવને દુર્લભ છે. કોઈ મહત્ પુણ્યયોગે તે ઓળખાણ થયે નિશ્ચય કરી આ જ સત્સંગ, સત્પુરુષ છે એવો સાક્ષીભાવ ઉત્પન્ન થયો હોય તે જીવે તો અવશ્ય

609

609

Mumbai, Jeth, VS 1951

1. 'Moksha' is defined as effortless stillness in one's nature by the totally equanimously detached Lord.
2. The soul is not devoid of its own nature, but is merely unaware of it, and becoming aware of it is itself stillness in one's nature.
3. The soul has forgotten its effortless stillness because of worldly association; becoming free from worldly association directly manifests the recollection of one's effortless nature.
4. For that very reason, the Lord Tirthankaras and all other enlightened saints describe freedom from association as the best of all spiritual practices, because all other practices relate to it.
5. All the teachings in the scriptures of the Jina are encompassed solely in freedom from association; because all their teachings have been imparted for this purpose alone. From one single unit of matter to the whole inhabited universe, and all actions, from the blinking of an eye through to the final actions of the embodied soul just before liberation, are all described just to explain freedom from association.
6. Becoming free of association from all inner inclinations, is the most difficult of difficult practices; and to achieve it without shelter is extremely difficult. Understanding this, the Lord Tirthankara has stated that association with enlightened masters is its foundation. And by means of it, freedom from any other association arises, which itself is the soul's effortless nature.
7. Despite having obtained this association with an enlightened master many times before, the totally equanimously detached Lords have said that it has not been fruitful because, not having recognised the enlightened master, this soul has not realised how extremely beneficial they are; one has not devoted themselves to the master with utmost love; and the Lords have said that despite attaining this association, it is as fruitful as if we had not attained it, and the opportunity has been wasted. By contemplating on this very matter, the virtues of the soul have emerged in my soul and led me to a state of effortlessly blissful awareness; I bow with utmost, utmost devotion to the enlightened master.
8. This soul certainly must first deprioritise all other spiritual practices, know that association with an enlightened master is the primary means to liberation and therefore follow the master with complete surrender; by which all practices become easy – such is my direct experience.
9. If, after having obtained the association with enlightened masters, this soul does not attain liberation, then surely it must be this soul's own fault; because despite having the unprecedented, rare and extremely difficult-to-obtain

Background

In this illuminating letter, Shrimad meticulously and systematically addresses why and how to step back internally from worldly association. While the recipient of this letter remains unknown, its message resonates deeply with all seekers.

સહજસમાધિ - *sahajsamaadhi* - effortless blissful awareness

ગૌણ - *gaun* - deprioritised

સર્વાર્પણ - *sarvaarpan* - surrendering everything, complete surrender

સુલભ - *sulabh* - easy

આત્મસાક્ષાત્કાર - *aatmasaakshaatkaar* - direct experience of the soul

અપૂર્વ - *apoorva* - unprecedented

અલભ્ય - *alabhya* - rare

દુર્લભ - *durlabh* - difficult

બાધ - *baadh* - obscuration, barrier

માઠું - *maathun* - adverse, constraining, heavy, negative, restraining

કારણો - *kaarano* - factors

ત્યાગ - *tyaag* - renunciation

મિથ્યાગ્રહ - *mithyaagraha* - stubborn adherence to false belief

સ્વચ્છંદ - *svachchhand* - hubris

પ્રમાદ - *pramaad* - lethargy, laziness

ઇંદ્રિયવિષય - *indriyavishay* - subject of the senses

ફળવાન - *falvaan* - fruitful

એકનિષ્ઠા - *eknishthaa* - singular focus

નાશ - *naash* - destroyed

અનુક્રમે - *anukrame* - gradually, step-by-step, sequentially

રસગારવ - *rasgaarav* - prioritising the senses

ગોપવવું - *gopavvun* - to conceal, hide or reduce

ન્યૂનપણું - *nyoonpanu* - insufficiency, deficiency

આત્મબળ - *aatmabal* - inner strength

આચરવું - *aacharvun* - to apply, put in practice, conduct

કરી પ્રવૃત્તિને સંકોચવી; પોતાના દોષ ક્ષણે ક્ષણે, કાર્યે કાર્યે અને પ્રસંગે પ્રસંગે તીક્ષ્ણ ઉપયોગે કરી જોવા, જોઈને તે પરિક્ષીણ કરવા; અને તે સત્સંગને અર્થે દેહત્યાગ કરવાનો યોગ થતો હોય તો તે સ્વીકારવો, પણ તેથી કોઈ પદાર્થને વિષે વિશેષ ભક્તિસ્નેહ થવા દેવો યોગ્ય નથી. તેમ પ્રમાદે રસગારવાદિ દોષે તે સત્સંગ પ્રાપ્ત થયે પુરુષાર્થ ધર્મ મંદ રહે છે, અને સત્સંગ ફળવાન થતો નથી એમ જાણી પુરુષાર્થ વીર્ય ગોપવવું ઘટે નહીં.

૧૨. સત્સંગનું એટલે સત્પુરુષનું ઓળખાણ થયે પણ તે યોગ નિરંતર રહેતો ન હોય તો સત્સંગથી પ્રાપ્ત થયો છે એવો જે ઉપદેશ તે પ્રત્યક્ષ સત્પુરુષ તુલ્ય જાણી વિચારવો તથા આરાધવો કે જે આરાધનાથી જીવને અપૂર્વ એવું સમ્યક્ત્વ ઉત્પન્ન થાય છે.

૧૩. જીવે મુખ્યમાં મુખ્ય અને અવશ્યમાં અવશ્ય એવો નિશ્ચય રાખવો, કે જે કંઈ મારે કરવું છે, તે આત્માને કલ્યાણરૂપ થાય તે જ કરવું છે, અને તે જ અર્થે આ ત્રણ યોગની ઉદયબળે પ્રવૃત્તિ થતી હોય તો થવા દેતાં, પણ છેવટે તે ત્રિયોગથી રહિત એવી સ્થિતિ કરવાને અર્થે તે પ્રવૃત્તિને સંકોચતાં સંકોચતાં ક્ષય થાય એ જ ઉપાય કર્ત્તવ્ય છે. તે ઉપાય મિથ્યાગ્રહનો ત્યાગ, સ્વચ્છંદપણાનો ત્યાગ, પ્રમાદ અને ઇંદ્રિયવિષયનો ત્યાગ એ મુખ્ય છે. તે સત્સંગના યોગમાં અવશ્ય આરાધન કર્યાં જ રહેવાં અને સત્સંગના પરોક્ષપણામાં તો અવશ્ય અવશ્ય આરાધન કર્યાં જ કરવાં; કેમકે સત્સંગપ્રસંગમાં તો જીવનું કંઈક ન્યૂનપણું હોય તો તે નિવારણ થવાનું સત્સંગ સાધન છે, પણ સત્સંગના પરોક્ષપણામાં તો એક પોતાનું આત્મબળ જ સાધન છે. જો તે આત્મબળ સત્સંગથી પ્રાપ્ત થયેલા એવા બોધને અનુસરે નહીં, તેને આચરે નહીં, આચરવામાં થતા પ્રમાદને છોડે નહીં, તો કોઈ દિવસે પણ જીવનું કલ્યાણ થાય નહીં.

સંક્ષેપમાં લખાયેલાં જ્ઞાનીના માર્ગના આશ્રયને ઉપદેશનારાં આ વાક્યો મુમુક્ષુજીવે પોતાના આત્માને વિષે નિરંતર પરિણામી કરવા યોગ્ય છે; જે પોતાના આત્મગુણને વિશેષ વિચારવા શબ્દરૂપે અમે લખ્યાં છે.

association, one has not renounced those adverse factors that obscure the association with the enlightened master!

10. Stubborn adherence to false belief, hubris, spiritual laxity and not turning away from the subject of the senses are the only reasons that the association with an enlightened master is not fruitful. Otherwise, if there is a lack of singular focus or unprecedented devotion to the master, then it is not fruitful. If the master is followed with such an unprecedented devotion then, in very little time, stubborn adherence to false belief, and other such flaws, are destroyed, and eventually the soul becomes free from all faults.

11. Recognising the enlightened masters is difficult for the soul. If through some great volumes of meritorious karma, one develops a conviction with one's own eyes that 'this really is association with the truth, which is an enlightened master,' then one must reduce their external activities; see one's own faults, moment by moment, activity by activity, event by event, with microscopic attention. Once seen, these faults should be destroyed; and if for the sake of association of enlightened masters one has to sacrifice their body, one should accept it. But it is not appropriate to allow greater devotion and love for any other object. In the same way, having attained association with an enlightened soul, if one continues to prioritise the senses through spiritual laxity, the striving remains mild and the association with the enlightened masters is not fruitful. Knowing this, one's enthusiasm for striving should not be reduced.

12. Even after having recognised an enlightened master, if one cannot remain in their continuous association or presence, then the spiritual teachings gained through their association should be regarded as equally valuable as the physical presence of the enlightened master, and these should be contemplated on and cultivated, for it is through this cultivation that the soul can achieve self-realisation, which it has never done before.

13. Most important of all, most necessary of all, one must resolve that whatever I want to do should be done for the liberation of the soul. If it is for this purpose that karmic fruition gives rise to the activities of mind, speech and body, then let them happen, but ultimately, in order to realise a state free of the mind, speech and body, let those activities be gradually reduced and then eliminated. This solution is the only duty. Renunciation of false obstinacy, renunciation of hubris, renunciation of spiritual laxity, and renunciation of the objects of the five senses is important. In the presence of the enlightened master, we must definitely strive for these, and in the absence of the enlightened master, we must most definitely strive for these; because in the presence of an enlightened master even if a soul has insufficient inner strength, the association with the master is a means to overcome it; but in the absence of an enlightened master one's own inner strength is the only support. If that inner strength does not follow the imparted wisdom of an enlightened master, does not apply it in practice, and does not let go of laxity in this practice, then, there will never be liberation for the soul.

These succinctly written statements preach the shelter of the path of an enlightened master. True seekers should allow these statements to constantly have an impact on their own soul; I have written these down in words for the purpose of thinking deeply about the virtues of one's own soul.

Keywords

પરિણામ - *parinaam* - states, situation, result

અનંતાનુબંધી - *anantaanubandhee* - infinitely binding

સંજ્ઞા - *sangnaa* - technical term, definition

અપ્રશસ્ત - *aprashast* - inauspicious

પ્રવૃત્તિ - *pravrutti* - activity

સંભવ - *sambhav* - occurrence, arising

કૃતકૃત્ય - *krutkrutya* - the satisfaction of having done one's duties, contentment

નિર્ધ્વંસ - *nirdhvans* - destructive

લોક - *lok* - society

અસાર - *asaar* - meaningless

અનિત્ય - *anitya* - impermanent, ephemeral

જાગૃત - *jaagrut* - alert, vigilant

શિથિલ - *shithil* - lax, lazy

ઉપદેશ - *updesh* - imparted wisdom

ભૂમિકા - *bhoomikaa* - foundation

સત્શાસ્ત્ર - *satshaastra* - true scriptures

આરાધન - *aaraadhan* - fulfilment, striving

૬૧૩

મુંબઈ, અસાડ સુદ ૧૧, બુધ, ૧૯૫૧

જે કષાય પરિણામથી અનંત સંસારનો સંબંધ થાય તે કષાય પરિણામને જિનપ્રવચનમાં 'અનંતાનુબંધી' સંજ્ઞા કહી છે. જે કષાયમાં તન્મયપણે અપ્રશસ્ત (માઠા) ભાવે તીવ્રોપયોગે આત્માની પ્રવૃત્તિ છે, ત્યાં 'અનંતાનુબંધી'નો સંભવ છે. મુખ્ય કરીને અહીં કહ્યાં છે, તે સ્થાનકે તે કષાયનો વિશેષ સંભવ છે. સત્દેવ, સદ્ગુરુ અને સત્ધર્મનો જે પ્રકારે દ્રોહ થાય, અવજ્ઞા થાય, તથા વિમુખભાવ થાય, એ આદિ પ્રવૃત્તિથી, તેમજ અસત્દેવ, અસત્ગુરુ તથા અસત્ધર્મનો જે પ્રકારે આગ્રહ થાય, તે સંબંધી કૃતકૃત્યતા માન્ય થાય, એ આદિ પ્રવૃત્તિથી પ્રવર્તતાં 'અનંતાનુબંધી કષાય' સંભવે છે, અથવા જ્ઞાનીના વચનમાં સ્ત્રીપુત્રાદિ ભાવોને જે મર્યાદા પછી ઇચ્છતાં નિર્ધ્વંસ પરિણામ કહ્યાં છે, તે પરિણામે પ્રવર્તતાં પણ 'અનંતાનુબંધી' હોવા યોગ્ય છે. સંક્ષેપમાં 'અનંતાનુબંધી કષાય'ની વ્યાખ્યા એ પ્રમાણે જણાય છે.

જે પુત્રાદિ વસ્તુ લોકસંજ્ઞાએ ઇચ્છવા યોગ્ય ગણાય છે, તે વસ્તુ દુઃખદાયક અને અસારભૂત જાણી પ્રાપ્ત થયા પછી નાશ પામ્યા છતાં પણ ઇચ્છવા યોગ્ય લાગતી નહોતી, તેવા પદાર્થની હાલ ઇચ્છા ઉત્પન્ન થાય છે, અને તેથી અનિત્યભાવ જેમ બળવાન થાય તેમ કરવાની જિજ્ઞાસા ઉદ્ભવે છે, એ આદિ ઉદાહરણ સાથે લખ્યું તે વાંચ્યું છે.

જે પુરુષની જ્ઞાનદશા સ્થિર રહેવા યોગ્ય છે, એવા જ્ઞાનીપુરુષને પણ સંસારપ્રસંગનો ઉદય હોય તો જાગૃતપણે પ્રવર્તવું ઘટે છે, એમ વીતરાગે કહ્યું છે, તે અન્યથા નથી; અને આપણે સૌએ જાગૃતપણે પ્રવર્તવું કરવામાં કંઈ શિથિલતા રાખીએ તો તે સંસારપ્રસંગથી બાધ થતાં વાર ન લાગે, એવો ઉપદેશ એ વચનોથી આત્મામાં પરિણામી કરવા યોગ્ય છે, એમાં સંશય ઘટતો નથી. પ્રસંગની સાવ નિવૃત્તિ અશક્ય થતી હોય તો પ્રસંગ સંક્ષેપ કરવો ઘટે, અને ક્રમે કરીને સાવ નિવૃત્તિરૂપ પરિણામ આણવું ઘટે, એ મુમુક્ષુ પુરુષનો ભૂમિકાધર્મ છે. સત્સંગ, સત્શાસ્ત્રના યોગથી તે ધર્મનું આરાધન વિશેષે કરી સંભવે છે.

613

Mumbai, the 11th day of the bright half of Asad, Wednesday, VS 1951

The states of passion that cause us to remain in worldly life forever, those states of passion have been defined in the sermons of the Lord Jinas as 'infinitely binding'. When the soul becomes actively engrossed in such a passion, with inauspicious (negative) feelings, and intense concentration, infinite bondage occurs. In particular, the situations described below are ones in which there is greatest possibility of infinite bondage. Betrayal of the true Lord, true Guru, and true dharma, contempt towards, or contrary feelings, and such conduct, and similarly, insistence on an untrue Lord, untrue Guru, and untrue dharma, with a satisfied belief in having been dutiful to them, and such conduct, all lead to a higher occurrence of infinite bondage. Or having desires for a spouse, child and so on, beyond the limits set by an enlightened master, are destructive states which are conducive to infinite bondage occurring. These, in brief, are the definitions of infinite bondage.

Things such as a child, deemed worthy of desire by society: despite knowing these things to cause suffering and be meaningless, and having obtained these things and seen them destroyed, and known them to be unworthy of desire – the desire for them still arises. So now, a yearning to strengthen the feeling of impermanence has arisen. I have read this and other things that you have written, together with the examples.

For a person,whose inner state remains still, even for such an enlightened master, when they experience the karmic fruition of a worldly event, it is necessary for them to conduct themselves with alertness. This is what the totally equanimously detached Lord has said, it is not otherwise. And if all of us are lax in our efforts to remain alert then it won't take much time for a worldly event to obstruct us. We should ensure that this imparted wisdom, by means of these statements, makes an impact on the soul. There should be no doubt about that. If one can't completely retreat from a worldly event, then the event should be shortened, and gradually, one should bring about a situation of complete retreat. This is the foundational duty of every true seeker of moksha. Striving for that duty happens more effectively by association with enlightened masters and true scriptures.

613

Background

What kind of conduct leads to 'infinitely binding karma'? Shrimad spells this out in the letter in clear terms, compassionately acknowledging how difficult it is to avoid such conduct. Despite knowing that worldly objects of desire such as a spouse, or a child, are all impermanent, we still continue to passionately desire them. He urges us to remain alert, and conduct ourselves with awareness. It is likely, but not certain, that this letter was written to Shree Tribhovan.

Keywords

વૃત્તિ - *vrutti* - inclinations

અભિમાન - *abhimaan* - pride, egotism

ઉપયોગ - *upyog* - attention

સંક્ષેપ - *sankshep* - briefness, limit

વિચાર - *vichaar* - contemplation

અનાસક્તિ - *anaasakti* - non-attachment

ઉપશમ - *upsham* - pacification, suppression of the passions

આધાર - *aadhaar* - support, basis

પ્રતીતિ - *prateeti* - faith in the enlightened master

નિમિત્ત - *nimitt* - reasons, causal factors

અનન્ય - *ananya* - unique, like no other

આશ્રયભક્તિ - *aashraybhakti* - devotional refuge, complete surrender

પરિણામ પામવું - *parinaam paamvun* - to take effect

તૃષ્ણા - *trushnaa* - desire, longing, thirst

તુચ્છપણું - *tuchchhpanu* - triviality, insignificance

આજીવિકા - *aajeevika* - livelihood

આર્ત્તધ્યાન - *aarttadhyaan* - anguished meditation

ક્ષીણ - *ksheen* - weakened

આશ્રય - *aashray* - shelter

ઉપાધિ - *upaadhi* - worldly engagement - activity

સદ્‌વૃત્તિ - *sadvrutti* - true, virtuous inclinations

૭૦૬

વડવા (સ્તંભતીર્થ સમીપ),
ભાદરવા સુદ ૧૧, ગુરુ, ૧૯૫૨

શુભેચ્છાસંપન્ન આર્ય કેશવલાલ પ્રત્યે, લીંબડી.

સહજાત્મસ્વરૂપે યથાયોગ્ય પ્રણામ પ્રાપ્ત થાય.

ત્રણ પત્રો પ્રાપ્ત થયાં છે. 'કંઈ પણ વૃત્તિ રોકતાં, તે કરતાં વિશેષ અભિમાન વર્તે છે', તેમ જ 'તૃષ્ણાના પ્રવાહમાં ચાલતાં તણાઈ જવાય છે, અને તેની ગતિ રોકવાનું સામર્થ્ય રહેતું નથી' ઇત્યાદિ વિગત તથા 'ક્ષમાપના અને કર્કટી રાક્ષસીના 'યોગવાસિષ્ઠ' સંબંધી પ્રસંગની જગત્ ભ્રમ ટળવા માટેમાં વિશેષતા' લખી તે વિગત વાંચી છે. હાલ લખવામાં ઉપયોગ વિશેષ રહી શકતો નથી, જેથી પત્રની પહોંચ પણ લખતાં રહી જાય છે. સંક્ષેપમાં તે પત્રોના ઉત્તર નીચે લખ્યા પરથી વિચારવા યોગ્ય છે.

૧. વૃત્તિઆદિ સંક્ષેપ અભિમાનપૂર્વક થતો હોય તોપણ કરવો ઘટે. વિશેષતા એટલી કે તે અભિમાન પર નિરંતર ખેદ રાખવો. તેમ બને તો ક્રમે કરીને વૃત્તિઆદિનો સંક્ષેપ થાય, અને તે સંબંધી અભિમાન પણ સંક્ષેપ થાય.

૨. ઘણે સ્થળે વિચારવાન પુરુષોએ એમ કહ્યું છે કે જ્ઞાન થયે કામ, ક્રોધ, તૃષ્ણાદિ ભાવ નિર્મૂળ થાય. તે સત્ય છે, તથાપિ તે વચનોનો એવો પરમાર્થ નથી કે જ્ઞાન થયા પ્રથમ તે મોળાં ન પડે કે ઓછાં ન થાય. મૂળસહિત છેદ તો જ્ઞાને કરીને થાય, પણ કષાયાદિનું મોળાપણું કે ઓછાપણું ન થાય ત્યાં સુધી જ્ઞાન ઘણું કરીને ઉત્પન્ન જ ન થાય. જ્ઞાન પ્રાપ્ત થવામાં વિચાર મુખ્ય સાધન છે; અને તે વિચારને વૈરાગ્ય (ભોગ પ્રત્યે અનાસક્તિ) તથા ઉપશમ (કષાયાદિનું ઘણું જ મંદપણું, તે પ્રત્યે વિશેષ ખેદ) બે મુખ્ય આધાર છે, એમ જાણી તેનો નિરંતર લક્ષ રાખી તેવી પરિણતિ કરવી ઘટે.

સત્પુરુષના વચનના યથાર્થ ગ્રહણ વિના વિચાર ઘણું કરીને ઉદ્‌ભવ થતો નથી; અને સત્પુરુષના વચનનું યથાર્થ ગ્રહણ, સત્પુરુષની પ્રતીતિ એ કલ્યાણ થવામાં સર્વોત્કૃષ્ટ નિમિત્ત હોવાથી તેમની 'અનન્ય આશ્રયભક્તિ' પરિણામ પામ્યેથી, થાય છે. ઘણું કરી એકબીજાં કારણોને અન્યોન્યાશ્રય જેવું છે. ક્યાંક કોઈનું મુખ્યપણું છે, ક્યાંક કોઈનું મુખ્યપણું છે, તથાપિ એમ તો અનુભવમાં આવે છે કે ખરેખરો મુમુક્ષુ હોય તેને સત્પુરુષની 'આશ્રયભક્તિ' અહંભાવાદિ છેદવાને માટે અને અલ્પ કાળમાં વિચારદશા પરિણામ પામવાને માટે ઉત્કૃષ્ટ કારણરૂપ થાય છે.

ભોગમાં અનાસક્તિ થાય, તથા લૌકિક વિશેષતા દેખાડવાની બુદ્ધિ ઓછી કરવામાં આવે તો તૃષ્ણા નિર્બળ થતી જાય છે. લૌકિક માન આદિનું તુચ્છપણું સમજવામાં આવે તો તેની વિશેષતા ન લાગે; અને તેથી તેની ઇચ્છા સહેજે મોળી પડી જાય, એમ યથાર્થ ભાસે છે. માંડ માંડ આજીવિકા ચાલતી હોય તોપણ મુમુક્ષુને તે ઘણું છે, કેમકે વિશેષનો કંઈ અવશ્ય ઉપયોગ (કારણ) નથી, એમ જ્યાં સુધી નિશ્ચયમાં ન આણવામાં આવે ત્યાં સુધી તૃષ્ણા નાનાપ્રકારે આવરણ કર્યા કરે. લૌકિક વિશેષતામાં કંઈ સારભૂતતા જ નથી, એમ નિશ્ચય કરવામાં આવે તો માંડ આજીવિકા જેટલું મળતું હોય તોપણ તૃપ્તિ રહે. માંડ આજીવિકા જેટલું મળતું ન હોય તોપણ મુમુક્ષુ જીવ આર્ત્તધ્યાન ઘણું

706

706

Vadva (near Sthambatirtha),
the 11th day of the bright half of Bhadarva, Thursday, VS 1952

To the noble Keshavlal, full of noble desires, Limbdi.

Imparting appropriate greetings while at ease in my own true nature.

I have received three letters. I have read the details you have shared, such as: 'When restraining any of my inclinations, the pride in doing so is greater in magnitude than that of the restraint itself', 'I get carried away while walking in the flow of desire and do not possess the strength to halt its momentum' and about, 'forgiveness and the importance of overcoming worldly delusion as described in the story of the demoness Karkati in 'Yogavasishtha.' I am currently not able to pay much attention in writing, which is why even acknowledging the receipt of letters gets missed. The brief replies I have written to your letters below are worthy of contemplation.

1. One should limit inclinations and so on, even if pride arises. However, constantly regret that pride. If this happens, then gradually, the inclinations and so on will reduce, and the related pride will reduce as well.

2. In many places, wise people have said that on enlightenment, sensuality, anger, desire and other passions are uprooted; that is true. But the ultimate meaning of that statement is not that those passions can't become mild or be reduced before achieving that state of enlightenment. They are completely uprooted with enlightenment, but until one makes those passions milder or reduces them, enlightenment mostly does not even arise. Contemplation is the main means of attaining enlightenment, and the two main supportive means for that contemplation are detachment (non-attachment towards worldly indulgence) and pacification of the passions (great mildness of the passions and deep regret towards them). Knowing this, one should constantly focus on them and bring about such an inner state.

   Without the correct grasp of an enlightened master's words, contemplation mostly doesn't arise. The correct grasp of an enlightened master's words, and faith in the enlightened master, are the foremost causes of liberation, and they arise when the unique devotional refuge in the master comes into effect. For the most part, these causes facilitate each other. At some points, one cause is more important, and at other points, another cause is more important. It is a matter of experience that for a true seeker to overcome their pride and for a state of contemplation to arise within a short period of time, devotional refuge is the foremost cause.

   If one becomes detached towards worldly pleasures and reduces the mindset to display worldly importance, desire is weakened. When the triviality of worldly pride comes to be understood, then we no longer feel its importance;

Background

When one progresses on the spiritual path, it is easy to fall into the trap of pride. Shrimad explains how to handle such a circumstance, and skillfully pacify all our negative passions. He emphasises the importance of truly understanding the words of an enlightened master and the transformative power of taking devotional refuge in the master. This letter is written to Keshavlal, who had the wisdom and fortune of confessing his weaknesses. May we too cultivate the humility and straightforwardness to do the same.

કરીને થવા ન દે, અથવા થયે તે પર વિશેષ ખેદ કરે; અને આજીવિકામાં ત્રુટતું યથાધર્મ ઉપાર્જન કરવાની મંદ કલ્પના કરે. એ આદિ પ્રકારે વર્તતાં તૃષ્ણાનો પરાભવ (ક્ષીણ) થવા યોગ્ય દેખાય છે.

૩. ઘણું કરીને સત્પુરુષને વચને આધ્યાત્મિકશાસ્ત્ર પણ આત્મજ્ઞાનનો હેતુ થાય છે, કેમકે પરમાર્થઆત્મા શાસ્ત્રમાં વર્તતો નથી, સત્પુરુષમાં વર્તે છે. મુમુક્ષુએ જો કોઈ સત્પુરુષનો આશ્રય પ્રાપ્ત થયો હોય તો પ્રાયે જ્ઞાનની યાચના કરવી ન ઘટે, માત્ર તથારૂપ વૈરાગ્ય ઉપશમાદિ પ્રાપ્ત કરવાના ઉપાય કરવા ઘટે. તે યોગ્ય પ્રકારે સિદ્ધ થયે જ્ઞાનીનો ઉપદેશ સુલભપણે પરિણમે છે, અને યથાર્થ વિચાર તથા જ્ઞાનનો હેતુ થાય છે.

૪. જ્યાં સુધી ઓછી ઉપાધિવાળાં ક્ષેત્રે આજીવિકા ચાલતી હોય ત્યાં સુધી વિશેષ મેળવવાની કલ્પનાએ મુમુક્ષુએ કોઈ એક વિશેષ અલૌકિક હેતુ વિના વધારે ઉપાધિવાળાં ક્ષેત્રે જવું ન ઘટે કેમકે તેથી ઘણી સદ્‌વૃત્તિઓ મોળી પડી જાય છે, અથવા વર્ધમાન થતી નથી.

૫. 'યોગવાસિષ્ઠ'નાં પ્રથમનાં બે પ્રકરણ અને તેવા ગ્રંથોનો મુમુક્ષુએ વિશેષ કરી લક્ષ કરવા યોગ્ય છે.

the desire for it naturally becomes milder. That seems true to me. For a true seeker, even if they are just barely sustaining their livelihood, that is enough because there is no need (purpose) for any more. Until such a firm resolution is made, desire will continue to be an obstruction, even if in a small way. If one can resolve that worldly importance is completely meaningless, then even if one is barely earning a living, one remains content. Even if one is unable to barely earn a living, they will still not allow anguished meditation to arise, and if it does, they will intensely regret it. They will dispassionately think of an ethical way to meet any shortfall in livelihood. Through such conduct, desire can be overcome (weakened).

3. For the most part, through the words of an enlightened master, spiritual texts become a means for enlightenment, because ultimately, the soul resides not in spiritual scriptures but in an enlightened master. If a seeker has attained the shelter of any enlightened master, then it is not befitting for them to yearn for knowledge; they should focus only on cultivating the virtues of detachment, suppression of passions and so on. When these virtues are truly realised, the master's wisdom easily becomes effective and is a reason for appropriate contemplation and knowledge.

4. As long as a livelihood can be earned in a place with less worldly engagement, one should not go to a place with more engagement with the idea of earning more without a specific spiritual reason. Because in doing so, many virtuous inclinations are diluted or do not increase.

5. A true seeker should, especially, focus more on the first two chapters of Yogavasishtha, and similar scriptures.

Keywords

આત્મા - *aatmaa* - soul

સચ્ચિદાનંદ - *sachchidaanand* - a compound Sanskrit word. Sat is existence, eternal being. Chit is knowledge, consciousness. Anand is supreme inner bliss.

સર્વવ્યાપક - *sarvavyaapak* - all-pervading

વિચાર - *vichaar* - contemplation

ધ્યાવવું - *dhyaavvu* - to meditate, seek or strive

નિર્મળ - *nirmal* - immaculate

શુદ્ધ - *shuddh* - pure

ચૈતન્યઘન - *chaitanyaghan* - charged with consciousness

ભાવ - *bhaav* - being, existence

ઉપયોગ - *upyog* - consciousness

અવ્યાબાધ - *avyaabaadh* - boundless

પ્રગટ - *pragat* - manifest, evident, clear, present

સ્વસંવેદન - *svasamvedan* - sensation of the self

અનુભવ - *anubhav* - experience

અનુત્પન્ન - *anutpann* - underived, unarisen, unborn

પરભાવ - *parbhaav* - external inclinations

ભાન - *bhaan* - realisation

સ્વભાવ - *svabhaav* - own nature

સર્વથા - *sarvathaa* - everywhere, at all times

સ્વભાવપરિણામ - *svabhaavparinaam* - experience of one's own nature

સાધન - *saadhan* - tools, means

શુભ - *shubh* - auspicious

અશુભ - *ashubh* - inauspicious

૭૧૦

વડવા, ભાદરવા સુદ ૧૫, સોમ, ૧૯૫૨

ૐ

આત્મા आत्मा

સચ્ચિદાનંદ सच्चिदानंद

જ્ઞાનાપેક્ષાએ સર્વવ્યાપક, સચ્ચિદાનંદ એવો હું આત્મા એક છું એમ વિચારવું, ધ્યાવવું.

નિર્મળ, અત્યંત નિર્મળ, પરમ શુદ્ધ, ચૈતન્યઘન, પ્રગટ આત્મસ્વરૂપ છે.

સર્વને બાદ કરતાં કરતાં જે અબાધ્ય અનુભવ રહે છે તે આત્મા છે.

જે સર્વને જાણે છે તે આત્મા છે.

જે સર્વ ભાવને પ્રકાશે છે તે આત્મા છે.

ઉપયોગમય આત્મા છે.

અવ્યાબાધ સમાધિસ્વરૂપ આત્મા છે.

આત્મા છે. આત્મા અત્યંત પ્રગટ છે, કેમકે સ્વસંવેદન પ્રગટ અનુભવમાં છે.

તે આત્મા નિત્ય છે, અનુત્પન્ન અને અમિલન સ્વરૂપ હોવાથી.

ભ્રાંતિપણે પરભાવનો કર્તા છે.

તેના ફળનો ભોક્તા છે.

ભાન થયે સ્વભાવપરિણામી છે.

સર્વથા સ્વભાવપરિણામ તે મોક્ષ છે.

સદ્ગુરુ, સત્સંગ, સત્શાસ્ત્ર, સદ્વિચાર અને સંયમાદિ તેનાં સાધન છે.

આત્માના અસ્તિત્વથી માંડી નિર્વાણ સુધીનાં પદ સાચાં છે, અત્યંત સાચાં છે, કેમકે પ્રગટ અનુભવમાં આવે છે.

ભ્રાંતિપણે આત્મા પરભાવનો કર્તા હોવાથી શુભાશુભ કર્મની ઉત્પત્તિ થાય છે.

કર્મ સફળ હોવાથી તે શુભાશુભ કર્મ આત્મા ભોગવે છે.

ઉત્કૃષ્ટ શુભથી ઉત્કૃષ્ટ અશુભ સુધીના સર્વ ન્યૂનાધિક પર્યાય ભોગવવારૂપ ક્ષેત્ર અવશ્ય છે.

નિજ સ્વભાવ જ્ઞાનમાં કેવળ ઉપયોગે, તન્મયાકાર, સહજ સ્વભાવે, નિર્વિકલ્પપણે આત્મા પરિણમે તે કેવળજ્ઞાન છે.

તથારૂપ પ્રતીતિપણે પરિણમે તે સમ્યક્ત્વ છે.

710

Vadva, the 15th day of the bright half of Bhadarva, Monday, VS 1952

Aum

710

Soul

Existence – Knowledge – Bliss

I am all-pervading from the perspective of knowledge, I am existence – knowledge – bliss, I am such a soul: contemplate and meditate on that.

Immaculate, extremely immaculate, supremely pure, and charged with consciousness; this is the manifest nature of the soul.

After eliminating all else, the abiding experience which remains is the soul.

The one who knows everything is the soul.

That which illuminates all of existence is the soul.

Full of consciousness is the soul.

The boundless state of blissful awareness is the soul.

The soul exists; it is extremely evident because the sensation of the self is evidently experienced.

That soul is eternal, not arising and not resulting from any combination.

Deludedly, the soul is the author of external inclinations.

It endures the fruits of this.

On realisation, the soul causes an experience of its own nature.

The constant experience of one's own nature is moksha.

True Guru, satsang, true scriptures, righteous contemplation, restraint and so on are the tools for it.

Affirmations declaring the existence of the soul, up to the liberation of the soul, are true, very true, for they are evidently experienced.

Deludedly, because the soul authors external inclinations, auspicious and inauspicious karmas arise.

Because karma bears fruit, the soul endures these auspicious and inauspicious karmas.

There is always a certain place for each karmic consequence, small or large, ranging from extremely auspicious to extremely inauspicious, to be endured.

When the soul purely experiences its own nature in its consciousness, immersed, effortlessly and unwaveringly, that is totally pure enlightenment.

Background

Each of the points made in this letter could be an entire scripture! Such is the significance and depth of each word. Shrimad concisely and perfectly defines the soul, different forms of self-realisation, and moksha itself. It is not known who this letter is written to.

નિરંતર તે પ્રતીતિ વર્ત્યા કરે તે ક્ષાયિક સમ્યક્ત્વ કહીએ છીએ.

ક્વચિત્ મંદ, ક્વચિત્ તીવ્ર, ક્વચિત્ વિસર્જન, ક્વચિત્ સ્મરણરૂપ એમ પ્રતીતિ રહે તેને ક્ષયોપશમ સમ્યક્ત્વ કહીએ છીએ.

તે પ્રતીતિને સત્તાગત આવરણ ઉદય આવ્યાં નથી, ત્યાં સુધી ઉપશમ સમ્યક્ત્વ કહીએ છીએ.

આત્માને આવરણ ઉદય આવે ત્યારે તે પ્રતીતિથી પડી જાય તેને સાસ્વાદન સમ્યક્ત્વ કહીએ છીએ.

અત્યંત પ્રતીતિ થવાના યોગમાં સત્તાગત અલ્પ પુદ્‌ગલનું વેદવું જ્યાં રહ્યું છે તેને વેદક સમ્યક્ત્વ કહીએ છીએ.

તથારૂપ પ્રતીતિ થયે અન્યભાવ સંબંધી અહંમમત્વાદિ, હર્ષ, શોક ક્રમે કરી ક્ષય થાય.

મનરૂપ યોગમાં તારતમ્યસહિત જે કોઈ ચારિત્ર આરાધે તે સિદ્ધિ પામે છે. અને જે સ્વરૂપસ્થિરતા ભજે તે સ્વભાવસ્થિતિ પામે છે.

નિરંતર સ્વરૂપલાભ, સ્વરૂપાકાર ઉપયોગનું પરિણમન એ આદિ સ્વભાવ અંતરાય કર્મના ક્ષયે પ્રગટે છે.

કેવળ સ્વભાવપરિણામી જ્ઞાન તે કેવળજ્ઞાન છે .... કેવળજ્ઞાન છે.

પર્યાય - *paryaay* - forms of consequences

અવશ્ય - *avashya* - surely, certainly

સમ્યક્ત્વ - *samyaktva* - self-realisation

ક્ષાયિક સમ્યક્ત્વ - *kshaayik samyaktva* - the enlightened state where obstructive deluding (mohaniya) karmas have been completely destroyed: 'Irreversible Self-Realisation'.

ક્ષયોપશમ સમ્યક્ત્વ - *kshayopsham samyaktva* - a state in which faith is at times mild, at times intense, at times forgotten, at times remembered: 'Fluctuating Self-Realisation'.

સત્તાગત - *sattaagat* - dormant particles of karma that are yet to arise and be endured.

ઉપશમ સમ્યક્ત્વ - *upsham samyaktva* - a state in which the dormant karmas obstructing faith have not yet come to fruition: 'Transitory Self-Realisation.'

સાસ્વાદન સમ્યક્ત્વ - *saasvaadan samyaktva* - 2nd Gunasthanak, which you can only get to if you fall from 4 to 2. When those karmas do come to fruition, and the faith is lost, that is called 'Lapsed With A Remaining Taste of Self-Realisation'.

વેદક સમ્યક્ત્વ - *vedak samyaktva* - When there remain a few karmic particles left to endure at the time when faith has arisen, that is called 'Self-Realisation with a Small Balance to Endure.'

અંતરાય - *antaraay* - obstructive karmas

Faith in that results in the experience of self-realisation.

If that faith is continuous, that is called 'irreversible self-realisation.'

If the faith is at times mild, at times intense, at times forgotten, at times remembered: that is called 'fluctuating self-realisation'.

While the dormant karmas obstructing that faith have not yet come to fruition, this is called 'transitory self-realisation.'

When those karmas do come to fruition, and the faith is lost, that is called 'lapsed with a remaining taste of self-realisation'.

When intense faith has arisen, and yet there remain a few dormant karmic particles left to endure, that is called 'self-realisation with a small balance to endure.'

As such faith arises, the sense of me and mineness, joy and sorrow towards the external are gradually destroyed.

Whoever observes renunciation intensely in their mind succeeds in their goal. And whoever is still in their own nature attains a state of immersion in the self.

The continuous joy of experiencing the self, consciousness taking on the form of the self, this and similar experiences manifest when obstructive karmas are destroyed.

Knowledge which results purely in the experience of the nature of the self is totally pure enlightenment.... is totally pure enlightenment.

Keywords

આકાંક્ષા - *aakaankshaa* - aspiration

આજ્ઞા - *aagnaa* - instruction, commandment

વેદનીય - *vedaneeya karma* - sensation-producing karma

અશાતા - *ashaataa* - uneasiness, discomfort

વિપરિણામી સ્વભાવ - *viparinaamee svabhaav* - adverse nature

વિચાર - *vichaar* - thoughts, contemplation

મોહ - *moh* - deluded attachment, false identification, infatuation

વિચારવાન - *vichaarvaan* - wise people, contemplative people

પ્રવર્તવું - *pravartvun* - to engage in, to conduct

૭૨૨

વવાણિયા, કા. સુદ ૧૦, શનિ, ૧૯૫૩

માતુશ્રીને શરીરે તાવ આવવાથી તથા કેટલોક વખત થયાં અત્રે આવવા વિષે તેમની વિશેષ આકાંક્ષા હોવાથી ગયા સોમવારે અત્રેથી આજ્ઞા થવાથી નડિયાદથી ભોમવારે રવાને થવાનું થયું હતું. બુધવારે બપોરે અત્રે આવવું થયું છે.

શરીરને વિષે વેદનીયનું અશાતાપણે પરિણમવું થયું હોય તે વખતે શરીરનો વિપરિણામી સ્વભાવ વિચારી તે શરીર અને શરીરને સંબંધે પ્રાપ્ત થયેલાં સ્ત્રીપુત્રાદિ પ્રત્યેનો મોહ વિચારવાન પુરુષો છોડી દે છે; અથવા તે મોહને મંદ કરવામાં પ્રવર્તે છે.

'આત્મસિદ્ધિશાસ્ત્ર' વિશેષ વિચારવા યોગ્ય છે.

શ્રી અચળ વગેરેને યથા૦

722

Vavania, the 10th day of the bright half of Kartak, Saturday, VS 1953

722

Because Mother had a fever and because of her longstanding great yearning that I come here, having received her request, I left Nadiad last Monday and arrived here on Wednesday afternoon.

When the body experiences the uncomfortable negative fruits of sensation-producing karma, at that moment, wise people contemplate the adverse nature of the body and let go of the deluded attachment to the body, and anything else related to the body, such as a spouse or child; or they strive to make that deluded attachment mild.

The 'Atmasiddhi' scripture is worthy of deep contemplation.

My regards to Shree Achal and others.

Background

At some point in our lives, we all encounter pain and suffering. In this short message to Shree Saubhag, Shrimad explains how these challenging moments can hold spiritual significance if we approach them with contemplation.

'The boundless state of blissful awareness is the soul.'

Shrimad Rajchandra Vachanamrut

Letter 710

Keywords

સર્વજ્ઞ - *sarvagna* - omniscient ones, totally equanimously detached Lord

નમઃ - *namah* - obeisance

અનિયત - *aniyat* - uncontrolled, irregular

અસીમ - *aseem* - unlimited

બળવાન - *balvaan* - powerful

અસત્સંગ - *asatsang* - negative influence, the company of untruth

અનારાધકપણું - *anaaraadhakpanu* - the absence of spiritual practice, worship, or striving

બળવીર્ય - *balveerya* - spiritual strength

પ્રાપ્ત - *praapt* - attained

હર્ષ - *harsh* - joy

વિષાદ - *vishaad* - despair

૭૨૭

વવાણિયા, માગશર સુદ ૧, શનિ, ૧૯૫૩

ૐ સર્વજ્ઞાય નમઃ

આયુષ્ય અલ્પ અને અનિયત પ્રવૃત્તિ, અસીમ બળવાન અસત્સંગ, પૂર્વનું ઘણું કરીને અનારાધકપણું, બળવીર્યની હીનતા, એવાં કારણોથી રહિત કોઈક જ જીવ હશે, એવા આ કાળને વિષે પૂર્વે ક્યારે પણ નહીં જાણેલો, નહીં પ્રતીત કરેલો, નહીં આરાધેલો તથા નહીં સ્વભાવસિદ્ધ થયેલો એવો 'માર્ગ' પ્રાપ્ત કરવો દુષ્કર હોય એમાં આશ્ચર્ય નથી; તથાપિ જેણે તે પ્રાપ્ત કરવા સિવાય બીજો કોઈ લક્ષ રાખ્યો જ નથી તે આ કાળને વિષે પણ અવશ્ય તે માર્ગને પામે છે.

લૌકિક કારણોમાં અધિક હર્ષ–વિષાદ મુમુક્ષુ જીવ કરે નહીં.

727

Vavania, the 1st day of the bright half of Magashar, Saturday, VS 1953

Aum. Reverence to the Omniscient Ones.

In this era, when there are only a rare few souls who are free from obstacles such as: a short lifespan, insatiable activity, unlimited and powerful non-spiritual influences, an absence of spiritual striving over many lifetimes, and a lack of spiritual strength; it is not surprising that it is difficult to attain the 'path' which one has never previously known, never believed in, never strived for, and never realised its true nature. However, one who has kept no goal at all, other than to attain this path, will certainly do so, even in this era.

A true seeker does not feel great joy or despair in worldly matters.

727

Background

Shrimad knew Shree Dharshi since he was just ten years old, accompanying the magistrate from Morbi to Rajkot. Even in his youth, Shrimad's wisdom and abilities deeply impressed and touched Shree Dharshi. Now, in this letter to him, Shrimad discusses the challenges of the present era in seeking liberation, while also expressing an unwavering confidence that those dedicated to spiritual pursuit will inevitably attain it.

Keywords

પ્રત્યક્ષ - *pratyaksh* - present

બળવાન - *balvaan* - powerful

નિમિત્ત - *nimitt* - cause

આત્મભાવ - *aatmabhaav* - spiritual state

ક્ષોભ - *kshobh* - perturbation

જ્ઞાન - *gnaan* - self-realisation

નિર્જરા - *nirjaraa* - shedding of karma

સંશય - *sanshay* - doubt

૭૩૬

વવાણિયા, પોષ સુદ ૧૧, બુધ, ૧૯૫૩

રાગદ્વેષનાં પ્રત્યક્ષ બળવાન નિમિત્તો પ્રાપ્ત થયે પણ જેનો આત્મભાવ કિંચિત્ માત્ર પણ ક્ષોભ પામતો નથી, તે જ્ઞાનીના જ્ઞાનનો વિચાર કરતાં પણ મહા નિર્જરા થાય, એમાં સંશય નથી.

736

Vavania, the 11th day of the bright half of Posh, Wednesday, VS 1953

One whose spiritual state is not even slightly perturbed despite being in the presence of strong instrumental causes for attachment and aversion – merely contemplating the self-realisation of such an enlightened master leads to great shedding of karma; this is without a doubt.

736

Background

It is hard to imagine how simply contemplating the inner state of an enlightened master can give a seeker such immense benefit. Shrimad writes here to Shree Saubhag.

Keywords

એકાંત - *ekaant* - singular, solitude

નિશ્ચયનય - *nishchaynay* - absolutist viewpoint

મતિ - *mati* - matignaan is a type of knowledge that is via the senses and mind

શુદ્ધ - *shuddh* - pure

અપેક્ષા - *apekshaa* - perspective

વિકલ્પજ્ઞાન - *vikalp gnaan* - imperfect knowledge (normally vikalp means doubt, but here it means that the knowledge is incomplete)

સંપૂર્ણ - *sampoorna* - complete

નિર્વિકલ્પ - *nirvikalp* - unwavering

સાધન - *saadhan* - means, tools

શ્રુતજ્ઞાન - *shrutgnaan* - imparted wisdom from an enlightened master

મુખ્ય - *mukhya* - most important, central

ત્યાગ - *tyaag* - abandonment

કેવળજ્ઞાન - *kevalgnaan* - totally pure enlightenment

૭૪૫

વવાણિયા, ફાગણ સુદ ૨, ૧૯૫૩

એકાંત નિશ્ચયનયથી મતિ આદિ ચાર જ્ઞાન, સંપૂર્ણ શુદ્ધ જ્ઞાનની અપેક્ષાએ વિકલ્પજ્ઞાન કહી શકાય; પણ સંપૂર્ણ શુદ્ધ જ્ઞાન એટલે સંપૂર્ણ નિર્વિકલ્પ જ્ઞાન ઉત્પન્ન થવાનાં એ જ્ઞાન સાધન છે. તેમાં પણ શ્રુતજ્ઞાન મુખ્યપણે છે. કેવળજ્ઞાન ઉત્પન્ન થવામાં છેવટ સુધી તે જ્ઞાનનું અવલંબન છે. પ્રથમથી કોઈ જીવ એનો ત્યાગ કરે તો કેવળજ્ઞાન પામે નહીં. કેવળજ્ઞાન સુધી દશા પામવાનો હેતુ શ્રુતજ્ઞાનથી થાય છે.

745

745

Vavania, the 2nd day of the bright half of Fagan, VS 1953

From a singularly absolutist viewpoint, four forms of knowledge, such as sensory knowledge, can be said to be imperfect knowledge from the perspective of completely pure knowledge. But those forms of knowledge are the means by which completely pure knowledge, that is, completely unwavering knowledge, arises. Even of these, receiving imparted wisdom from an enlightened master is the most important. A seeker is supported by this form of knowledge all the way until totally pure enlightenment arises. If one initially abandons this knowledge, one does not attain totally pure enlightenment. Receiving imparted wisdom from an enlightened master is the cause for attaining the state of totally pure enlightenment.

Background

Shrimad writes to Shree Saubhag about the four different forms of knowledge we are capable of experiencing. As a matter of practicality, he explains that one of these – the knowledge that is the imparted wisdom from an enlightened master – is incredibly important for seekers as the means and cause of attaining the state of totally pure enlightenment.

Keywords

પરિણામી - *parinamee* - consequential, possessing the capability to change. The soul can be still in itself and unchanging, or it can be acting (an author of action), and changing as a result.

અગુરુલઘુ - *agurulaghu* - infinite structural integrity. This means that one substance does not become another; one quality does not become another quality; the infinite qualities do not become separate. A substance does not lose any of its characteristics regardless of its changing states. This is true of all substances (dravyas) in Jain ontology.

પરિણત - *parinat* - subject to change or transformation.

સ્વપરિણામી - *svaparinamee* - experiencing itself, self-experiencing, or self-resulting.

મિથ્યાત્વ - *mithyaatva* - false perception

અવિરતિ - *avirati* - non-restraint

પ્રમાદ - *pramaad* - laxity

કષાય - *kashaay* - passions

યોગ - *yog* - activity

સિદ્ધાત્મા - *siddhaatmaa* - liberated soul

સિદ્ધાવસ્થા - *siddhaavasthaa* - the state of liberation

વિભાવ - *vibhaav* - externally engaged consciousness

ભાવકર્મ - *bhaavkarma* - karma-binding inclination

પુદ્ગલ - *pudgal* - matter

સંબંધ - *sambandh* - relationship

દ્રવ્યકર્મ - *dravyakarma* - material karma

૭૬૦

સં. ૧૯૫૩

જીવલક્ષણ
- ચૈતન્ય જેનું મુખ્ય લક્ષણ છે,
- દેહ પ્રમાણ છે,
- અસંખ્યાત પ્રદેશ પ્રમાણ છે. તે અસંખ્યાત પ્રદેશતા લોકપરિમિત છે,
- પરિણામી છે,
- અમૂર્ત્ત છે,
- અનંત અગુરુલઘુ પરિણત દ્રવ્ય છે,
- સ્વાભાવિક દ્રવ્ય છે;
- કર્ત્તા છે,
- ભોક્તા છે,
- અનાદિ સંસારી છે,
- ભવ્યત્વ લબ્ધિ પરિપાકાદિથી મોક્ષસાધનમાં પ્રવર્તે છે,
- મોક્ષ થાય છે,
- મોક્ષમાં સ્વપરિણામી છે.

સંસારી જીવ
- સંસાર અવસ્થામાં મિથ્યાત્વ, અવિરતિ, પ્રમાદ, કષાય અને યોગ ઉત્તરોત્તર બંધનાં સ્થાનક છે.

સિદ્ધાત્મા
- સિદ્ધાવસ્થામાં યોગનો પણ અભાવ છે.
- માત્ર ચૈતન્યસ્વરૂપ આત્મદ્રવ્ય સિદ્ધપદ છે.

વિભાવ પરિણામ 'ભાવકર્મ' છે.

પુદ્ગલસંબંધ 'દ્રવ્યકર્મ' છે.

[અપૂર્ણ]

760

VS 1953

760

Soul's defining characteristics:

The one that has consciousness as is its main characteristic,

It has the same dimensions as the body,

It has innumerable units. Those units are confined within the habitable universe,

It is capable of change,

It doesn't have a physical form,

It is a substance of infinite structural integrity,

It is not a composite of other substances,

It authors,

It endures,

It has been embodied since beginningless time,

When its capacity for liberation matures, it adopts the means to moksha,

Moksha happens,

In moksha, it experiences itself.

Embodied Soul:

In its state of embodiment, false perception, non-restraint, laxity, passions, and mental, verbal, and bodily activity, are sequential causes of karmic bondage.

Liberated Soul:

In the state of liberation there is an absence of even mental, verbal and bodily activity.

Purely the existence of the substance of the soul, conscious by nature, is the state of liberation.

Externally engaged consciousness is a 'karma-binding inclination'.

The relationship with matter is 'material karma'.

[This letter is incomplete]

Background

Shrimad writes here about the fundamental nature of the soul, and defines the characteristics of embodied and liberated souls. We do not know who this letter was written to. In some ways, it resonates with Letters 710 and 711 from the Vachanamrut. Unfortunately for us, this letter was found incomplete.

Keywords

સમકિત - *samkit* - self-realisation

જઘન્ય - *jaghanya* - at the earliest.

અર્ધ પુદ્‌ગલપરાવર્તન - *ardhpudgalparaavartan* - the amount of time required for a soul to take in and use up half of the available karmic matter in the universe

યુગલિયા - *yugaliyaa* - twin

નિર્ગ્રંથ - *nirgranth* - a term used to describe Jain monks and nuns (literal meaning is 'one without knots')

જીવાજીવ- *jeevaajeev* - soul and non-soul

સિદ્ધાંત - *siddhaant* - the Jain canon, or collection of scriptures, doctrine, principle

સાચા પુરુષ - *saachaa purush* - enlightened master

પ્રતીતિ - *prateeti* - faith

આશ્રય - *aashray* - shelter

રુચિ - *ruchi* - devout interest

નિશ્ચય - *nishchay* - conviction

ઉપાસવું - *upaasvun* - to devotedly follow, adhere to, strive, worship

પ્રત્યક્ષ - *pratyaksh* - living

પૂર્વ આરાધક - *poorva aaraadhak* - one who has strived in a previous birth with a living true enlightened master

આચાર્ય - *aachaarya* - head of monastic order

૭૭૧

વવાણિયા, ચૈત્ર સુદ ૫, ૧૯૫૩

[૧]ગયા કાગળમાં અત્રેથી ત્રણ પ્રકારનાં સમકિત જણાવ્યાં હતાં. તે ત્રણે સમકિતમાંથી ગમે તે સમકિત પામ્યાથી જીવ વધારેમાં વધારે પંદર ભવે મોક્ષ પામે. જઘન્ય તે ભવે પણ મોક્ષ થાય; અને જો તે સમકિત વમે, તો વધારેમાં વધારે અર્ધ પુદ્‌ગલપરાવર્તનકાળ સુધી સંસારપરિભ્રમણ કરીને પણ મોક્ષ પામે. સમકિત પામ્યા પછી વધારેમાં વધારે અર્ધ પુદ્‌ગલપરાવર્તન સંસાર હોય.

ક્ષયોપશમ સમકિત અથવા ઉપશમ સમકિત હોય, તો તે જીવ વમી શકે; પણ ક્ષાયિક સમકિત હોય તો તે વમાય નહીં; ક્ષાયિક સમકિતી જીવ તે જ ભવે મોક્ષ પામે, વધારે ભવ કરે તો ત્રણ ભવ કરે અને કોઈ એક જીવની અપેક્ષાએ ક્વચિત્ ચાર ભવ થાય. યુગલિયાનું આયુષ બંધાયા પછી ક્ષાયિક સમકિત આવ્યું હોય, તો ચાર ભવ થવાનો સંભવ છે; ઘણું કરીને કોઈક જીવને આમ બને છે.

ભગવત્ તીર્થંકરના નિર્ગ્રંથ, નિર્ગ્રંથિનીઓ, શ્રાવક તથા શ્રાવિકાઓ કંઈ સર્વને જીવાજીવનું જ્ઞાન હતું તેથી તેને સમકિત કહ્યું છે એવો સિદ્ધાંતનો અભિપ્રાય નથી. તેમાંથી કંઈક જીવોને તીર્થંકર સાચા પુરુષ છે, સાચા મોક્ષમાર્ગના ઉપદેષ્ટા છે, જેમ તે કહે છે તેમ જ મોક્ષમાર્ગ છે એવી પ્રતીતિથી, એવી રુચિથી, શ્રી તીર્થંકરના આશ્રયથી, અને નિશ્ચયથી સમકિત કહ્યું છે. એવી પ્રતીતિ, એવી રુચિ અને એવા આશ્રયનો તથા આજ્ઞાનો નિશ્ચય છે તે પણ એક પ્રકારે જીવાજીવના જ્ઞાનસ્વરૂપ છે. પુરુષ સાચા છે અને તેની પ્રતીતિ પણ સાચી આવી છે કે જેમ આ પરમકૃપાળુ કહે છે તેમ જ મોક્ષમાર્ગ છે, તેમ જ મોક્ષમાર્ગ હોય, તે પુરુષનાં લક્ષણાદિ પણ વીતરાગપણાની સિદ્ધિ કરે છે, જે વીતરાગ હોય તે પુરુષ યથાર્થવક્તા હોય, અને તે જ પુરુષની પ્રતીતિએ મોક્ષમાર્ગ સ્વીકારવા યોગ્ય હોય એવી સુવિચારણા તે પણ એક પ્રકારનું ગૌણતાએ જીવાજીવનું જ જ્ઞાન છે. તે પ્રતીતિથી, તે રુચિથી અને તે આશ્રયથી પછી સ્પષ્ટ વિસ્તારસહિત જીવાજીવનું જ્ઞાન અનુક્રમે થાય છે. તથારૂપ પુરુષની આજ્ઞા ઉપાસવાથી રાગદ્વેષનો ક્ષય થઈ વીતરાગ દશા થાય છે. તથારૂપ સત્પુરુષના પ્રત્યક્ષ યોગ વિના એ સમકિત આવવું કઠણ છે. તેવા પુરુષનાં વચનરૂપ શાસ્ત્રોથી કોઈક પૂર્વે આરાધક હોય એવા જીવને સમકિત થવું સંભવે છે; અથવા કોઈ એક આચાર્ય પ્રત્યક્ષપણે તે વચનના હેતુથી કોઈક જીવને સમકિત પ્રાપ્ત કરાવે છે.

-----

૧. જુઓ પત્રાંક ૭૫૧.

771

Vavaniya, the 5th day of bright half of Chaitra, VS 1953

In the last letter[1], there were three types of self-realisation I informed you about. By attaining any of those three self-realisations, the soul will attain moksha within fifteen lives at most. At the earliest, one might even achieve moksha in this life; if one falls from self-realisation, then one would wander in the cycle of worldly embodiment for, at most, the specific period of time that is required for the soul to take in and use up half of the available karmic matter in the universe, and still, after that, attain moksha. In other words, after attaining self-realisation, worldly embodiment lasts no longer than this specific period of time.

If one has fluctuating self-realisation or transitory self-realisation, then it is possible to fall from such a state. But if one has irreversible self-realisation, then one cannot fall. A soul with irreversible self-realisation either attains moksha in that same life, or in three lives if it is reborn, and exceptionally, for some rare souls, in four lives. If one has attained irreversible self-realisation after binding the karma of being born as a twin, then it is possible that there is a fourth life; this is the case for a few rare souls.

It is not the opinion of the scriptures that Jain monks and nuns, and male and female householders following the divine Lord Tirthankara were described as self-realised because they all had knowledge of soul and matter. Some of them were described as self-realised because they had faith, had devout interest, took refuge in and had conviction that the Lord Tirthankara was a true master, a preacher of the true path to moksha, and that the path to moksha is exactly as described. Such faith, such devout interest, such refuge and such conviction in the instructions of the enlightened master are, in one way, a form of knowledge of soul and matter. The Tirthankara is a true master, and the faith that has arisen towards him is also true – faith that the path to moksha is, and would be, just as this highly compassionate Lord has described it. The characteristics of such a totally detached master are such that they give rise to detachment in us, too. One who is totally detached is a speaker of the appropriate truth, and only by having faith in such a person it is appropriate to accept the path to moksha – this inner contemplation is itself, in a limited way, knowledge of soul and matter. That devout interest, that faith and that refuge then gradually lead to a clear and comprehensive knowledge of soul and matter. When one devotedly follows the instructions of such a master, one's attachments and aversions perish, and a detached state arises. Without the living association of such a master, that self-realisation is difficult. It is possible for a seeker who has strived in previous lives under the living shelter of an enlightened master to achieve self-realisation in this life by means of the scriptures, which are the words of such an enlightened master. Or some heads of monastic orders, through their living presence, enable some souls to attain self-realisation by means of such words.

-----

1. See Letter 751.

Background

This letter builds on a previous one that Shrimad wrote to Shree Saubhag (not included in this collection) about three types of self-realisation. In this new message, Shrimad explains that simply by having true faith in a truly enlightened master, we experience a form of self-realisation. We do not know who the recipient of this letter was.

'All beings of this world wish to attain happiness by means of obtaining something or other; even great universal emperors… but, in contrast, enlightened masters have found the path of happiness to be the opposite, that to acquire anything at all is the very destruction of happiness.'

Shrimad Rajchandra Vachanamrut

Letter 832

Keywords

સર્વજ્ઞ - *sarvagna* - omniscient

જાગ્રૃત - *jaagrut* - wakeful, awakened

ન્યારી - *nyaaree* - distinct

વિદ્યમાન - *vidyamaan* - present

ચેતન - *chetan* - consciousness

અચેતન - *achetan* - matter

ભાલૈ દ્રષ્ટિ ખોલિકૈ - *bhaalai drashti kholikai* - divine sight opens in the middle of the forehead.

નિરભેદ - *nirbhed* - not separate

રાગ - *raag* - attachment

રસ - *ras* - indulgence

અમલાન - *amalaan* - pure

જ્ઞાન - *gnaan* - knowledge

જડ - *jad* - lifeless matter

ચિદાનન્દ - *chidaanand* - blissful consciousness

યોગ્ય - *yogya* - worthy

મુક્ત - *mukt* - free

દ્રવ્ય - *dravya* - substances

અસંગ - *asang* - free from association, detachment

ક્ષેત્ર - *kshetra* - location

કાળ - *kaal* - time frame or era, can refer to past, present and future

વર્તવું - *vartvun* - to conduct

મૌન - *maun* - silent

નિર્વિકલ્પ - *nirvikalp* - unwavering

અસંગદશા - *asangdashaa* - state of freedom

૭૭૯

મુંબઈ, જ્યેષ્ઠ સુદ, ૧૯૫૩

ૐ સર્વજ્ઞ

સ્વભાવજાગ્રૃતદશા

ચિત્રસારી ન્યારી, પરજંક ન્યારૌ, સેજ ન્યારી,
ચાદરિ ભી ન્યારી, ઇહાં ઝૂઠી મેરી થપના;
અતીત અવસ્થા સૈન, નિદ્રાવાહિ કોઉ પૈ ન,
વિદ્યમાન પલક ન, યામૈં અબ છપના;
સ્વાસ ઔ સુપન દોઉ, નિદ્રાકી અલંગ બૂઝે,
સૂઝૈ સબ અંગ લખિ, આતમ દરપના;
ત્યાગી ભયૌ ચેતન, અચેતનતા ભાવ ત્યાગિ,
ભાલૈ દ્રષ્ટિ ખોલિકૈ, સંભાલૈ રૂપ અપના.

અનુભવઉત્સાહદશા

જૈસો નિરભેદરૂપ, નિહચૈ અતીત હુતૌ,
તૈસૌ નિરભેદ અબ, ભેદકૌ ન ગહૈગૌ!
દીસૈ કર્મરહિત સહિત સુખ સમાધાન,
પાયૌ નિજથાન ફિર બાહરિ ન બહૈગૌ;
કબહૂં કદાપિ અપનૌ સુભાવ ત્યાગિ કરિ,
રાગ રસ રાચિકૈં ન પરવસ્તુ ગહૈગૌ;
અમલાન જ્ઞાન વિદ્યમાન પરગટ ભયૌ,
યાહિ ભાંતિ આગમ અનંતકાલ રહૈગૌ.

સ્થિતિદશા

એક પરિનામકે ન કરતા દરવ દોઈ,
દોઈ પરિનામ એક દર્વ ન ધરતુ હૈ;
એક કરતૂતિ દોઈ દર્વ કબહૂં ન કરૈ,
દોઈ કરતૂતિ એક દર્વ ન કરતુ હૈ;
જીવ પુદ્ગલ એક ખેત અવગાહી દોઉ,
અપનેં અપનેં રૂપ કોઉ ન ટરતુ હૈ;
જડ પરિનામનિકૌ કરતા હૈ પુદ્ગલ,
ચિદાનન્દ ચેતન સુભાવ આચરતુ હૈ.

779

779

Mumbai, the bright half of Jyeshth, 1953

Aum, The Omniscient

The State of the Soul's Wakefulness

This whole painting is distinct: the bed is distinct, the bedsheet is distinct,
The blanket too is distinct, here it is my belief which is untrue;
The past has gone, in spiritual slumber, we waste time,
Everything in the present time is constantly changing – no longer will I wallow in this;
The breath I take and life itself disappear like a dream on awakening,
In the mirror of the soul, we see each element as distinct;
Consciousness renounces all, every inclination towards matter is renounced,
Divine sight opens in the middle of the forehead, and one recollects one's own nature.

The State of Joy at Experience!

What was once not separate is now separate,
What is now separate, will no longer be accepted as not separate!
It is free from karma and in the bliss of its own nature,
It has attained its rightful place and will no longer flow outwards;
It will now never abandon its own nature,
It will not wallow in attachment and indulgence, or adopt external objects;
Pure knowledge has now manifested,
And will remain forever more.

The State of Things as They Are

One effect is not caused by two substances,
Two effects are not caused by one substance;
One function is not performed by two substances,
Two functions are not performed by one substance;
Both soul and matter occupy the same space,
But neither renounces its own nature;
Matter causes material effects,
The soul experiences blissful consciousness.

Background

As Shree Saubhag lay on his deathbed, he wrote to Shrimad expressing his lament at not having realised his soul. Knowing fully well that Shree Saubhag had all the tools necessary and was on the very cusp of making the breakthrough, Shrimad writes this letter to deepen his contemplation. He does this by quoting Saint Banarasidas's text 'Natak Samaysaar'.

શ્રી સોભાગને વિચારને અર્થે આ કાગળ લખ્યો છે, તે હાલ શ્રી અંબાલાલે અથવા બીજા એક યોગ્ય મુમુક્ષુએ તેમને જ સંભળાવવો યોગ્ય છે.

સર્વ અન્યભાવથી આત્મા રહિત છે, કેવળ એમ જેને અનુભવ વર્તે છે તે 'મુક્ત' છે.

બીજાં સર્વ દ્રવ્યથી અસંગપણું, ક્ષેત્રથી અસંગપણું, કાળથી અસંગપણું અને ભાવથી અસંગપણું સર્વથા જેને વર્તે છે તે 'મુક્ત' છે.

અટળ અનુભવસ્વરૂપ આત્મા સર્વ દ્રવ્યથી પ્રત્યક્ષ જુદો ભાસવો ત્યાંથી મુક્તદશા વર્તે છે. તે પુરુષ મૌન થાય છે, તે પુરુષ અપ્રતિબદ્ધ થાય છે, તે પુરુષ અસંગ થાય છે, તે પુરુષ નિર્વિકલ્પ થાય છે અને તે પુરુષ મુક્ત થાય છે.

જેણે ત્રણે કાળને વિષે દેહાદિથી પોતાનો કંઈ પણ સંબંધ નહોતો એવી અસંગદશા ઉત્પન્ન કરી તે ભગવાનરૂપ સત્પુરુષોને નમસ્કાર છે.

તિથિ આદિનો વિકલ્પ છોડી નિજ વિચારમાં વર્તવું એ જ કર્તવ્ય છે.

શુદ્ધ સહજ આત્મસ્વરૂપ.

This letter has been written for Shree Saubhag to contemplate. Shree Ambalal or another worthy seeker should read it only to him.

The soul is devoid of any other inclinations – only those who experience this, are 'free'.

Free from the association of all other substances, location, time, and inclination – those who always conduct themselves in this way, are 'free'.

The state of freedom begins when the unending experience of the soul appears manifestly distinct from all other substances. That person becomes silent, that person becomes boundless, that person becomes free from association, that person becomes unwavering, and that person becomes free.

Reverence to the God-like enlightened masters who have given rise to such an inner state of freedom from association, as though there was never, at any time, any personal relationship with the body and other things.

Letting go of doubts about dates and conducting oneself in contemplation of the self – this is one's sole duty.

        Pure, effortlessly still in the nature of the soul.

Keywords

રાગ - *raag* - attachment, affection

દ્વેષ - *dvesh* - aversion, dislike

ઉપકારી - *upkaaree* - benefactor

અસંગ - *asang* - freedom from association

નિર્મોહ - *nirmoh* - free from delusion

અબાધ્ય - *abaadhya* - unbounded

વ્યાવૃત્ત - *vyaavrut* - withdrawn

યથાર્થ - *yathaarth* - true, correct

સમરસ - *samras* - equanimity

ખમાવું - *khamaavun* - to seek forgiveness

સમદશા - *samadashaa* - equanimity

એ જ વિનંતિ - *e j vinanti* - that is the only request (that is all)

નમસ્કાર - *namaskaar* - bow

૭૮૦

મુંબઈ, જેઠ સુદ ૮, ભોમ, ૧૯૫૩

જેને કોઈ પણ પ્રત્યે રાગ, દ્વેષ રહ્યા નથી,
તે મહાત્માને વારંવાર નમસ્કાર

પરમ ઉપકારી, આત્માર્થી, સરલતાદિ ગુણસંપન્ન શ્રી સોભાગ,

ભાઈ ત્રંબકનો લખેલો કાગળ એક આજે મળ્યો છે.

'આત્મસિદ્ધિ' ગ્રંથના સંક્ષેપ અર્થનું પુસ્તક તથા કેટલાંક ઉપદેશપત્રોની પ્રત અત્રે હતી તે આજે ટપાલમાં મોકલ્યાં છે. બન્નેમાં મુમુક્ષુ જીવને વિચારવા યોગ્ય ઘણા પ્રસંગો છે.

પરમયોગી એવા શ્રી ઋષભદેવાદિ પુરુષો પણ જે દેહને રાખી શક્યા નથી, તે દેહમાં એક વિશેષપણું રહ્યું છે તે એ કે, તેનો સંબંધ વર્તે ત્યાં સુધીમાં જીવે અસંગપણું, નિર્મોહપણું કરી લઈ અબાધ્ય અનુભવસ્વરૂપ એવું નિજસ્વરૂપ જાણી, બીજા સર્વ ભાવ પ્રત્યેથી વ્યાવૃત્ત (છૂટા) થવું, કે જેથી ફરી જન્મમરણનો ફેરો ન રહે. તે દેહ છોડતી વખતે જેટલા અંશે અસંગપણું, નિર્મોહપણું, યથાર્થ સમરસપણું રહે છે તેટલું મોક્ષપદ નજીક છે એમ પરમ જ્ઞાની પુરુષનો નિશ્ચય છે.

કંઈ પણ મન, વચન, કાયાના યોગથી અપરાધ થયો હોય જાણતાં અથવા અજાણતાં તે સર્વ વિનયપૂર્વક ખમાવું છું, ઘણા નમ્રભાવથી ખમાવું છું.

આ દેહે કરવા યોગ્ય કાર્ય તો એક જ છે કે કોઈ પ્રત્યે રાગ અથવા કોઈ પ્રત્યે કિંચિત્ માત્ર દ્વેષ ન રહે. સર્વત્ર સમદશા વર્તે. એ જ કલ્યાણનો મુખ્ય નિશ્ચય છે. એ જ વિનંતિ.

શ્રી રાયચંદ્રના નમસ્કાર પ્રાપ્ત થાય.

780

Mumbai, the eighth day of the bright half of Jeth, Tuesday, VS 1953

In whom no attachment or aversion remains towards anyone, reverence, again and again, to that great soul

My foremost benefactor, soul-purposed, replete with virtues such as straightforwardness, Shree Saubhag,

I received a letter today from dear Trambak.

Today I have sent by post a copy of the book with succinct meanings of the 'Atmasiddhi' scripture and several letters imparting guidance. In both, there are many points worthy of contemplation for seekers.

In the body – which even great yogis such as Rushabhdev could not hold onto – there is one special quality, which is that, during the time that one is embodied, one can attain freedom from all association, freedom from all delusion, by knowing one's own true nature which is unbounded experience, one can withdraw (become free) from all outer inclinations, such that there remain no more cycles of birth and death. At the time of death, the extent to which freedom from association, freedom from delusion and true equanimity are maintained is the extent to which the state of moksha is close, such is the firm conclusion of the foremost enlightened ones.

For any transgressions by the vibrations of mind, speech or body, knowingly or unknowingly: I seek forgiveness, I seek forgiveness with much humility.

The only activity worthy of being conducted by this body is to ensure there remains no attachment nor even a small amount of aversion to anyone. That at all times the state of equanimity prevails. That alone is the main resolution to attain freedom. That is all.

May you receive Shree Raichandra's respect.

780

Background

Knowing that Shree Saubhag's death was imminent, Shrimad wrote this powerful letter to him with the sole aim of ensuring that Shree Saubhag's final moments of transcending his mortal coil would be drenched in equanimity and inward focus.

Keywords

પરમપુરુષ - *parampurush* - great soul, foremost soul

સમાન - *samaan* - like, equivalent

ઇચ્છા - *ichchhaa* - wish

વિકલ્પ - *vikalp* - doubt, thought, idea, wavering of the mind

અસંગપણું - *asangpanun* - freedom from association

નિઃસંદેહ - *nisandeh* - free from doubt, certain

સત્સમાગમ - *satsamaagam* - spiritual interaction, association with an enlightened soul or master

આશ્રય - *aashray* - shelter

વ્યવહાર - *vyavahaar* - worldly matters

પરમાર્થ - *parmaarth* - spiritual matters, ultimate truth

અવલંબન - *avlamban* - support

પ્રારબ્ધ - *praarabdh* - fruition of karma

નિશ્ચય - *nishchay* - conviction

ભાવ - *bhaav* - tendencies

અખંડ - *akhand* - unbroken

એકરસ - *ekras* - absorbed, singly-focused

વીતરાગ - *veetraag* - totally equanimous detachment

ચૈતન્ય - *chaitanya* - consciousness

સમ્યક્‌દર્શન - *samyakdarshan* - self-realisation

સમ્યક્‌ચારિત્ર - *samyakchaaritra* - true conduct

૭૮૧

મુંબઈ, જેઠ વદ ૬, રવિ, ૧૯૫૩

પરમપુરુષદશાવર્ણન

'કીચસૌ કનક જાકૈ, નીચ સૌ નરેસપદ,
મીચસી મિતાઈ, ગરુવાઈ જાકૈ ગારસી;
જહરસી જોગ જાતિ, કહરસી કરામાતિ,
હહરસી હૌસ, પુદ્‌ગલછબિ છારસી;
જાલસૌ જગબિલાસ, ભાલસૌ ભુવનવાસ,
કાલસૌ કુટુંબકાજ, લોકલાજ લારસી;
સીઠસૌ સુજસુ જાનૈ, બીઠસૌ બખત માનૈ,
ઐસી જાકી રીતિ તાહી, બંદત બનારસી.'

જે કંચનને કાદવ સરખું જાણે છે, રાજગાદીને નીચપદ સરખી જાણે છે, કોઈથી સ્નેહ કરવો તેને મરણ સમાન જાણે છે, મોટાઇને લીપવાની ગાર જેવી જાણે છે, કીમિયા વગેરે જોગને ઝેર સમાન જાણે છે, સિદ્ધિ વગેરે ઐશ્વર્યને અશાતા સમાન જાણે છે, જગતમાં પૂજ્યતા થવા આદિની હોંસને અનર્થ સમાન જાણે છે, પુદ્‌ગલની છબી એવી ઔદારિકાદિ કાયાને રાખ જેવી જાણે છે, જગતના ભોગવિલાસને મૂંઝાવારૂપ જાળ સમાન જાણે છે, ઘરવાસને ભાલા સમાન જાણે છે, કુટુંબનાં કાર્યને કાળ એટલે મૃત્યુ સમાન જાણે છે, લોકમાં લાજ વધારવાની ઇચ્છાને મુખની લાળ સમાન જાણે છે, કીર્તિની ઇચ્છાને નાકના મેલ જેવી જાણે છે અને પુણ્યના ઉદયને જે વિષ્ટા સમાન જાણે છે, એવી જેની રીતિ હોય તેને બનારસીદાસ વંદના કરે છે.

કોઈને અર્થે વિકલ્પ નહીં આણતાં અસંગપણું જ રાખશો. જેમ જેમ સત્પુરુષનાં વચન તેમને પ્રતીતિમાં આવશે, જેમ જેમ આજ્ઞાથી અસ્થિમિંજા રંગાશે, તેમ તેમ તે તે જીવ આત્મકલ્યાણને સુગમપણે પામશે, એમ નિઃસંદેહતા છે.

ત્રંબક, મણિ વગેરે મુમુક્ષુને તો સત્સમાગમ વિષેની રુચિ અંતર ઇચ્છાથી કંઈક આ અવસરના સમાગમમાં થઈ છે, એટલે એકદમ દશા વિશેષ ન થાય તોપણ આશ્ચર્ય નથી.

ખરા અંતઃકરણે વિશેષ સત્સમાગમના આશ્રયથી જીવને ઉત્કૃષ્ટ દશા પણ ઘણા થોડા વખતમાં પ્રાપ્ત થાય છે.

વ્યવહાર અથવા પરમાર્થ સંબંધી કોઈ પણ જીવ વિષેની વૃત્તિ હોય તે ઉપશાંત કરી કેવળ અસંગ ઉપયોગે અથવા પરમપુરુષની ઉપર કહી છે તે દશાના અવલંબને આત્મસ્થિતિ કરવી એમ વિજ્ઞાપના છે, કેમકે બીજો કોઈ પણ વિકલ્પ રાખવા જેવું નથી. જે કોઈ સાચા અંતઃકરણે સત્પુરુષના વચનને ગ્રહણ કરશે તે સત્યને પામશે એમાં કંઈ સંશય નથી; અને શરીરનિર્વાહાદિ વ્યવહાર સૌ સૌના પ્રારબ્ધ પ્રમાણે પ્રાપ્ત થવા યોગ્ય છે, એટલે તે વિષે પણ કંઈ વિકલ્પ રાખવા યોગ્ય નથી. જે વિકલ્પ તમે ઘણું કરીને શમાવ્યો છે, તોપણ નિશ્ચયના બળવાનપણાને અર્થે દર્શાવ્યું છે.

781

781

Mumbai, the 6th day of the dark half of Jeth, Sunday, VS 1953

Description of the Inner State of the Foremost Soul

He who knows gold to be like mud, the status of a king like a lowly station,
Loving someone to be like death, greatness in society like a coating of cow dung;

He who knows wizardry to be like poison, the wonders of supernatural powers like discomfort,
The zeal to be worshipped in the world to be meaningless, the beauty of the physical body like ash;

He who knows the pleasures of the world to be like a stifling net, household life like a piercing spear,
Work for the family to be like death, the desire for worldly recognition like spittle;

He who sees the desire for fame as mucus of the nose, who sees the fruits of meritorious karma as excrement,
He who has such a way, Banarasidas reveres.

(Shrimad first rewrites the above poem by Banarasidas in simpler language, not included.)

Do not let your mind waver for the sake of anyone. Maintain freedom from all associations. There is no doubt that as faith in the words of an enlightened master comes to those souls, as the command of such a master drenches their very bones, such souls will easily attain freedom.

Trambak, Mani and other seekers have just, on this occasion, developed an inclination and inner desire for a spiritual meeting, and so it will not be surprising if they do not immediately develop their inner state.

With a true heart, in the shelter of greater spiritual interaction, a soul can attain the highest state in very little time.

I respectfully request that you pacify any inclination you may have towards anyone regarding worldly or spiritual matters, and to bring stillness to your soul through total freedom from any association, or with the support of the inner state of a great soul, as described above, because no other idea is worth holding. There is no doubt that whoever grasps the words of an enlightened master with a true heart will attain the truth, and the sustenance of each person's body is attained according to the fruition of their own karma, so there is no reason to hold any doubts about that either. You have mostly pacified this doubt, but I am pointing it out for the sake of strengthening your conviction.

Background

In his final moments, thanks to the profound guidance he received from Shrimad, Shree Saubhag experienced his true nature as pure consciousness, distinct from all that is material. Elated with this attainment, Shrimad writes one final letter to his beloved soul mate, further encouraging him to remain unwaveringly detached and deeply absorbed within his true self.

સર્વ જીવ પ્રત્યે, સર્વ ભાવ પ્રત્યે અખંડ એકરસ વીતરાગદશા રાખવી એ જ સર્વ જ્ઞાનનું ફળ છે. આત્મા શુદ્ધચૈતન્ય, જન્મજરામરણરહિત અસંગ સ્વરૂપ છે; એમાં સર્વ જ્ઞાન સમાય છે; તેની પ્રતીતિમાં સર્વ સમ્યક્દર્શન સમાય છે; આત્માને અસંગસ્વરૂપે સ્વભાવદશા રહે તે સમ્યક્ચારિત્ર, ઉત્કૃષ્ટ સંયમ અને વીતરાગદશા છે. જેના સંપૂર્ણપણાનું ફળ સર્વ દુઃખનો ક્ષય છે, એ કેવળ નિઃસંદેહ છે; કેવળ નિઃસંદેહ છે. એ જ વિનંતિ.

Maintain a state of unbroken, absorbed, totally equanimous detachment from all souls and all tendencies is the fruit of all knowledge. The soul is by nature free from all association, pure consciousness and free from birth, ageing and death; all knowledge is contained in it; all self-realisation is contained in having faith in it. For the soul to remain free from association, in its own nature, is its true conduct; that is the highest restraint and state of totally equanimous detachment. The fruit of realising this completely is the destruction of all suffering. There is not a single doubt about this, not a single doubt. That is all.

Keywords

ખેદ - *khed* - sorrow

અદ્‌ભુત - *adbhut* - magnificent, amazing, astonishing

ગુણો - *guno* - virtues

દુર્લભ - *durlabh* - difficult, rare

અસંગતા - *asangtaa* - freedom from all association

ઉપયોગ - *upyog* - attention

સંશય - *sanshay* - doubt

વિસ્મરણ - *vismaran* - forgetting

સ્મરણ - *smaran* - recollection, rememberance

વિરહ - *virah* - longing, the pain of separation

વિરલા - *virlaa* - incomparable

વિસ્મરણ - *vismaran* - forgotten

હર્ષશોક - *harshshok* - joy and sorrow

ગુણસ્થાનક - *gunasthaanak* - stages of spiritual awakening

બળવાન - *balvaan* - powerful

સરળતા - *saraltaa* - straightforwardness

પરમાર્થ - *parmaarth* - ultimate truth

નિશ્ચય - *nishchay* - conviction

શાંતિ - *shaanti* - peace

૭૮૨

મુંબઈ, જેઠ વદ ૧૨, શનિ, ૧૯૫૩

આર્ય શ્રી સોભાગે જેઠ વદ ૧૦ ગુરુવારે સવારે દશ ને પચાસ મિનિટે દેહ મૂક્યાના સમાચાર વાંચી ઘણો ખેદ થયો છે. જેમ જેમ તેમના અદ્‌ભુત ગુણો પ્રત્યે દ્રષ્ટિ જાય છે, તેમ તેમ અધિક અધિક ખેદ થાય છે.

જીવને દેહનો સંબંધ એ જ રીતે છે. તેમ છતાં પણ અનાદિથી તે દેહને ત્યાગતાં જીવ ખેદ પામ્યા કરે છે, અને તેમાં દ્રઢ મોહથી એકપણાની પેઠે વર્તે છે; જન્મમરણાદિ સંસારનું મુખ્ય બીજ એ જ છે. શ્રી સોભાગે તેવા દેહને ત્યાગતાં મોટા મુનિઓને દુર્લભ એવી નિશ્ચલ અસંગતાથી નિજ ઉપયોગમય દશા રાખીને અપૂર્વ હિત કર્યું છે, એમાં સંશય નથી.

વડીલપણાથી તથા તેમના તમારા પ્રત્યે ઘણા ઉપકાર હોવાથી, તેમ જ તેમના ગુણોના અદ્‌ભુતપણાથી તેમનો વિયોગ તમને વધારે ખેદકારક થયો છે, અને થવા યોગ્ય છે. તેમનો તમારા પ્રત્યેના સંસારી વડીલપણાનો ખેદ વિસ્મરણ કરી, તેમણે તમારા સર્વે પ્રત્યે જે પરમ ઉપકાર કર્યો હોય તથા તેમના ગુણોનું જે જે અદ્‌ભુતપણું તમને ભાસ્યું હોય તેને વારંવાર સંભારી, તેવા પુરુષનો વિયોગ થયો તેનો અંતરમાં ખેદ રાખી તેમણે આરાધવા યોગ્ય જે જે વચનો અને ગુણો કહ્યાં હોય તેનું સ્મરણ આણી તેમાં આત્માને પ્રેરવો, એમ તમો સર્વ પ્રત્યે વિનંતિ છે. સમાગમમાં આવેલા મુમુક્ષુઓને શ્રી સોભાગનું સ્મરણ સહેજે ઘણા વખત સુધી રહેવા યોગ્ય છે.

મોહે કરીને જે સમયે ખેદ થાય તે સમયે પણ તેમના ગુણોનું અદ્‌ભુતપણું સ્મરણમાં આણી મોહથી થતો ખેદ શમાવીને ગુણોના અદ્‌ભુતપણાનો વિરહ થયો તે પ્રકારમાં તે ખેદ પ્રવર્તાવવો યોગ્ય છે.

આ ક્ષેત્રે આ કાળમાં શ્રી સોભાગ જેવા વિરલા પુરુષ મળે એમ અમને વારંવાર ભાસે છે.

ધીરજથી સર્વેએ ખેદ શમાવવો, અને તેમના અદ્‌ભુત ગુણોનો અને ઉપકારી વચનોનો આશ્રય કરવો યોગ્ય છે. શ્રી સોભાગ મુમુક્ષુએ વિસ્મરણ કરવા યોગ્ય નથી.

સંસારનું સ્વરૂપ સ્પષ્ટ જેણે જાણ્યું છે તેને તે સંસારના પદાર્થની પ્રાપ્તિથી કે અપ્રાપ્તિથી હર્ષશોક થવા યોગ્ય નથી, તોપણ એમ જણાય છે કે સત્પુરુષના સમાગમની પ્રાપ્તિથી કંઈ પણ હર્ષ અને તેમના વિયોગથી કંઈ પણ ખેદ અમુક ગુણસ્થાનક સુધી તેમને પણ થવા યોગ્ય છે.

'આત્મસિદ્ધિ' ગ્રંથ તમારી પાસે રાખશો. ત્રંબક અને મણિને વિચારવાની ઇચ્છા હોય તો વિચારશો; પણ તે પહેલાં કેટલાંક વચનો અને સદ્‌ગ્રંથો વિચારવાનું બનશે તો આત્મસિદ્ધિ બળવાન ઉપકારનો હેતુ થશે, એમ લાગે છે.

શ્રી સોભાગની સરળતા, પરમાર્થ સંબંધી નિશ્ચય, મુમુક્ષુ પ્રત્યે પરમ ઉપકારતા આદિ ગુણો વારંવાર વિચારવા યોગ્ય છે.

શાંતિઃ શાંતિઃ શાંતિઃ

782

782

Mumbai, the 12th day of the dark half of Jeth, Saturday, VS 1953

There is much sorrow at reading the news that the noble Shree Saubhag left his body at fifty minutes past ten in the morning of the tenth day of the dark half of the month of Jeth. As I think more and more about his magnificent virtues, my sorrow becomes deeper and deeper.

The soul's relationship with the body is only this way. Despite that, from beginingless time, the soul keeps feeling sorrow at leaving its body, and with firm delusion, it conducts itself as if it were one with the body. This itself is the main seed cause of worldly engagement in the form of birth and death and so on. There is no doubt that Shree Saubhag uplifted himself in an unprecedented way while leaving such a body, by firmly maintaining freedom from all association, and remaining in a state where his attention was absorbed within, which is difficult even for great monks.

As an elder and as a great benefactor to you, and also due to his wondrous virtues, his departure will create great sorrow in you, and so it should. Setting aside the sorrow due to his being a worldly elder, and constantly remembering the great benefit he has brought to you all, and whatever magnificence you have recognised in his virtues, feeling inner sorrow that such a man has been lost, recollect whatever words or virtues he has stated and inspire your souls to adopt them – that is my request of all of you. All seekers with whom he has interacted will naturally remember Shree Saubhag for a long time.

At times when you feel sorrow due to attachment, even at that time, bring about a remembrance of the magnificence of his virtues, pacify the sorrow from attachment, and feel a longing for the magnificence of his virtues. Transform your sorrow in this way.

It seems to me again and again that in this place and time, we will find incomparable people like Shree Saubhag.

With fortitude, everyone should pacify sorrow and take shelter in his magnificent virtues and beneficial words. Shree Saubhag should not be forgotten by seekers.

Whoever has clearly seen the nature of worldly life should not feel joy in the attainment of worldly objects, nor sorrow at their loss, but still, it is known that till certain stages of spiritual awakening there is joy in encountering an enlightened master and sorrow in losing them.

Keep the 'Atmasiddhi' scripture with you. If Trambak and Mani wish to contemplate it, then do so, but before doing so, it seems that if certain statements and spiritual books are contemplated, then 'Atmasiddhi' will be of powerful benefit.

Shree Saubhag's straightforwardness, conviction in the ultimate truth, benevolence towards seekers and such virtues are worthy of repeated contemplation.

Peace, Peace, Peace.

Background

Shree Saubhag has just passed away. In this letter addressed to Shree Saubhag's son, Shree Trambak, Shrimad gently shifts the focus of the grieving family members towards remembering and imbibing Shree Saubhag's many virtues. He describes the elevated state in which Shree Saubhag left his body, which is a cause for celebration!

'The moon lights up the land. With the radiance of its rays, the whole land turns white, but in no way does the moon become one with the land. In the same way, the soul, which lights up the whole world, never becomes one with the world.'

Shrimad Rajchandra Vachanamrut

Letter 833

Keywords

વૃત્તિ - *vrutti* - inclination, focus

અંતર્મુખ - *antarmukh* - facing inwards

માર્ગ - *maarg* - path

ઉપાય - *upaay* - means, way, path

મહત્ - *mahat* - incredible quantity

પુણ્ય - *punya* - meritorious karma

તીવ્ર - *teevra* - intense

વૈરાગ્ય - *vairaagya* - detachment

સમાગમ - *samaagam* - meeting, spending of time with another, coming together

ગૃહીત - *gruheet* - gripped

૮૧૬

મુંબઈ, કારતક વદ ૫, ૧૯૫૪

તમારા લખેલા કાગળો મળ્યા છે.

અમુક સદ્‌ગ્રંથો લોકહિતાર્થે પ્રચાર પામે તેમ કરવાની વૃત્તિ જણાવી તે લક્ષમાં છે.

મગનલાલ વગેરેએ દર્શનની તથા સમાગમની આકાંક્ષા દર્શાવેલી તે કાગળો પણ મળ્યા છે.

કેવળ અંતર્મુખ થવાનો સત્પુરુષોનો માર્ગ સર્વદુઃખક્ષયનો ઉપાય છે, પણ તે કોઈક જીવને સમજાય છે. મહત્ પુણ્યના યોગથી, વિશુદ્ધ મતિથી, તીવ્ર વૈરાગ્યથી અને સત્પુરુષના સમાગમથી તે ઉપાય સમજાવા યોગ્ય છે. તે સમજવાનો અવસર એકમાત્ર આ મનુષ્યદેહ છે. તે પણ અનિયત કાળના ભયથી ગૃહીત છે; ત્યાં પ્રમાદ થાય છે, એ ખેદ અને આશ્ચર્ય છે. ૐ

816

Mumbai, the 5th day of the dark half of Kartak, VS 1954

Your written letters have been received.

I have kept in mind your inclination to widen the distribution of certain spiritual books for society's benefit.

I also received letters indicating the wishes of Maganlal and others to see and meet me.

The path of enlightened masters, to focus completely inwardly, is the means to destroy all suffering, but only a few souls understand it. This means can be appropriately understood when one has a great quantity of meritorious karma, has purity of mind, has intense detachment, and spends time with an enlightened soul. This human embodiment is the one and only opportunity to understand this. That too is gripped with a fear of untimely death; and yet laxity occurs there, which is regrettable and astounding. **Aum.**

816

Background

In this letter, Shrimad draws Shree Ambalal's attention to the rarity of gaining the true inward path that is the means to overcome all suffering. He shares the unprecedented factors necessary to attain it, most important of which are an enlightened master and human life. Given the preciousness of such an opportunity, Shrimad expresses his astonishment at our complacency!

Keywords

નિમગ્ન - *nimagna* - immersed

આર્યજન - *aaryajan* - noble people

અંતર્મુખ - *antarmukh* - inward facing, being within oneself

અનંત - *anant* - infinite

અપાર - *apaar* - limitless

ગ્રહવું - *grahavun* - to acquire, receive

નાશ - *naash* - destruction

વિષય - *vishay* - senses

શીતળ - *sheetal* - serene, cool

પ્રતીતિ - *prateeti* - faith

પરમ - *param* - greatest, first, primary, foremost

ધર્મ - *dharma* - the original, fundamental nature of a substance

પ્રરિગ્રહ - *parigraha* - accumulating worldly possessions

શુદ્ધિ - *shuddhi* - purity

સિદ્ધિ - *siddhi* - fulfillment, accomplishment

૮૩૨

વવાણિયા, જ્યેષ્ઠ, ૧૯૫૪

દેહથી ભિન્ન સ્વપરપ્રકાશક પરમ જ્યોતિસ્વરૂપ એવો આ આત્મા, તેમાં નિમગ્ન થાઓ. હે આર્યજનો! અંતર્મુખ થઈ, સ્થિર થઈ, તે આત્મામાં જ રહો તો અનંત અપાર આનંદ અનુભવશો.

સર્વ જગતના જીવો કંઈ ને કંઈ મેળવીને સુખ પ્રાપ્ત કરવા ઇચ્છે છે; મોટો ચક્રવર્તી રાજા તે પણ વધતા વૈભવ, પરિગ્રહના સંકલ્પમાં પ્રયત્નવાન છે; અને મેળવવામાં સુખ માને છે; પણ અહો! જ્ઞાનીઓએ તો તેથી વિપરીત જ સુખનો માર્ગ નિર્ણીત કર્યો કે કિંચિત્ માત્ર પણ ગ્રહવું એ જ સુખનો નાશ છે.

વિષયથી જેની ઇન્દ્રિયો આર્ત્ત છે, તેને શીતળ એવું આત્મસુખ, આત્મતત્ત્વ ક્યાંથી પ્રતીતિમાં આવે?

પરમ ધર્મરૂપ ચંદ્ર પ્રત્યે રાહુ જેવો પ્રરિગ્રહ તેથી હવે હું વિરામ પામવાને જ ઇચ્છું છું. અમારે પરિગ્રહને શું કરવો છે?

કશું પ્રયોજન નથી.

'સર્વોત્કૃષ્ટ શુદ્ધિ ત્યાં સર્વોત્કૃષ્ટ સિદ્ધિ.'

હે આર્યજનો! આ પરમ વાક્યનો આત્માપણે તમે અનુભવ કરો.

832

832

Vavaniya, Jyestha, VS 1954

Distinct from the body, knower of itself and others, illuminating by nature, is this soul - become immersed in it! Oh noble people, turning inwards, becoming still, if you remain in only that soul then you will experience infinite, limitless bliss.

All beings of this world wish to attain happiness by means of obtaining something or other; even great universal emperors strive according to their resolve to obtain more wealth and possessions; and believe happiness to be in obtaining them; but, in contrast, enlightened masters have found the path of happiness to be the opposite, that to acquire anything at all is the very destruction of happiness.

How can those who are afflicted by the objects of the senses have faith in the serene bliss of the soul, or the essential truth of the soul?

I now solely wish to take rest from these possessions, which eclipse the moon of my fundamental nature. What do I want to do with possessions?

I have no purpose for them.

'Where there is supreme purity, there is supreme fulfilment.'

Oh noble people! Experience this greatest statement in your own soul.

Background

This letter offers a rare glimpse into Shrimad's highly elevated inner state. All he desires is to abide within the boundless, blissful soul! Having attained such abundance, all external possessions are now a mere hindrance to him. We do not know who this letter was written to.

Keywords

દ્રવ્ય - *dravya* - substance

ક્ષેત્ર - *kshetra* - geography

કાળ - *kaal* - time

ભાવ - *bhaav* - inclination

અપ્રતિબંધ - *apratibandh* - unbounded

અતિ - *ati* - extreme

ઉત્કૃષ્ટ - *utkrusht* - great, utmost

પરાક્રમ - *paraakram* - achievements, attainments

સાનંદાશ્ચર્ય - *saanandaashcharya* - joyful awe

આત્મા - *aatmaa* - soul

યથાતથ્ય - *yathaatathya* - accurately, as it truly is

સમાન - *samaan* - equivalent

કાંતિ - *kaanti* - light

પરમ - *param* - supremely

પ્રગટ - *pragat* - manifest

ચૈતન્ય - *chaitanya* - consciousness

આકાશ - *aakaash* - sky

વિશ્વ - *vishva* - world, universe

વાસના - *vaasanaa* - impurities

પર્યાય - *paryaay* - external modifications

ભ્રાંતિ - *bhraanti* - delusion

શુદ્ધ - *shuddh* - pure

પ્રમાણ - *pramaan* - proof

જાગૃત - *jaagrut* - awake

અક્લેશ - *aklesh* - peaceful, conflict-free

સમાધિ - *samaadhi* - inner bliss

પરમોત્કૃષ્ટ - *parmotkrusht* - supreme

અચિંત્ય - *achintya* - unimaginable, inconceivable, unfathomable

૮૩૩

વવાણિયા, જ્યેષ્ઠ સુદ ૧, શનિ, ૧૯૫૪

સર્વ દ્રવ્યથી, સર્વ ક્ષેત્રથી, સર્વ કાળથી અને સર્વ ભાવથી જે સર્વ પ્રકારે અપ્રતિબંધ થઈ નિજસ્વરૂપમાં સ્થિત થયા તે પરમ પુરુષોને નમસ્કાર.

જેને કંઈ પ્રિય નથી, જેને કંઈ અપ્રિય નથી, જેને કોઈ શત્રુ નથી, જેને કોઈ મિત્ર નથી, જેને માન-અપમાન, લાભ-અલાભ, હર્ષ-શોક, જન્મ-મૃત્યુ આદિ દ્વંદ્વનો અભાવ થઈ જે શુદ્ધ ચૈતન્યસ્વરૂપને વિષે સ્થિતિ પામ્યા છે, પામે છે અને પામશે તેમનું અતિ ઉત્કૃષ્ટ પરાક્રમ સાનંદાશ્ચર્ય ઉપજાવે છે.

દેહ પ્રત્યે જેવો વસ્ત્રનો સંબંધ છે, તેવો આત્મા પ્રત્યે જેણે દેહનો સંબંધ યથાતથ્ય દીઠો છે, મ્યાન પ્રત્યે તરવારનો જેવો સંબંધ છે તેવો દેહ પ્રત્યે જેણે આત્માનો સંબંધ દીઠો છે, અબદ્ધ સ્પષ્ટ આત્મા જેણે અનુભવ્યો છે, તે મહત્પુરુષોને જીવન અને મરણ બન્ને સમાન છે.

જે અચિંત્ય દ્રવ્યની શુદ્ધચિતિસ્વરૂપ કાંતિ પરમ પ્રગટ થઈ અચિંત્ય કરે છે, તે અચિંત્ય દ્રવ્ય સહજ સ્વાભાવિક નિજસ્વરૂપ છે એવો નિશ્ચય જે પરમ કૃપાળુ સત્પુરુષે પ્રકાશ્યો તેનો અપાર ઉપકાર છે.

ચંદ્ર ભૂમિને પ્રકાશે છે, તેના કિરણની કાંતિના પ્રભાવથી સમસ્ત ભૂમિ શ્વેત થઈ જાય છે, પણ કંઈ ચંદ્ર ભૂમિરૂપ કોઈ કાળે તેમ થતો નથી, એમ સમસ્ત વિશ્વને પ્રકાશક એવો આ આત્મા તે ક્યારે પણ વિશ્વરૂપ થતો નથી, સદાસર્વદા ચૈતન્યસ્વરૂપ જ રહે છે. વિશ્વમાં જીવ અભેદતા માને છે એ જ ભ્રાંતિ છે.

જેમ આકાશમાં વિશ્વનો પ્રવેશ નથી, સર્વ ભાવની વાસનાથી આકાશ રહિત જ છે, તેમ સમ્યક્‌દ્રષ્ટિ પુરુષોએ પ્રત્યક્ષ સર્વ દ્રવ્યથી ભિન્ન, સર્વ અન્ય પર્યાયથી રહિત જ આત્મા દીઠો છે.

જેની ઉત્પત્તિ કોઈ પણ અન્ય દ્રવ્યથી થતી નથી, તેવા આત્માનો નાશ પણ ક્યાંથી હોય?

અજ્ઞાનથી અને સ્વસ્વરૂપ પ્રત્યેના પ્રમાદથી આત્માને માત્ર મૃત્યુની ભ્રાંતિ છે. તે જ ભ્રાંતિ નિવૃત્ત કરી શુદ્ધ ચૈતન્ય નિજઅનુભવપ્રમાણસ્વરૂપમાં પરમ જાગૃત થઈ જ્ઞાની સદાય નિર્ભય છે. એ જ સ્વરૂપના લક્ષથી સર્વ જીવ પ્રત્યે સામ્યભાવ ઉત્પન્ન થાય છે. સર્વ પરદ્રવ્યથી વૃત્તિ વ્યાવૃત્ત કરી આત્મા અક્લેશ સમાધિને પામે છે.

પરમસુખસ્વરૂપ, પરમોત્કૃષ્ટ શાંત, શુદ્ધ ચૈતન્યસ્વરૂપ સમાધિને સર્વ કાળને માટે પામ્યા તે ભગવંતને નમસ્કાર, તે પદમાં નિરંતર લક્ષરૂપ પ્રવાહ છે જેનો તે સત્પુરુષોને નમસ્કાર.

સર્વથી સર્વ પ્રકારે હું ભિન્ન છું, એક કેવળ શુદ્ધ ચૈતન્યસ્વરૂપ, પરમોત્કૃષ્ટ, અચિંત્ય સુખસ્વરૂપ માત્ર એકાંત શુદ્ધ અનુભવરૂપ હું છું, ત્યાં વિક્ષેપ શો? વિકલ્પ શો? ભય શો? ખેદ શો? બીજી અવસ્થા શી? હું માત્ર નિર્વિકલ્પ શુદ્ધ શુદ્ધ, પ્રકૃષ્ટ શુદ્ધ પરમશાંત ચૈતન્ય છું. હું માત્ર નિર્વિકલ્પ છું. હું નિજસ્વરૂપમય ઉપયોગ કરું છું. તન્મય થાઉં છું.

શાંતિઃ શાંતિઃ શાંતિઃ

833

Vavania, the 1st day of the bright half of Jyeshth, Saturday, VS 1954

833

From every substance, every area, every time and every inclination, those who have become unbounded in every way and have become still in their own nature, I bow to those supreme beings.

For whom there is nothing liked, for whom there is nothing disliked, for whom there is no enemy, for whom there is no friend, for whom there is an absence of all dualities such as praise-insult, gain-loss, happiness-sadness, birth-death and so on, have gained, are gaining, and will gain stillness in their pure conscious nature – their extremely great achievements give rise to joyful awe.

Those who have accurately, seen the relationship between the soul and the body as being just like that between the body and clothes, those who have seen the relationship between the soul and the body as being just like that between the sword and sheath, those who have experienced their soul boundlessly and directly, for those great people, both life and death are equivalent.

Those who have supremely manifested the light of the purely conscious nature of the unfathomable substance, have made it comprehensible. My gratitude is unlimited for that highly compassionate person who has cast light on the certainty that the unfathomable substance is one's effortless, innate nature.

The moon lights up the land. With the radiance of its rays, the whole land turns white, but in no way does the moon become one with the land. In the same way, the soul, which lights up the whole world, never becomes one with the world. Always, in every way, it solely remains in its nature of consciousness. To believe that the soul is one with the world, that itself is delusion.

Just as the world doesn't enter the sky and the sky is entirely free from all impurities, enlightened masters have seen that the soul too is separate from all substances and entirely free from all external modifications.

That which doesn't arise from any other substance, how can such a soul possibly be destroyed?

Ignorance and complacency towards its own nature is the only reason the soul is deluded about death. Enlightened ones, by freeing themselves from that very delusion, supremely awake in the existence of their nature of pure consciousness, proven by experience, are forever fearless. It is by focusing on this nature, that a feeling of equality with all souls arises. By withdrawing its inclinations from all external substances, the soul attains a peaceful, blissful awareness.

Those who have forever attained blissful awareness, which is by nature ultimate happiness, supreme peace and pure consciousness: I bow to those Lords. Those whose focus constantly flows towards that state of blissful awareness: I bow to those enlightened masters.

Background

In this awe-inspiring letter, Shrimad describes his supreme, blissful inner state as an enlightened being! Through various analogies such as body and clothes, sword and sheath, moonlight illuminating the world, he sheds light on the otherwise unfathomable state and absolute realisations of the enlightened. He concludes with firm affirmations for abiding in the soul. We do not know to who this letter was written.

વિક્ષેપ - *vikshep* - confusion
વિકલ્પ - *vikalp* - doubt
અવસ્થા - *avasthaa* - state
ઉપયોગ - *upyog* - attention

I am distinct in every way, from everything. I am only pure consciousness by nature, supreme, unimaginably blissful by nature, and only singularly pure experience. Why should there be any confusion? Why any doubt? Why any fear? Why any remorse? What other state can there be? I am only unwavering, pure, pure, supremely pure, supremely peaceful consciousness. I am only unwavering. My attention is completely absorbed in my own innate nature. I am becoming immersed.

>Peace, Peace, Peace.

Keywords

અશક્ય - *ashakya* - not possible

સમાધાન - *samaadhaan* - answer, resolution

જિજ્ઞાસા - *jignaasaa* - curiosity about the path

વિચાર - *vichaar* - contemplation

વૈરાગ્ય - *vairaagya* - detachment

ધ્યાન - *dhyaan* - meditation

જ્ઞાન - *gnaan* - knowledge, insight, wisdom

આત્માર્થી - *aatmaarthee* - true seeker, soul seeker

સમાગમ - *samaagam* - meeting, being in company

વીતરાગ - *veetraag* - totally detached, enlightened ones

પરમશાંતરસ - *paramshaantras* - supremely peaceful nectar

૮૫૬

ઇડર, માર્ગ૦ વદ ૪, શનિ, ૧૯૫૫

ૐ નમઃ

તમારો લખેલો કાગળ તથા સુખલાલના લખેલા કાગળો મળ્યા છે.

અત્રે સમાગમ હાલ થવો અશક્ય છે. સ્થિતિ પણ વિશેષનો હવે સંભવ જણાતો નથી.

તમને જે સમાધાનવિશેષની જિજ્ઞાસા છે, તે કોઈ એક નિવૃત્તિયોગ સમાગમમાં પ્રાપ્ત થવા યોગ્ય છે.

જિજ્ઞાસાબળ, વિચારબળ, વૈરાગ્યબળ, ધ્યાનબળ, અને જ્ઞાનબળ વર્ધમાન થવાને અર્થે આત્માર્થી જીવને તથારૂપ જ્ઞાનીપુરુષનો સમાગમ વિશેષ કરી ઉપાસવા યોગ્ય છે. તેમાં પણ વર્તમાનકાળના જીવોને તે બળની દ્રઢ છાપ પડી જવાને અર્થે ઘણા અંતરાયો જોવામાં આવે છે, જેથી તથારૂપ શુદ્ધ જિજ્ઞાસુવૃત્તિએ દીર્ઘકાળ પર્યંત સત્સમાગમ ઉપાસવાની આવશ્યકતા રહે છે. સત્સમાગમના અભાવે વીતરાગશ્રુત, પરમશાંતરસપ્રતિપાદક વીતરાગવચનોની અનુપ્રેક્ષા વારંવાર કર્તવ્ય છે. ચિત્તસ્થૈર્ય માટે તે પરમ ઔષધ છે.

856

856

Idar, the 4th day of the dark half of Magshar, Saturday, VS 1955

Aum Reverence

The letter you have written and the letters written by Sukhlal have been received.

To meet here is currently not possible. Now, it doesn't even seem likely that my stay here will be for long.

The thirst you have for an answer can be attained by a meeting in quietude.

In order to increase one's power of curiosity about the path, one's power of contemplation, one's power of detachment, one's power of meditation and one's power of insight, a true seeker should devotedly remain in the company of an enlightened master replete with such virtues. People living in these current times face a number of obstacles for those powers to create a firm impression on them. This is why it is essential that those with such pure interest devotedly remain in the noble company of an enlightened master for a long time. In the absence of noble company, one should contemplate again and again the scripture of the totally detached ones, and the words of the detached ones that describe supremely peaceful nectar. For the stillness of mind, this is the greatest remedy.

Background

Shrimad applauds the thirst for spirituality displayed by Shree Sukhlal and other seekers, and shares that the singular most important factor for spiritual progress is the company of an enlightened master. In the absence of such company, contemplating the words of such enlightened beings can also be highly conducive. This is something powerful but simple that each of us can do every day: to contemplate again and again.

૯૧૩

ધર્મપુર, ચૈત્ર વદ ૪, બુધ, ૧૯૫૬

પત્ર સંપ્રાપ્ત થયું. અત્ર સમાધિ છે.

અકસ્માત્ શારીરિક અશાતાનો ઉદય થયો છે અને તે શાંત સ્વભાવથી વેદવામાં આવે છે એમ જાણવામાં હતું, અને તેથી સંતોષ પ્રાપ્ત થયો હતો.

સમસ્ત સંસારી જીવો કર્મવશાત્ શાતા-અશાતાનો ઉદય અનુભવ્યા જ કરે છે. જેમાં મુખ્યપણે તો અશાતાનો જ ઉદય અનુભવાય છે. ક્વચિત્ અથવા કોઈક દેહસંયોગમાં શાતાનો ઉદય અધિક અનુભવાતો જણાય છે, પણ વસ્તુતાએ ત્યાં પણ અંતરદાહ બળ્યા જ કરતો હોય છે. પૂર્ણ જ્ઞાની પણ જે અશાતાનું વર્ણન કરી શકવા યોગ્ય વચનયોગ ધરાવતા નથી, તેવી અનંત અનંત અશાતા આ જીવે ભોગવી છે, અને જો હજુ તેનાં કારણોનો નાશ કરવામાં ન આવે તો ભોગવવી પડે એ સુનિશ્ચિત છે, એમ જાણી વિચારવાન ઉત્તમ પુરુષો તે અંતરદાહરૂપ શાતા અને બાહ્યાભ્યંતર સંક્લેશઅગ્નિરૂપે પ્રજ્વલિત એવી અશાતાનો આત્યંતિક વિયોગ કરવાનો માર્ગ ગવેષવા તત્પર થયા, અને તે સન્માર્ગ ગવેષી, પ્રતીત કરી, તેને યથાયોગ્યપણે આરાધી, અવ્યાબાધ સુખસ્વરૂપ એવા આત્માના સહજ શુદ્ધ સ્વભાવરૂપ પરમપદમાં લીન થયા.

શાતા–અશાતાનો ઉદય કે અનુભવ પ્રાપ્ત થવાનાં મૂળ કારણોને ગવેષતા એવા તે મહત્ પુરુષોને એવી વિલક્ષણ સાનંદાશ્ચર્યક વૃત્તિ ઉદ્ભવતી કે શાતા કરતાં અશાતાનો ઉદય સંપ્રાપ્ત થયે અને તેમાં પણ તીવ્રપણે તે ઉદય સંપ્રાપ્ત થયે તેમનું વીર્ય વિશેષપણે જાગ્રત થતું, ઉલ્લાસ પામતું, અને તે સમય કલ્યાણકારી અધિકપણે સમજાતો.

કેટલાક કારણવિશેષને યોગે વ્યવહારદ્રષ્ટિથી ગ્રહણ કરવા યોગ્ય ઔષધાદિ આત્મમર્યાદામાં રહી ગ્રહણ કરતા, પરંતુ મુખ્યપણે તે પરમ ઉપશમને જ સર્વોત્કૃષ્ટ ઔષધરૂપે ઉપાસતા.

ઉપયોગ લક્ષણે સનાતનસ્ફુરિત એવા આત્માને દેહથી, તૈજસ અને કાર્મણ શરીરથી પણ ભિન્ન અવલોકવાની દ્રષ્ટિ સાધ્ય કરી, તે ચૈતન્યાત્મકસ્વભાવ આત્મા નિરંતર વેદક સ્વભાવવાળો હોવાથી અબંધદશાને સંપ્રાપ્ત ન થાય ત્યાં સુધી શાતા અશાતારૂપ અનુભવ વેદ્યા વિના રહેવાનો નથી એમ નિશ્ચય કરી, જે શુભાશુભ પરિણામધારાની પરિણતિ વડે તે શાતા અશાતાનો સંબંધ કરે છે તે ધારા પ્રત્યે ઉદાસીન થઈ, દેહાદિથી ભિન્ન અને સ્વરૂપમર્યાદામાં રહેલા તે આત્મામાં જે ચલ સ્વભાવરૂપ પરિણામ ધારા છે તેનો આત્યંતિક વિયોગ કરવાનો સન્માર્ગ ગ્રહણ કરી, પરમ શુદ્ધ ચૈતન્યસ્વભાવરૂપ પ્રકાશમય તે આત્મા કર્મયોગથી સકલંક પરિણામ દર્શાવે છે તેથી ઉપરામ થઈ, જેમ ઉપશમિત થવાય, તે ઉપયોગમાં અને તે સ્વરૂપમાં સ્થિર થવાય, અચલ થવાય, તે જ લક્ષ, તે જ ભાવના, તે જ ચિંતવના અને તે જ સહજ પરિણામરૂપ સ્વભાવ કરવા યોગ્ય છે. મહાત્માઓની વારંવાર એ જ શિક્ષા છે.

તે સન્માર્ગને ગવેષતા, પ્રતીત કરવા ઇચ્છતા, તેને સંપ્રાપ્ત કરવા ઇચ્છતા એવા આત્માર્થી જનને પરમવીતરાગસ્વરૂપ દેવ, સ્વરૂપનૈષ્ઠિક નિઃસ્પૃહ નિર્ગ્રંથરૂપ ગુરુ, પરમદયામૂળ ધર્મવ્યવહાર અને પરમશાંત રસ રહસ્યવાક્યમય સત્શાસ્ત્ર, સન્માર્ગની સંપૂર્ણતા થતાં સુધી પરમભક્તિ વડે ઉપાસવા

Keywords

સમાધિ - *samaadhi* - blissful awareness

અશાતા - *ashaataa* - discomfort, negative fruition of karma

સંતોષ - *santosh* - satisfaction, contentment

સંસારી - *sansaaree* - embodied, material, worldly beings

વિચારવાન - *vichaarvaan* - contemplative

આત્યંતિક - *aatyantik* - complete

વિયોગ - *viyog* - removal, separation

ગવેષવું - *gaveshvun* - to investigate, research

અવ્યાબાધ - *avyaabaadh* - unbounded

સહજ - *sahaj* - effortless

શુદ્ધ - *shuddh* - pure

સ્વભાવ - *svabhaav* - nature

પરમપદ - *parampad* - the highest state

લીન - *leen* - immersed

શાતા - *shaataa* - comfort, auspicious

વીર્ય - *veerya* - courage

ઉલ્લાસ - *ullaas* - joy, enthusiasm

કલ્યાણકારી - *kalyaankaaree* - spiritually beneficial

વ્યવહારદ્રષ્ટિ - *vyavahaardrashti* - conventional, worldly perspective

પરમ ઉપશમ - *param upsham* - supremely peaceful meditation, a technique of meditation practised by Shrimad also known as 'Sudhaaras'

સર્વોત્કૃષ્ટ - *sarvotkrusht* - greatest of all

ઔષધ - *aushadh* - medicine

913

Dharampur, the 4th day of the dark half of Chaitra, Wednesday, VS 1956

913

A letter has been received. There is blissful awareness here.

It was known that there was a sudden fruition of uncomfortable karma in the body and this is being endured with a peaceful nature, and from this, there is satisfaction.

All embodied beings keep on experiencing comfortable and uncomfortable karmic fruition. For the most part it is uncomfortable karmic fruition that is experienced. Sometimes, or in a rare few bodily associations, a greater degree of comfortable fruition is known to be experienced, but in reality, even there, an inner fire continues to rage. This discomfort, which even the fully enlightened masters do not possess the speech to describe, has been endured by this soul infinite, infinite times. If the causes of the discomfort are not destroyed, then it is certain that the soul will have to endure it. Knowing this, the noblest contemplative of people were prepared to investigate the path to becoming completely disconnected from the raging inner fire of apparent comfort, and from the outer and inner discomfort ignited by the fire of distress. Having investigated that true path, placed faith in it, and appropriately strived on it, these people became immersed in the highest state, which is the unbounded bliss of the soul's effortless, pure, nature.

While investigating the root causes of the fruition and experience of comfort and discomfort, a peculiar and wonderfully pleasing inclination used to arise in these great souls. When discomfort arose rather than comfort, and that, too, when it arose more intensely, the courage of such beings would awaken more, and become more joyful, and they would consider that time to be more spiritually beneficial.

For various reasons they would take medicine worth taking according to the conventional perspective, while limiting themselves, but mainly they would make use of supremely peaceful meditation as the greatest of all medicines.

Achieve the introspective vision that distinguishes the eternally vibrant soul from the physical body, the energy body and the karmic body, by its very defining characteristic of consciousness. Conclude that this conscious soul will never be free from experiencing comfort and discomfort, until it attains a state free of bondage, because it is continuously sentient by nature. Become indifferent to the flow of auspicious and inauspicious inclinations whose effect is to cause a relationship with comfort and discomfort. Adopt the true path to completely removing that flow, which is wavering in nature, from the soul, which is distinct from the body and remains with itself. Pacify those tainted inner states that result from karma, which arise in the pure soul that is conscious by nature and full of the light of consciousness. As one pacifies those states, one becomes still in that consciousness and in that nature, one becomes unwavering. That focus alone, that

Background

Karmic fruition will continually cause the body to be in a state of comfort or discomfort. In this letter Shrimad explains why and how to become indifferent to this, and treat meditation as the greatest of medicines for our suffering. At this time, Shrimad's own physical health is deteriorating and he is in Dharampur being treated for his illness under the care of his wife's uncle Dr Pranjeevandas. He writes this letter to Shree Vanmali.

યોગ્ય છે; જે આત્માના કલ્યાણનાં પરમ કારણે છે.

અત્ર એક સ્મરણ સંપ્રાપ્ત થયેલી ગાથા લખી અહીં આ પત્ર સંક્ષેપીએ છીએ.

भीसण नरयगईए, तिरियगईए कुदेवमणुयगईए;

पत्तोसि तिव्व दुःखं, भावहि जिणभावणा जीव.

ભયંકર નરકગતિમાં, તિર્યંચગતિમાં અને માઠી દેવ તથા મનુષ્યગતિમાં હે જીવ ! તું તીવ્ર દુઃખને પામ્યો, માટે હવે તો જિનભાવના (જિન ભગવાન જે પરમશાંત રસે પરિણમી સ્વરૂપસ્થ થયા તે પરમશાંતસ્વરૂપ ચિંતવના) ભાવ–ચિંતવ (કે જેથી તેવાં અનંત દુઃખોનો આત્યંતિક વિયોગ થઈ પરમ અવ્યાબાધ સુખસંપત્તિ સંપ્રાપ્ત થાય.)

ૐ શાંતિઃ શાંતિઃ શાંતિઃ

ઉપયોગ - *upyog* - the characteristic of consciousness

તૈજસ શરીર - *taijas shareer* - energy body

કાર્મણ શરીર - *karman shareer* - karmic body

ધારા - *dhaaraa* - flow

ઉદાસીન - *udaaseen* - indifferent

સકલંક - *sakalank* - blemished

અચલ - *achal* - unwavering

લક્ષ - *laksh* - focus

ભાવના - *bhaavanaa* - desire

ચિંતવના - *chintavnaa* - contemplation

આત્માર્થી - *aatmaarthee* - true seekers

નૈષ્ઠિક - *naishthik* - anchored, with fixed attachment

પરમશાંત રસ - *paramshaant ras* - supremely peaceful meditation

desire alone, that contemplation alone, and that effortless realisation alone are worth doing. That is the repeated teaching of great souls.

Those true seekers who wish to investigate, have faith in and attain that true path, should, until they have fully completed that path, worship the following with the greatest devotion: a God who is totally equanimously detached by nature, a selfless, unfettered Guru who is anchored in their true nature, fundamentally compassionate religious conduct and supremely peaceful scriptures full of esoteric wisdom. These are the primary causes of liberation for the soul.

Recalling a verse, I quote it here and conclude this letter.

भीसण नरयगईए, तिरियगईए कुदेवमणुयगईए;

पत्तोसि तिव्व दुःखं, भावहि जिणभावणा जीव.

Oh soul! You have attained intense suffering in terrifying hellish births, animal and plant births, in inauspicious celestial births and in human births, so now contemplate on the Jina (This is a naturally supremely peaceful contemplation about how the Lord Jina became still in his nature as a result of supremely peaceful meditation.) (By means of this contemplation, infinite suffering is completely removed and the treasure of supremely unbounded happiness is attained.)

Aum Peace, Peace, Peace

Keywords

ચક્રવર્તી - *chakravartee* - universal emperor

પરમાર્થ - *parmaarth* - ultimate

પરમપદ - *parampad* - supreme state

ધ્યાન - *dhyaan* - taking care

અનંત - *anant* - endless

ધિક્કાર - *dhikkaar* - scorn

પ્રમાદ - *pramaad* - laxity

શરીરપ્રકૃતિ - *shareerprakruti* - physical health

સ્વસ્થ - *svastha* - well

અસ્વસ્થ - *asvastha* - unwell

અવિક્ષેપ - *avikshep* - the absence of disturbance or distraction

આધીન - *aadheen* - dependent

ઉપયોગ - *upyog* - attention

અકર્તવ્ય - *akartavya* - not permissible, improper, a deed which should not be done

શાંતિ - *shaanti* - peace

૯૩૫

વવાણિયા, જ્યેષ્ઠ વદિ ૦)), બુધ, ૧૯૫૬

ૐ

ચક્રવર્તીની સમસ્ત સંપત્તિ કરતાં પણ જેનો એક સમયમાત્ર પણ વિશેષ મૂલ્યવાન છે એવો આ મનુષ્યદેહ અને પરમાર્થને અનુકૂળ એવા યોગ સંપ્રાપ્ત છતાં જો જન્મમરણથી રહિત એવા પરમપદનું ધ્યાન રહ્યું નહીં તો આ મનુષ્યત્વને અધિષ્ઠિત એવા આત્માને અનંતવાર ધિક્કાર હો!

જેમણે પ્રમાદનો જય કર્યો તેમણે પરમ પદનો જય કર્યો.

પત્ર સંપ્રાપ્ત થયું.

શરીરપ્રકૃતિ અમુક દિવસ સ્વસ્થ રહે છે અને અમુક દિવસ અસ્વસ્થ રહે છે. યોગ્ય સ્વસ્થતા પ્રત્યે હજુ ગમન કરતી નથી તથાપિ અવિક્ષેપતા કર્તવ્ય છે.

શરીરપ્રકૃતિના અનુકૂળ પ્રતિકૂળપણાને આધીન ઉપયોગ અકર્તવ્ય છે.

શાંતિઃ

935

935

Vavania, the new-moon of Jyeshth, Wednesday, VS 1956

Aum

Despite attaining this human body, of which even one moment is worth more than all the wealth of a universal emperor, and, despite attaining circumstances conducive towards the ultimate, if one does not concentrate on the supreme state which is free from birth and death, then the soul residing in this human state should be scorned endlessly!

Those who have conquered laxity have conquered the supreme state.

I have received your letter.

My physical health remains well on certain days and unwell on other days. It is still not moving towards appropriate wellness, and yet it is important to remain undisturbed.

It is improper for one's attention to waver depending on whether the body's health is conducive or not.

Peace.

Background

It is said that every single moment of this human birth is more valuable than all the wealth and power in the world. Shrimad Rajchandra emphasises this message to Shree Ambalal, while also revealing how his own inner state remains unperturbed despite his deteriorating health.

Glossary

Gujarati	Transliteration	Translation	Letter
	A		
આચાર્ય	aachaarya	head of monastic order	771
આચરવું	aacharvun	to apply, put in practice, conduct	609
આધાર	aadhaar	basis, support	322, 430, 609, 706
આધીન	aadheen	dependent	213, 935
આધિ	aadhi	mental concerns, worries, anxiety	128, 430, 491
આધુનિક	aadhunik	contemporary	170
આદિપુરુષ	aadipurush	divine soul	201
આગમ	aagam	scripture	166
આજ્ઞા	aagnaa	commandment, instruction, order, request of a spiritual master	166, 170, 194, 200, 722
આજ્ઞાંકિત	aagnaankit	obedient	213
આગ્રહી	aagrahee	determined, insistent, persistent	47
આહ્લાદ	aahlaad	joy	172
આજીવિકા	aajeevika	livelihood	706
આકાંક્ષા	aakaankshaa	aspiration	213, 722
આકાર	aakaar	form, shape	430
આકાશ	aakaash	sky	833
આકર્ષનાર	aakarshnaar	attractive	491
આકર્ષવું	aakarshvun	to attract	572
આકુળવ્યાકુળ	aakulvyakul	distressed, disturbed	213
આલંબન	aalamban	examples, inspiration	569
આનંદ	aanand	pleasure, happiness, joy	47, 187, 201, 238
આરાધન	aaraadhan	striving, fulfilment, practice, observation with devotion	394, 430, 449, 613
આરાધવું	aaraadhvun	to strive, to follow, to be obedient to (the path), to worship, to be devoted to	194, 200, 572
આરંભ	aarambh	initiating worldly activities	332, 449, 506
આર્ત્ત	aartta	anguished	551
આર્ત્તધ્યાન	aarttadhyaan	anguished meditation	706
આર્ત્તિ	aartti	pain	569
આર્યજન	aaryajan	noble people	832
આસક્તિ	aasakti	attachment	254
આશય	aashay	intention	322
આશ્ચર્ય	aashcharya	wonder	334
આશ્ચર્યકારક	aashcharya-kaarak	astonishing, wonderful, incredible	128, 187
આશ્ચર્યરૂપ	aashcharyaroop	astonishing	385
આશ્રય	aashray	shelter	706, 771, 781
આશ્રયભક્તિ	aashraybhakti	devotional refuge, complete surrender	706
આશ્રયવાન	aashrayvaan	those that have taken shelter	551
આશ્રિત	aashrit	sheltered	333
આસ્થા	aasthaa	faith	135
આત્મા	aatmaa	self, soul, the seat of consciousness, and possessed of infinite awareness, bliss, and energy by nature; see *jeev*	47, 170, 438, 472, 710, 833
આત્માપણું	aatmaapanu	spirituality	431
આત્માર્થ	aatmaarth	spirituality, spiritual motivation	430
આત્માર્થે	aatmaarthe	for the purpose of the soul, spiritual purpose	431
આત્માર્થી	aatmaarthee	true seeker, soul seeker	856, 913
આત્મબળ	aatmabal	inner strength	609
આત્મભાવ	aatmabhaav	identification, spiritual essence, spiritual state	491, 506, 736
આત્મદશા	aatmadashaa	inner state	135
આત્મધ્યાન	aatmadhyaan	meditation on the soul	334
આત્મઘાતી	aatmaghaatee	inflicting harm to the self	449
આત્મજ્ઞાન	aatmagnaan	self-realisation; see *samyakdrashtee* and *samkit*	522
આત્મગુણ	aatmagun	virtues of the soul	609
આત્મપણું	aatmapanun	spirituality, focus on the soul	385
આત્મપરિણામ	aatmaparinaam	soul's state	551
આત્મપરિણામી	aatmapari-naamee	a soul that has realised its own true nature	506
આત્મપ્રદેશ	aatmapradesh	soul's units	472
આત્મરૂપ	aatmaroop	form of the self, form of the soul	301
આત્મારૂપ પુરુષ	aatmaroop purush	soul-man, self-realised soul, whose soul is manifest, also known as a *gnaanee*	449

આત્મસાક્ષાત્કાર	aatmasaakshaat-kaar	direct experience of the soul, self	609
આત્મસમાધિ	aatmasamaadhi	bliss of the self	430
આત્મસ્વરૂપ	aatmasvaroop	nature of the self	430
આત્મસ્વરૂપ પુરુષ	aatmaswaroop purush	enlightened soul	394
આત્મયોગ	aatmayog	absorption in the soul	170
આત્યંતિક	aatyantik	complete	913
આવરણ	aavaran	obstruction; see *vikshep* and *mal*	170
આવરણ–તિમિર	aavaran-timir	obstruction by darkness	211
આવરણતમ	aavaranatam	greatest obstruction	211
આવરણપ્રાપ્ત	aavaranprapt	obscured, ensnared by karma	449
આવરિત	aavarit	obscured	254
આવિર્ભાવ	aavirbhaav	appearance	609
અબાધાએ	abaadhaae	unobstructedly	431
અબાધ્ય	abaadhya	unbounded	780
અભેદભાવે	abhedbhaave	without any sense of distinction	187, 194
અભિલાષા	abhilaashaa	longing	135
અભિમાન	abhimaan	egotism, arrogance, pride; see *svachchhand*	332, 522, 706
અભિન્ન	abhinn	undifferentiated	334
અભિપ્રાય	abhipraay	belief, opinion, definition, perspective, viewpoint, decision; see *mat*	335, 431, 491
અભ્યાસ	abhyaas	practice, study	166
અચલ	achal	unwavering, unshakeable, immoveable, steady, fixed, constant	194, 438, 913, 201
અચેતન	achetan	matter; see *pudgal* and *jad*	779
અચિંત્ય	achintya	unimaginable, inconceivable, unfathomable	833
અદ્ભુત	adbhut	magnificent, amazing, astonishing	172, 201, 782
અધિકરણક્રિયા	adhikarankriyaa	foundational causative process	522
અજ્ઞાન	agnaan	ignorance; not understanding the true nature of reality, veil over reality, wrong knowledge, spiritual folly; see *moh* and *mithyaatva*	200, 213, 449
અગ્નિપણું	agnipanun	literally fire-like, fierceness	449
અગુરુલઘુ	agurulaghu	infinite structural integrity. This means that one substance does not become another; one quality does not become another quality; the infinite qualities do not become separate. A substance does not lose any of its characteristics regardless of its changing states. This is true of all substances (dravyas) in Jain ontology. It is a term most commonly used to describe how the soul doesn't shrink or expand, but remains constant.	760
અહંતા	ahamtaa	ego, identity	506
ઐશ્વર્ય	aishwarya	Lord, power, divinity	322
અજાણ્યું	ajaanyun	unfamiliar	491
અકળગતિ	akalgati	unrecognisable, inexpressible situation	187
અકર્તવ્ય	akartavya	not permissible, improper, a deed which should not be done, a prohibited deed	935
અખંડ	akhand	continuous, unbroken, flawless, eternal	322, 334, 394, 572, 781
અખંડ વૃત્તિ	akhand vrutti	undivided focus	194
અક્લેશ	aklesh	peaceful, conflict-free	833
અલભ્ય	alabhya	rare, unobtainable, unattainable	609
અલૌકિક	alaukik	sublime, inner-worldly	165, 322
અલેખે	alekhe	wasted	165
અમલાન	amalaan	pure (language is an early dialect of Hindi)	779
અમોહકર	amohakar	uninviting, not charming	491
અમૃત	amrut	nectar of immortality; see *mukhras* and *sudhaaras*	200, 201
અમૃતસાગર	amrutsaagar	ocean of nectar of immortality	170
અનાદિકાળ	anaadikaal	for all of eternity, since beginningless time	166, 194, 200
અનારાધકપણું	anaaraadhak-panu	the absence of spiritual practice, worship, or striving	727
અનાસક્તિ	anaasakti	non-attachment	706

અનાયાસે	anaayaase	spontaneously	47
અનંત	anant	infinite, endless, eternal	128, 166, 832, 935
અનંતાનુબંધી	anantaanuband-hee	infinitely-binding intense forms of anger, pride, deceit and greed and the associated karma	47, 522, 613
અનંતાનુબંધી કષાય	anantaanuband-hee kashaay	intense passions that cause infinite bondage	200
અનન્ય	ananya	unique, like no other	706
અનન્ય ભક્તિ	ananya bhakti	unique devotion	194
અનન્ય પ્રેમ	ananya prem	unique devotion or love	254
અંગીકાર	angeekaar	the process of attending to, acceptance	438
અનહદ ધ્વનિ	anhad dhvani	unstruck cosmic reverberation	165
અનિર્ણય	anirnay	inconclusiveness, uncertainty	254
અનિત્ય	anitya	impermanence, ephemerality	569, 613
અનિયત	aniyat	uncontrolled, irregular	727
અંશદ્રષ્ટિ	anshdrashti	iota of true understanding	395
અંશો	ansho	degrees, segments, fractions, seeds	135
અંતઃકરણ	antahkaran	conscience, heart	506
અંતરાય	antaraay	obstacle, obscuration, absence, obstructive karmas	449, 710
અંતર્ધાન	antardhaan	disappearing internally	201
અંતર્મુહૂર્ત	antarmuhoort	a time period of upto 48 minutes	200
અંતર્મુખ	antarmukh	facing inwards, being within oneself	816, 832
અંતર્વૃત્તિ	antarvrutti	inner inclination	54
અનુબંધી	anubandhee	consequential	613
અનુભપ	anubhav	experience	710
અનુભવવું	anubhavvun	to experience	438
અનુગ્રહ, અનુગ્રહે	anugrah, anugrahe	grace, by the grace	47, 213
અનુકંપા	anukampaa	compassion, one of the key virtues of a true seeker	135
અનુક્રમ	anukrame	gradually, step-by-step, sequential	609
અનુપમ	anupam	incomparable	201
અનુત્પન્ન	anutpann	underived, unarisen, unborn	710
અન્ય	anya	other	223
અપાર	apaar	limitless	832
અપક્ષપાતતા	apakshpaattaa	impartiality	254
અપરોક્ષ	aparoksh	direct, referring to someone who is present such as an enlightened master	609
અપેક્ષા	apekshaa	perspective	745
અપલક્ષણ	aplakshan	absurd traits, negative traits, flaws	165
અપૂર્વ	apoorva	unprecedented, unique	47, 187, 609
અપ્રાપ્તિ	apraapti	loss, not attaining	431
અપ્રધાન	apradhaan	dropped, reduced in emphasis	491
અપ્રમાદ	apramaad	spiritual vigilance, absence of laziness or laxity	47
અપ્રમત્તતા	apramattataa	same meaning as *apramaad*	449
અપ્રમત્તપણે	apramattpane	vigilantly	331
અપ્રશસ્ત	aprashast	inauspicious	613
અપ્રતિબંધ	apratibandh	unbounded	833
અપૂર્ણ	apurna	this letter is incomplete	760
અરમણીય	aramaniya	unattractive	491
અર્ધ પુદ્ગલપરાવર્તન	ardhpudgal-paraavartan	the amount of time required for a soul to take in and use up half of the available karmic matter in the universe	771
અર્પણબુદ્ધિ	arpanbuddhi	attitude of surrender	166
અસાર	asaar	meaninglessness, futility	569, 613
અસમાધિ	asamaadhi	absence of inner bliss	551
અસંભવિત	asambhavit	impossible	331
અસંગ	asang	free from (worldly) association, detached	430, 779, 780
અસંગદશા	asangdashaa	state of freedom	779
અસંગતા, અસંગપણું	asangtaa, asangpanu	solitude, away from worldly distractions, a state of freedom from association	201, 213, 609, 781, 782
અસંગવૃત્તિ	asangvrutti	desire for solitude	201
અસંખ્યાત	asankhyaat	uncountable, beyond measurement	438, 569
અસંસાર	asansaar	the non-worldly, the spiritual, the inner	394

અસરળતા	asaraltaa	deceit, lack of straightforwardness	54
અસત	asat	unwholesome or false	569
અસત્ વચન	asat vachan	untrue words, untrue statement	466
અસત્સંગ	asatsang	worldly company with those who are not true spiritual seekers, the company of untruth, false teachers, negative influence, see *satsang*	449, 569, 727
અસીમ	aseem	unlimited	727
અશાતા	ashaataa	uneasiness, discomfort; or negative fruition of karma	213, 722, 913
અશક્ય	ashakya	not possible	856
અશરણતા	asharantaa	state of being without shelter or sanctuary, helplessness	213
આશ્ચર્યરૂપ	ashcharyaroop	astonishing	385
અશ્રેય	ashrey	lack of spiritual welfare, credit	569
અષ્ટમહાસિદ્ધિ	ashtamahaas-iddhi	miraculous powers, of which there are eight	223
અશુભ	ashubh	inauspicious	710
અસ્વસ્થ	asvastha	unwell	935
અસ્વસ્થતા	asvasthataa	unwellness	551
અતીંદ્રિય	ateendriya	beyond the senses	54
અતિ, અત્યંત	ati, atyant	very, extremely, utterly, exceedingly	333, 334, 395, 449, 833
અટપટી દશા	atpati dashaa	difficult or complex state	213
અતુલ	atul	immeasurable, incomparable	213
ઔષધ	aushadh	medicine	913
અવાચ્ય	avaachya	indescribable, unspeakable	172
અવધિજ્ઞાન	avadhignaan	clairvoyant knowledge; see *bhavishyagnaan*	506
અવશ્ય	avashya	surely, certainly	710
અવશ્ય કરવા યોગ્ય	avashya karvaa yogya	absolutely essential to do	194
અવસ્થા	avasthaa	state	430, 431, 833
અવગાહન	avgaahan	immersing oneself, immersion	506
અવિચળ	avichal	unshakeable, immovable	172
અવિક્ષેપ	avikshep	the absence of disturbance or distraction	935
અવિરતિ	avirati	non-restraint, also the name given to the fourth stage of spiritual awakening	760
અવિસંવાદ	avisamvaad	indisputable	331
અવકાશ	avkaash	time, room, scope, break, pause, gap	395, 449
અવલંબન	avlamban	support	781
અવલોકન	avlokan	gazing, introspection	170
અવ્યાબાધ	avyaabaadh	boundless, unbounded	710, 913
અવ્યવસ્થા	avyavasthaa	disarray	334

	B		
બાધ	baadh	obscuration, barrier, obstruction	609
બાધ ન આવે	baadh na aave	it does not impede	322
બળવાન	balvaan	powerful, strong	241, 254, 727, 736, 782
બળવીર્ય	balveerya	spiritual strength	727
બળવીર્ય સ્ફૂરવું	balveerya sphuravun	to inspire greater energy	522
બંધ	bandh	karmic bondage	322
બંધન	bandhan	bind, obstacles, bondage of karma	194, 572
બંધવ	bandhav	friend	211
બનનાર	bannaar	meant to be	47
બીજજ્ઞાન	beejgnaan	meditation technique that is the seed of enlightenment; see *sudhaaras*	472
બીજરુચિ	beejruchi	seeds of aspiration	431
ભાલૈ દ્રષ્ટિ ખોલિકૈ	bhaalai drashti kholikai	divine sight opens in the middle of the forehead (language is an early dialect of Hindi)	779
ભાન	bhaan	realisation, recollection	609, 710
ભાસવું	bhaasvun	to perceive, to sense	331, 438, 522
ભાસ્યું	bhaasyun	recognised, experienced, felt	522
ભાવ	bhaav	inner inclinations or feelings, emotions, tendencies, being, existence	430, 609, 710, 781, 833
ભાવ અપ્રતિબધ્ધતા	bhaav apratibaddhtaa	being without any bondage	194
ભાવના	bhaavanaa	thought, feeling, inclination, desire	522, 913
ભાવકર્મ	bhaavkarma	karma-binding inclination; see *dravyakarma*	760
ભજવું	bhajvun	to experience, to worship, to exist, reside, dwell	572
ભજ્યા કરીએ	bhajyaa kareeye	we remain devoted	334
ભક્તિ	bhakti	devotion, devotional poem	200, 201, 213, 238, 431
ભરપૂર	bharpoor	full, present in large quantities	47
ભવિષ્યજ્ઞાન	bhavishyagnaan	clairvoyance, specifically knowledge of the future; see *avadhignaan*	132
ભવસ્થિતિ	bhavsthiti	maximum length of a single lifetime that a soul can live within a particular life-form, spiritual destiny	430
ભયંકર	bhayankar	terrible	213
ભેદ	bhed	distinct true nature of the soul	201, 213
ભેદાભેદ	bhedaabhed	discord, divisiveness	54
ભૂમિકા	bhoomikaa	stage of existence, foundation; see *gunasthaanak*	187, 613
ભ્રાંતિ	bhraanti	delusion, misunderstanding; see *maaya* and *moh*	54, 128, 211, 394, 833
ભ્રાંતિગતપણે	bhraantigatpane	deludedly	331
બિરાજમાન	biraajmaan	presiding	466
બોધ	bodh	guidance, teachings, imparted knowledge or wisdom, understanding	47, 322, 334, 472
બોધનું બીજ	bodhnun beej	seed of awakening	211
બૂઝનારા	booznaaraa	those who understand	187
બૂઝો	boozo	awaken	491
બ્રાહ્મી વેદના	braahmee vednaa	divine yearning	241
બુધ્ધિ	buddhi	mindset, intellect, recognition, perspective	223, 238, 254, 506

C

ચારે બાજુથી અપૂર્ણ પુણ્ય	chaare bajuthee apoorna punya	lacking sufficient merits from all four directions	238
ચૈતન્ય, ચૈતન્યતા	chaitanya, chaitanyataa	consciousness	438, 781, 833
ચૈતન્યઘન	chaitanyaghan	charged with consciousness	710
ચક્રવર્તી	chakravartee	universal emperor	935
ચક્ષુ	chakshu	eyes	506
ચંદન	chandan	sandalwood	472
ચરણરજ	charanraj	dust of your feet	201, 334
ચરણસંગ	charansang	encountering his presence or his footsteps (literally)	241
ચટકાવું	chatkaavun	to smite, sting	394
ચેતન, ચેતનતા	chetan, chetantaa	consciousness, soul, the conscious one	322, 551, 779
છાયા	chhaayaa	reflection, shadow, effect	472
છિન્ન	chhinn	shredded, cut	506
છૂટકો	chhootko	liberation	241
છૂટવાની વાર્તા	chhootvaani vaartaa	concept of spiritual freedom	166
ચિદાનન્દ	chidaanand	blissful consciousness	779
ચિંતા	chintaa	concern	322
ચિંતના	chintanaa	concern, contemplation	201
ચિંતવના	chintavnaa	contemplation; see *manan* and *vichaar*	913
ચિત્ત	chitt	mind, outward, wandering mind; it can also mean consciousness and the sense of being or awareness	223, 254, 333, 354, 449
ચિત્તશુદ્ધિ	chittshuddhi	purifying mindset, purification of the mind	238
ચિત્તસ્થિતિ	chittstithi	state of mind	334
ચોકસી	choksee	certainty, precision, ensuring, scrutiny	466

D

દાસત્વ	daasatva	humble servitude	187, 254
દંડવત્	dandvat	bowing fully with the whole body on the floor	201
દર્શન	darshan	school of philosophical thought (Jainism, Vedant etc.)	322
દશા	dashaa	state	394
દશપૂર્વધારી	dashpoor-vadhaari	one possessing the wisdom of the Ten Purvas	170
દેહાભિમાન	dehaabhimaan	identification with one's body	194
ધારા	dhaaraa	flow	913
ધારવું	dhaarvu	to assume	322
ધન્ય	dhanya	graced	385
ધર્મ	dharma	the original, fundamental nature of a substance; normally also means religion, that which facilitates the realisation of our goal of moksha	832
ધર્મકથા	dharmakathaa	spiritual message	135
ધિક્કાર	dhikkaar	scorn	935
ધ્વનિ	dhvani	invocation, sound	431
ધ્યાન	dhyaan	concentration, meditation, taking care	394, 395, 551, 856, 935
ધ્યાવવું	dhyaavvu	to meditate, seek or strive	710
દોષ	dosh	fault, faults	301
દ્રઢ	dradh	firm, undoubted, unwavering	194, 254
દ્રષ્ટાંત	drashtaant	analogy that illustrates, that which is seen, example	394, 395
દ્રષ્ટિ	drashti	perspective	47, 322
દ્રવ્ય	dravya	the six fundamental substances that make up the universe; can also mean matter or wealth	430, 779, 833
દ્રવ્યકર્મ	dravyakarma	material karma; see *bhaavkarma*	760
દુભવું	dubhavun	to impede, hurt	472
દુઃખ	dukh	hard times, sorrow	128
દુઃખી	dukhi	those who are suffering	395
દુરાગ્રહતા	duraagrahata	stubbornness	522

દુર્લભ	durlabh	difficult, rare	47, 194, 213, 238, 609, 782
દુર્નિમિત્ત	durnimitt	negative circumstances, negative instrumental cause	128
દુષ્કર	dushkar	difficult	609
દ્વાદશાંગી	dvaadashaangi	canon - twelve limbs of the Jain canon	211
દ્વેષ	dvesh	aversion, dislike	780

E

એ જ વિનંતિ	e j vinanti	that is the only request (that is all)	780
એકાગ્ર ભાવ	ekaagra bhaav	single-pointed focus	54
એકાગ્રબુદ્ધિ	ekaagrabuddhi	concentration, dwelling on	572
એકાકી	ekaakee	alone	466
એકાંત	ekaant	singularly, solitude	745
એકનિષ્ઠા	eknishthaa	singular focus or commitment	200, 609
એકરસ	ekras	absorbed, singly	781
એકતાર	ektaar	absorbed	472

F

ફળવાન	falvaan	fruitful	609
ફરનાર	farnaar	alterable, changeable	47

G

ગારવ	gaarav	arrogance	213
ગહન	gahan	deep	572
ગર્વ	garv	pride	213
ગૌણ	gaun	mild, subdued, deprioritised	334, 609
ગવેષવું	gaveshvun	to investigate, research	913
ઘટારત	ghataarat	appropriate	223
જ્ઞાન	gnaan	knowledge, insight, wisdom, knowledge of the self, self-realisation	200, 736, 779, 856
જ્ઞાનદશા	gnaan dashaa	enlightened state of self	572
જ્ઞાનાક્ષેપકવંત	gnaanaakshepkvant	one with undisturbed contemplation	394
જ્ઞાની	gnaanee	enlightened master, saint, being. It can also mean simply a scholar or wise person.	200, 506, 609
જ્ઞાયકતા	gnaayaktaa	awareness, the soul's ability to know and perceive	438
ગોપાંગનાઓ	gopaangnaao	cow herding maidens, devotees of Lord Krishna	223
ગોપવવું	gopavvun	to conceal, hide or reduce	609
ગ્રહાયેલું	grahaayelun	gripped, sprouting	135
ગ્રહણ	grahan	adoption, attending to, grasping	431, 438
ગ્રહવું	grahavun	to acquire, receive	832
ગ્રંથિ	granthi	knot of karma that is broken when self-realisation appears	47
ગ્રંથિભેદ	granthibhed	untying the knots of delusion	170
ગૃહ	gruha	home	506
ગૃહીત	gruheet	gripped	816
ગૂઢ આશય	gudh aashay	deep inner intention	394
ગુણ	gun	virtue	165, 301, 782
ગુણસ્થાનક	gunasthaanak	stages of spiritual awakening; see *bhoomikaa*	782
ગુણઠાણાં	gunathaanaan	stages of awakening	170
ગુપ્ત	gupt	esoteric, secretive, hidden, unknown	47, 170, 201

H

હર્ષ	harsh	joy	727
હર્ષશોક	harshshok	joy and sorrow	782
હસ્તગત	hastagat	in the palm of his hand, capable of grasping	47
હિતકારી	hitkaaree	beneficial	609
હૃદય	hraday	heart	135

I

ઇચ્છા	ichchhaa	desire, wish	394, 781
ઇચ્છવું	ichchhvun	to desire	335
ઇંદ્રિયવિષય	indriyavishay	subject of the senses	609
ઇશ્વરેચ્છા	ishvarechchhaa	God's will	213, 385

J

જાગ્રત, જાગૃત	jaagrut, jaagrat	alert, awake, wakeful, awakened, vigilant	431, 833, 779, 613, 569
જાગૃતિ	jaagruti	alertness, wakefulness, vigilance	506, 572
જાણીતું	jaanitun	familiar	491
જાપ	jaap	prayer, chant, telling rosary beads	569
જડ	jad	lifeless, matter	438, 779
જગત	jagat	universe	301
જઘન્ય	jaghanya	at the earliest. It normally means low or lowly, but here it means quickest.	771
જીવ	jeev	seeker, soul	238, 430, 438
જીવ વિલાસ	jeev vilaas	wonders of the soul	438
જીવાજીવ	jeevaajeev	soul and non-soul; there are six substances known as 'dravyas' in total, one is the soul, and five are not the soul	771
જીવન્મુક્ત	jeevanmukt	free from the world, liberated while living	187, 572
જિજ્ઞાસા	jignaasaa	inquisitiveness, thirst, yearning, aspiration, curiosity about the path	135, 238, 856
જિન	jina	Lord Trthankar	431
જિનાગમ	jinaagam	Jain religious Canon, the scriptures of the Lord Jina; see *aagam*, *poorva* and *siddhaant*	200, 572
જોગ	jog	factors	395
જોગ્યતા	jogyataa	worthiness; see *paatrataa*	254
જોવું	jovun	to perceive, to see	301
જુગુપ્સા	jugupsaa	contempt, loathsome feeling	128, 522

	K		
કાળ	kaal	time, era, time frame	332, 335, 430, 449, 779, 833
કામના	kaamnaa	worldly desire	449
કામ્યપ્રેમ	kaamyaprem	sensual, lustful love	395
કાંતા	kaantaa	this is the sixth level of self-realisation according to the saints Haribadhrasuriji and Yashovijayji who have described this state as one in which the mind is fixated.	394
કાંતિ	kaanti	light	833
કારણ, કારણો	kaaran, kaarano	methods, causes, reasons, factors	238, 430, 449, 609
કાર્ય	kaarya	activity	506
કાર્યકારી	kaaryakaari	effective	569
કાર્યપ્રસંગ	kaaryaprasang	activities and events	394
કદાગ્રહ	kadaagraha	obstinacy	466
કળિયુગ	kaliyug	Hindu term for the dark era of spiritual decline, the era of the demon Kali, see *panchamkaal*	187, 254
કલ્પના	kalpanaa	belief, mistaken notion, imagination	211, 385, 449, 466
કલ્પિત	kalpit	imaginary	254
કલ્યાણ	kalyaan	spiritual wellbeing or upliftment, liberation, spiritual boon	430, 449, 472, 551
કલ્યાણકારક	kalyaankaarak	beneficial, liberating, spiritually uplifting	238
કલ્યાણકારી	kalyaankaaree	spiritually beneficial	913
કાર્મણ શરીર	karman shareer	karmic body	913
કર્તવ્ય	kartavya	duty	132
કરુણા	karunaa	compassion	395, 430
કરુણાસાગર ગુપ્ત રહેલા	karunaasaagar gupta rahelaa	the hidden ocean of compassion	165
કષાય	kashaay	passions, negative passions	135, 760
કઠણ	kathan	difficult	238
કેવળ	keval	complete, solely, only, purely, merely	201, 431
કેવલબીજ	kevalbeej	the seed of enlightenment	165
કેવળજ્ઞાન	kevalgnaan	totally pure enlightenment, omniscient knowledge	165, 187, 200, 431, 745
ખચીત	khacheet	firmly, inevitably	331
ખમાવું	khamaavun	to seek forgiveness	780
ખેદ	khed	remorse, sorrow	491, 782
ખોજ	khoj	quest	194
ક્લેશાદિભાવ રહિત	kleshaadibhav rahit	harmonious, without disturbance	395
ક્લેશિત	kleshit	disturbed	128
ક્લેશરૂપ	kleshroop	inner conflict	431
ક્રમ	kram	process, order	166
ક્રમપૂર્વક	krampoorvak	in an orderly way	223
ક્રિયા	kriyaa	ritualistic practices, action	54
કૃપા	krupaa	grace	165, 187
કૃપાપ્રસાદી	krupaaprasaadee	blessings	47
કૃતાર્થ	krutaarth	fulfilled	385
કૃતકૃત્ય	krutkrutya	imperative, only in this lies fulfilment, the satisfaction of having done one's duties, contentment	47, 613
ક્ષાયિક સમ્યક્ત્વ	kshaayik samyaktva	the enlightened state where obstructive deluding (mohaniya) karmas have been completely destroyed, such that the resulting self-realisation is irreversible. Irreversible Self-Realisation.	710
ક્ષમા	kshamaa	acceptance of an apology, forgiveness	334
ક્ષણ	kshan	moment (time period)	132, 506
ક્ષપક શ્રેણી	kshapak shreni	route of elimination	170
ક્ષયોપશમ સમ્યક્ત્વ	kshayopsham samyaktva	If the faith is at times mild, at times intense, at times forgotten, at times remembered: that is called "Fluctuating Self-Realisation".	710
ક્ષીણ	ksheen	weakened	706
ક્ષીરસમુદ્ર	ksheersamudra	ocean of milk (according to Jain cosmology)	466
ક્ષેત્ર	kshetra	geographic area, place, location, site	430, 449, 779, 833
ક્ષોભ	kshobh	perturbation	736
કુળધર્મ	kuldharma	family faith by tradition	522
કુટુંબ	kutumb	family	506
ક્વચિત્	kvachit	seldom, rarely	213

L

લાગવું	laagvun	to be immersed in devotion, to feel, to engage in	241
લખવાનું	lakhvaanu	writing	334
લક્ષ	laksh	focus, purpose, intention, motivation, vision	194, 213, 223, 395, 449, 466, 572, 913
લક્ષણ	lakshan	uniquely distinguishing and defining quality or characteristic; in Jain epistemology, one of the approved means of knowing an object is by this uniquely defining characteristic	135, 170, 172, 254, 438
લક્ષ્યાર્થ	lakshyaarth	purpose	334
લૌકિક	laukik	worldly	322
લૌકિકભાવ	laukikbhaav	materialistic feelings; see *sansaar*	522
લય	lay	absorption	395
લીલા	leelaa	whim, "play of the world", vagaries, divine play	165
લીન	leen	immersed	394, 913
લોક	lok	societal, universe	194, 491, 613
લોક સંબંધી	lok sambandhi	worldly, societal	430
લોકાલોકજ્ઞાન	lokaalokgnaan	complete knowledge of all worlds	187
લોકધર્મસંબંધી	lokdharmasambandhee	related to or regarding societal norms, duties towards all relations	449
લોકલજ્જા	loklajjaa	fear of social rejection	200
લોકસંજ્ઞા	loksangnaa	heeding the world, in particular, practising religion according to our family or community customs for societal acceptance	128

M

માન	maan	respect	430
માનવું	maanvun	to consider	301
માન્યામાન્ય	maanyaamaanya	dispute, debate, acceptance and rejection	54
માર્ગ	maarg	path: the path to moksh that can only be found in the hands of a saint; practice	166, 170, 194, 238, 241, 472, 816
માર્ગાનુસારી	maargaanusaaree	a follower of the path, a soul who possesses virtues which enable unobstructed selfless devotion to a self-realised one	431, 449, 472, 491, 506
માર્ગાનુસારી મતિ	maargaanusaaree mati	one whose mind wants to follow the path	172
માઠું	maathun	inappropriate, adverse, constraining, heavy, negative, restraining	128, 609
માયા	maayaa	deluded identification, God in his playfulness, deceit; see *moh* and *bhraanti*	170, 233
માયાનો પ્રતિબંધ	maayaa no pratibandh	deluding seductions, obstruction by delusion	223
માયામય અગ્નિ	maayaamay agni	flames of delusion	238
માયિક ભય	maayik bhay	illusory fear	170
માયિક વાસના	maayik vaasanaa	illusory desire	166
મહા માર્ગ	mahaa maarg	great path	172
મહાત્મા	mahaatmaa	enlightened master	254
મહત્	mahat	incredible quantity, great	816
મહી	mahee	butter	201
મળ	mal	impurities; see *vikshep* and *aavaran*	449
મમત્વભાવ	mamatvabhaav	sense of mineness, personal possessiveness	430
મમતા	mamtaa	mineness	506
મન	man	mind	223
મનઃપર્યવજ્ઞાન	manahparyavgnaan	mind-reading knowledge	506
મનન	manan	contemplation	47, 200
મંદ	mand	suppressed to some extent, weak	194, 332
મંદતા	mandtaa	weakness	47
મંગળ	mangal	beneficial, auspicious	166
મનોવૃત્તિ	manovrutti	sensibility, tendency	194

મર્મ	marma	esoteric essence	54, 172
મર્યાદા	maryaadaa	limit	472
મસ્તક	mastak	forehead	334
મટાડવું	mataadvun	to cure	332
મતાભિગ્રહ	matabhigraha	sectarian obstinacy	522
મતભેદ	matbhed	difference of opinion, dogmatism	54
મથવું	mathvun	to churn	201
મતિજ્ઞાન	matignaan	empirical knowledge, knowledge via the senses and mind	506, 745
મતમતાંતર	matmataantar	sectarianism	466
મટવું	matvun	abandon, literal translation is healing	491
મૌન	maun	silent	779
મિથ્યાગ્રહ	mithyaagraha	stubborn adherence to false belief	609
મિથ્યાત્વ	mithyaatva	false perception	760
મિથ્યાત્વમોહિની, મિશ્રમોહિની, સમ્યક્ત્વમોહિની	mithyaatva mohanee, mishra mohanee, samyaktva mohanee	deluded, mixed, uncertain perspectives of the identity of the soul	47
મિતિ	miti	what needs to be done today	172
મોહ	moh	deluded attachment to the body, delusion, false indentification, infatuation, love	170, 187, 211, 241, 254, 322, 722
મોહિનીય કર્મ	mohaneeya karma	deluding karma	506
મોહમયી	mohmayee	delusion-filled city of Mumbai (play on words)	172
મોહનિદ્રા	mohnidra	slumber of delusion	569
મોક્ષ	moksh	a state of complete liberation	194, 254, 322
મુખાકૃતિ	mukhaakruti	countenance: face or facial expression	172
મુખરસ	mukhras	Nectar of Immortality, also known as 'Sudhaaras', name of the technique of meditation; see *sudhaaras* and *amrut*	472
મુખ્ય	mukhya	central	745
મુક્ત	mukt	free	135, 779
મુક્તપણું	muktapanu	inner liberation; see *moksh*	385
મુમુક્ષુ	mumukshu	true seeker of liberation (seeker of moksha)	200, 254, 394
મુમુક્ષુતા	mumukshutaa	a true seeker's desire for liberation (moksha), virtues of a true seeker	135, 254, 332
મુનિ	muni	monk	194
મુઝાવું	muzaavun	to be tired, perplexed	254

N

નાશ	naash	destruction	609, 832
નૈષ્ઠિક	naishthik	anchored, with fixed attachment, devoted	913
નમઃ	namah	obeisance	727
નમસ્કાર	namaskaar	reverence, bowing respectfully	54, 335, 780
નમો અરિહંતાણં	Namo Arihantaanam	the first verse of the Navkar Mantra prayer, meaning "homage to the liberated embodied masters"	223
નવનિધિ	navanidhi	supernatural gifts, of which there are nine	223
નય	nay	perspectives	223
નીરસ	neeras	disinterest	522
નેપથ્ય	nepathya	deep within, backstage	128
નેત્રો	netro	eyes	254
નિદિધ્યાસન	nididhyaasan	deeply studying and imbibing, implementation	172, 200, 394
નિદિધ્યાસવું	nididhyaasvun	to implement, master, live and breathe the truth	551
નિઃસ્નેહ	nihsneha	indifferent	223
નિજ છંદે	nij chhande	by his own design; see *svachchhand*	200
નિજ ગૃહ	nij graha	inner home, one's own soul, one's own home	47
નિજસ્વભાવસ્વરૂપ	nijsvabhaavsva-roop	manifestation of one's own natural form (nij - oneself, svabhaav - one's own nature, svaroop - one's own form)	569
નિમગ્ન	nimagna	immersed	832
નિમિત્ત	nimitt	instrumental cause, reasons, causal factors	47, 706, 736
નિરાબાધ	niraabaadh	unobstructed, boundless	438
નીરાગ શ્રેણી સમુચ્ચયે	niraag shrenee samuchchaye	striving for freedom from all desire	47
નિરાકરણ	niraakaran	conclusion, comprehension	472
નિરાશ	niraash	disappointed	449
નિરાશ્રય	niraashray	without true shelter, support and guidance from an enlightened master	609
નિરંજન	niranjan	pure state, immaculate	187, 201
નિરંતર	nirantar	continuously	132
નિર્બીજ	nirbeej	seedless	506
નિર્ભય	nirbhay	fear-free	165
નિર્ભયતા	nirbhaytaa	fearlessness	254
નિરભેદ	nirbhed	not separate	779
નિર્ધાર	nirdhaar	clarity, conclusion	472, 506
નિર્ધ્વંસ	nirdhvans	destructive	613
નિર્ગ્રંથ	nirgranth	unbound, unencumbered, unfettered, free from knots, a term used to describe Jain monks and nuns	47, 54, 430, 771
નિર્જરા	nirjaraa	shedding of karma	736
નિર્મળ	nirmal	pure, immaculate	332, 710
નિર્મળતા	nirmaltaa	purity	569
નિર્મોહ	nirmoh	free from delusion	780
નિર્મુઝન	nirmuzan	anxiety-free	165
નિર્પક્ષ	nirpaksh	impartial	333
નિરુપાયતા	nirupaaytaa	the existence of factors outside of one's control, absence of resolution, out of one's hands, helplessness	128, 187, 335
નિર્વેદ	nirved	disillusionment, weariness of rebirth and material life, one of the five key virtues of a true seeker	135
નિર્વિકાર	nirvikaar	unmoved, undistracted, unperturbed	201
નિર્વિકલ્પ	nirvikalp	unwavering	170, 745, 779
નિર્વિકલ્પ સમાધિ	nirvikalp samaadhi	unwavering inner bliss	322
નિઃસંદેહ	nisandeh	free from doubt, certain	47, 781
નિઃસંગતા	nisangtaa	detachment, separation; see *asangtaa*	254
નિઃસંશય	nisanshay	doubtless, certain	170
નિઃસત્ત્વ	nisattva	superficial, without truth, without power	449
નિઃશંક	nishank	free from doubt	165, 466
નિઃશંકતા	nishanktaa	doubtlessness, conviction	254
નિશ્ચળ	nishchal	steadfast, without wavering, unshakeable	334, 395
નિશ્ચય	nishchay	conviction, resolution, belief, conclusion, certainty, the absolute	170, 211, 322, 334, 394, 472, 569, 771, 781, 782

નિશ્ચયનય	nishchaynay	absolutist viewpoint, the viewpoint which focuses on the innately pure nature of the soul	745
નિષ્ફળતા	nishfaltaa	failure	47
નિષ્કામ	nishkaam	selfless, free from desire, pure, free from the desire of fruits of actions	394, 431
નિષ્કામપણે	nishkaampane	selflessly	331
નિષ્કારણ	nishkaaran	selfless, without reason or agenda	430
નિષ્કર્ષ	nishkarsh	essence, meaning	506
નિઃસ્પૃહ	nispruha	desireless, selfless	165, 223
નિવાસ	nivaas	dwelling	449
નિવૃત્ત	nivrutt	removed, freed from, retired, turned away from	332
નિવૃત્તિ	nivrutti	freedom from distraction, freedom from ignorance, sabbatical, refuge from activity, retreat	165, 170, 200, 449
નિવૃત્તિનાં ક્ષેત્ર	nivruttina kshetra	spaces conducive to retreating from worldly activity	449
નિયમિત	niyamit	regular	449
ન્યારી	nyaaree	distinct	779
ન્યૂનપણું	nyoonpanu	lowliness, insufficiency, deficiency	213, 609
ન્યૂનતા	nyoontaa	incompleteness, inadequacy, diminishment	187, 551

O

ઓળખવું	olakhvun	to recognise	335
ઓળખાણ	olkhaan	recognition	333

P

પારમાર્થિક વાત	paarmaarthik vaat	the highest truths	213
પાત્રતા	paatrataa	worthiness; see *yogyataa*	47
પદાર્થ	padaarth	one's true nature, substance, object; see *dravya* and *tattva*	254, 431, 438, 506
પંચમકાળ	panchamkaal	Jain term for the dark era of spiritual decline, 5th time period of the cycle; see *kaliyug*	170, 187, 430
પંચપરમેષ્ઠી મંત્ર	panchparmeshthee mantra	Navkar Mantra prayer	223
પંચવિષય	panchvishay	sensory indulgence, subjects of the five senses	223
પંચવિષયાકાર એવાં કર્મ	panch-vishayaakar evaan karma	karmic fruition that takes the form of engagement in the five senses	522
પરાભક્તિ	paraabhakti	devotion of the highest form	201, 223
પરાક્રમ	paraakram	achievements, attainments, valour, prowness	833
પરબ્રહ્મ	parabrahma	Lord	201
પરમ	param	fundamental, foremost, supreme, greatest, highest	211, 449, 832, 833
પરમ દૈન્યતા	param dainyataa	highest form of humility, obediently following the instructions of an enlightened master (known as '*vinay*' in Gujarati, Sanskrit, Pali)	254
પરમ કારણ	param kaaran	primary cause	238
પરમ સ્નેહ	param sneh	utmost love	609
પરમ ઉપશમ	param upsham	supremely peaceful meditation, a technique of meditation practised by Shrimad also known as '*sudhaaras*'	913
પરમાનંદ	paramaanand	ultimate bliss	254
પરમભક્તિ	parambhakti	highest devotion	172
પરમપદ	parampad	the highest or supreme state	913, 935
પરમપુરુષ	parampurush	great soul, foremost soul	781
પરમશાંતરસ	paramshaantras	supremely peaceful nectar, meditation; see *sudhaaras*	856, 913
પરભાવ	parbhaav	external inclinations	710
પરિભ્રમણ	paribhraman	transmigration through the cycles of life and death; see *trividhtaap-agni*	128, 166, 213

પરિચય	parichay	familiarity, acquaintance	332
પરિગ્રહ	parigraha	accumulating worldly or material belongings or possessions	332, 449, 506, 832
પરિણામ	parinaam	result, form, impact, the resulting factors, states, situation, realisation	395, 431, 472, 506, 551, 613
પરિણામ પામવું	parinaam paamvun	to take effect	706
પરિણામી	parinaamee	consequential, possessing the capability to change. The soul can be still in itself and unchanging, or it can be acting (an author of action), and changing as a result.	760
પરિણમવું	parinamvun	to have (an) effect, to result, to be changed or transformed	200
પરિણત	parinat	subject to change or transformation	760
પરિપક્વ	paripakva	mature, ripe	394
પરિપૂર્ણ	paripoorna	complete, full	165
પરિસીમા	pariseemaa	limit, boundary	395
પરિષહ	parishah	obstacles, troubles; in Jain thought, these are the twenty-two trials endured by an ascetic or seeker on the path as a result of previously bound karma, leading to the reduction of likes and dislikes if endured equanimously.	128
પરિતોષપણું	paritoshpanun	contentment	385
પરમાણુ	parmaanu	one single unit of matter	609
પરમાર્થ	parmaarth	realisation of the ultimate, ultimate truth, true spiritual essence, supreme, highest aim, benevolence, liberation	132, 170, 223, 472, 781, 782, 935
પરમાર્થનાં સાધન	parmaarthnaa saadhan	spiritual tools, means	449
પરમાત્મા	parmaatmaa	Lord, God, supreme soul	47, 170, 213, 223
પરમોત્કૃષ્ટ	parmotkrusht	supreme	833
પરનાં	parnaa	foreign	491
પર્યાય	paryaay	changes of state, manifestations, modes, external modifications	551, 569, 710, 833
પટળ	patal	a thin film over the eyes	506
પવન	pavan	breath, literally it means wind	472
પિયુ પિયુ	piyu piyu	calling out for the beloved	241
પૂર્ણકામતા	poornakaamtaa	complete self-realisation	213
પૂર્વ	poorva	14 original texts outlining the entire doctrine preached by Tirthankars	170
પૂર્વ આરાધક	poorva aaraadhak	one who has strived in a previous birth with a living true enlightened master	771
પૂર્વસંજ્ઞા	poorvasangnaa	past sentiments	522
પોતાનું	potaanun	one's own	491
પોતાપણું	potaapanun	identifying oneself with, a feeling of ownership	213, 332
પોતાસમાન	potaasamaan	equal to oneself	333
પોતપોતાનું	potpotaanun	one's own individual, different, distinct	491
પ્રાપ્ત	praapt	attained	47, 727
પ્રાપ્તિ	praapti	gain, acquisition, attainment	431
પ્રારબ્ધ	praarabdh	predestined, fruition of karma; in Vedant philosophy, it is the part of karma that is now in fruition and cannot be changed, so must be endured	385, 506, 781
પ્રારબ્ધયોગ	praarabdhayog	fruition of karma	223
પ્રાયે	praaye	mostly	322
પ્રભુ	prabhu	God	165
પ્રદેશ	pradesh	the soul's units, or a region	438, 569
પ્રધાન	pradhaan	greatest, primary	394
પ્રગટ	pragat	manifest, evident, clear, present	438, 472, 710, 833
પ્રગટ માર્ગ	pragat marg	path I have in my hand, manifest path	170
પ્રજ્વલિત	prajvalit	ablaze	238
પ્રકાર	prakaar	perspectives, ways, kind, sort	187, 331
પ્રકૃતિ	prakruti	types of karmic bondage, nature, disposition, in Sankhya philosophy it is the original or primordial natural form	47, 254

પ્રમાદ	pramaad	laxity, lethargy, laziness, negligence, carelessness, deviating, omission, neglecting duty	506, 609, 760, 935
પ્રમાદી	pramaadi	spiritually negligent	569
પ્રમાણ	pramaan	proof	833
પ્રપંચ	prapanch	worldly entanglement, falsity of the world	334
પ્રસંગ	prasang	events	331, 569
પ્રતીતિ	prateeti	faith (in the enlightened master), conviction	431, 706, 771, 832
પ્રથમ	pratham	first, right from the start	506
પ્રતિબદ્ધતા	pratibaddhataa	inner obstacles, barriers	194
પ્રતિબંધ	pratibandh	entanglements, obstructions, obstacles, causing bondage	223, 394, 430, 449
પ્રતિપાદન	pratipaadan	presentation of proof	213, 395
પ્રત્યાખ્યાન	pratyaakhyaan	a vow to refrain from, abstain from	128
પ્રત્યક્ષ	pratyaksh	direct, living, present	200, 466, 736, 771
પ્રત્યક્ષ દર્શન	pratyaksha darshan	direct experience of the soul	170
પ્રવર્તવું	pravartvun	to engage in, to conduct	722
પ્રવૃત્તિ	pravrutti	activity, engagement	322, 449, 551, 572, 613
પ્રવૃત્તિઉદય	pravruttiuday	worldly occupation, the arising of karmas requiring engagement in the world	430
પ્રયત્ન	prayatna	effort	170
પ્રીતિભાવ	preetibhaav	feelings of love	128
પ્રીતિકર	preetikar	charming	491
પ્રેમ	prem	affection, love	394
પ્રેમાર્પણ	premaarpan	surrendering with the deepest love	254
પ્રેમમય	premmay	loving, full of love	201
પુદ્ગલ	pudgal	lifeless matter; see achetan and jad	760
પુદ્ગલી	pudgali	material	322
પુણ્ય	punya	meritorious karma	213, 238, 816
પુરાણપુરુષ	puraanpurush	divine soul, God	201, 213
પુરુષાર્થ	purushaarth	efforts	331

R

રાચવું	raachvun	to wallow	238
રાગ	raag	attachment, affection	779, 780
રહસ્ય	rahasya	esoteric insight, secret	172
રહેવું	rahevu	to live, to stay, to dwell	301
રક્ષક	rakshak	protector	211
રક્ત	rakta	engulfed, absorbed, engaged	522
રમણીયપણું	ramaneeyapanun	beauty	438
રમતા	ramtaa	vitality, vibrancy	438
રસ	ras	interest, indulgence, taste, juice	491, 779
રસગારવ	rasgaarav	sense sensations	609
રટણ	ratan	repetition, constant recital	238
રૂડા પુરુષો	roodaa purusho	wise ones, noblest of men	47
રુચિ	ruchi	aspiration, passion, devout interest	385, 449, 771

	S		
સાચા પુરુષ	saachaa purush	enlightened master	771
સાધન	saadhan	spiritual practices, observances, objects, tools, means	194, 254, 449, 491, 572, 609, 710, 745
સાક્ષાત્ ભાસે	saakshaat bhaase	(the soul) is directly experienced	431
સામાયિક	saamaayik	practice of equanimity, the Jain daily practice of sitting quietly in equanimity with a focused mind	194
સાંભળવું	saambhalvun	to hear	194
સાનંદાશ્ચર્ય	saanandaash-charya	joyful awe	833
સાસ્વાદન સમ્યક્ત્વ	saasvaadan samyaktva	2nd gunasthaanak, which you can only get to if you fall from 4 to 2. When those karmas do come to fruition, and the faith is lost, that is called 'Lapsed With A Remaining Taste of Self-Realisation'.	710
સચ્ચિદાનંદ	sachchidaanand	a compound Sanskrit word. Sat is existence, that which is, has always been, and always will be, eternal being. Chit is knowledge, consciousness, that which knows. Anand is supreme inner bliss that is dependent on nothing.	710
સદ્બુદ્ધિ	sadbuddhi	discerning mindset	506
સદેહ	sadeh	embodied, with body	334
સદ્વિવેક	sadvivek	true wisdom, true discrimination, true discernment	491
સદ્વૃત્તિ	sadvrutti	true, virtuous inclinations; see *bhaav*	706
સફળ	safal	successful	47
સહજ	sahaj	natural, simple, effortless	430, 913
સહજાકાર પ્રવૃત્તિ	sahajaakaar pravrutti	habitual activities	449
સહજસમાધિ	sahajsamaadhi	effortless blissful awareness	609
સહજસ્વરૂપ	sahajsvaroop	effortless nature	609
સહન	sahan	endurance	301
સહસ્રદળ કમળ	sahasradal kamal	thousand petalled lotus	201
સૈદ્ધાંતિક	saiddhaantik	doctrinal	333
સકલંક	sakalank	blemished	913
સમાધાન	samaadhaan	answer, resolution, satisfaction	856
સમાધિ	samaadhi	inner bliss, blissful awareness	128, 170, 187, 213, 223, 385, 430, 449, 551, 833, 913
સમાગમ	samaagam	association, company, meeting, spending of time with another	132, 223, 816, 856
સમાન	samaan	equivalent, like	781, 833
સમદશા	samadashaa	equanimity	780
સમજવું	samajvun	to understand	491
સમર્થતા	samarthtaa	capabilities	213
સમયમાત્રના અનવકાશે	samaymaatrana anavkaashe	continuously, without a gap for even a moment	430
સંબંધ	sambandh	relationship	760
સંભારવું	sambhaarvun	to recollect	211, 238
સમભાવી	sambhaavee	one who is equanimous	223
સંભવ	sambhav	possible, occurrence, arising	506, 613
સંભવિત	sambhavit	accessible, possible	54, 334
સંભવવું	sambhavvun	being possible, possibility, to be likely	211, 506
સમકિત	samkit	self-realisation; see *samyag darshan*	771
સમ્મત	sammat	embrace, agreement	172
સમ્મતિ	sammati	harmony, one mind	166
સંપન્ન	sampann	possessing	165
સમપણું	sampanun	consistency	438
સંપૂર્ણ	sampoorna	complete	745
સમરસ	samras	equanimity	780
સમસ્વરૂપ	samsvaroop	equanimously natured	385
સમતા	samtaa	constancy, sameness, equanimity	438
સંવત્સરી	samvatsaree	final day of annual *pratikraman* (ceremony of repentance)	128
સંવેદન	samvedan	witnessing, sensation, experience	385

સંવેગ	samveg	the desire and motivation for nothing but moksha, one of the five characteristics of one who is self-realised, and, in a lesser form, a true seeker	135
સમ્યક્	samyak	true, right	322, 491
સમ્યક્ચારિત્ર	samyakchaaritra	true conduct, one the the three jewels (ratna traya) which constitute the path to moksha	781
સમ્યક્દર્શન	samyakdarshan	self-realisation, true perception, one the the three jewels (ratna traya) which constitute the path to moksha	781
સમ્યક્દ્રષ્ટિ	samyakdrashti	one who has right perspective, self-realised person	47, 394
સમ્યક્પ્રતીતિ	samyakprateeti	true faith	194
સમ્યક્ત્વ	samyaktva	self-realisation; or orthodoxy	47, 431, 710
સંધીભૂત	sandheebhoot	connected with, linking, correlating to	395
સંગ	sang	association	609
સંજ્ઞા	sangnaa	technical term, definition, also means instinct (eating, fear, sensuality, acquisition)	613
સંકલ્પ – વિકલ્પ	sankalp – vikalp	arising of, and engagement with, thoughts	128, 170, 194
સંખ્યાત	sankhyaat	countability, can be measured	569
સંક્ષેપ	sankshep	briefness, conciseness, summary, limit	706
સંસાર	sansaar	material, worldly existence, materialistic world	132, 301, 430
સંસારી	sansaaree	embodied, material, worldly beings	913
સંસારપરિણતિ	sansaarparinati	embroilment in worldly life	395
સંસારતાપ	sansaartaap	the fire or heat of material existence	47
સંશય	sanshay	doubt	736, 782
સંશોધક	sanshodhak	investigator	54
સંશોધન	sanshodhan	investigation, research	47
સંતોષ	santosh	satisfaction, contentment	913
સરળાઈ	saralaai	simple way, means	223
સરળતા	saraltaa	straightforwardness	782
સર્વાર્પણ	sarvaarpan	surrendering everything, complete surrender	609
સર્વજ્ઞ	sarvagna	omniscient ones, totally equanimously detached Lord	727, 779
સર્વસંગપરિત્યાગ	sarvasangpar-ityaag	renunciation of all associations, adopting monkhood	334
સર્વથા	sarvathaa	everywhere, at all times	710
સર્વવ્યાપક	sarvavyaapak	all-pervading	710
સર્વોપરી	sarvoparee	above all others, most noble	201
સર્વ પ્રદેશ	sarva pradesh	whole being, all parts	172
સર્વોત્કૃષ્ટ	sarvotkrusht	greatest of all, foremost	609, 913
સત્	sat	truth, the true nature of one's own self, soul, supreme knowledge or love	211, 238
સત્જિજ્ઞાસુ	satjignaasu	true seeker of the truth	172
સત્પદ	satpad	moksh, the ultimate state of being	54
સત્પુરુષ	satpurush	enlightened soul	213, 333
સત્સમાગમ	satsamaagam	spiritual interaction, association with an enlightened soul	781
સત્સંગ	satsang	association with an enlightened soul (Satsang is also a widely understood English word meaning 'the company of true seekers' - in all places where this is the meaning of the word, we have not translated it)	47, 238, 331, 449, 472, 491, 609
સત્શાસ્ત્ર	satshaastra	true scriptures	613
સત્સુખ	satsukh	true happiness	200
સત્સ્વરૂપ	satsvaroop	divine true nature, eternal nature	187, 194, 201
સત્તાગત	sattaagat	dormant particles of karma that are yet to arise and be endured	710
સત્યોગ	satyog	association with the truth (true Lord, true Guru and true dharma)	47
સેવવું	sevvun	to devotedly follow, follow	194
સ્ફુર્તિ	sfurti	radiance	438
શાંતિ	shaanti	peace	782, 935
શાસન	shaasan	path, way, order	47
શાશ્વત	shaashvat	eternal	54

શાસ્ત્ર	shaastra	scriptures	200
શાતા	shaataa	comfort	213, 913
શૈલેશીઅવસ્થા	shaileshiavastha	the final actions of an embodied soul before it attains the state of complete liberation.	609
શમ	sham	calmness, containment, pacification	135
શરીરપ્રકૃતિ	shareerprakruti	physical health	935
ષટ્દર્શન	shatdarshan	six schools of philosophical thought	211
શીતળ	sheetal	serene, cool	832
શીતળ જળ	sheetal jal	cooling, quenching water	238
શિક્ષા	shikshaa	teaching	201
શિક્ષાબોધ	shikshaabodh	wisdom teachings	466
શિથિલ	shithil	lax, lazy	613
શિથિલપણું	shithiltpanun	complacency	569
શૂન્ય	shoonya	emptiness, inner silence, nullified, non-existent, zero	128, 223, 385
શ્રદ્ધા	shraddhaa	faith, conviction	135, 431
શ્રધ્યું	shraddhyun	placed faith in	166
શ્રવણ	shravan	hearing	166
શ્રેણી	shrenee	momentum, order, series	395
શ્રુત	shrut	imparted word, knowledge gained by hearing, scripture, heard	395
શ્રુતજ્ઞાન	shrutgnaan	imparted wisdom, inferred knowledge. This is a technical epistemological term which means secondary knowledge derived from instruction and reasoning, for example from a sermon or scripture. It can also be an esoteric term for the technique of meditation.	322, 506, 745
શુભ	shubh	auspicious	710
શુદ્ધ	shuddh	pure	449, 710, 745, 833, 913
શુદ્ધતા વિચારે ધ્યાવે	shuddhata vichaare dhyaave	'Contemplating and Meditating on Purity', a poem written by Saint Banarsidas	333
શુદ્ધિ	shuddhi	purity, purification	832
શ્વાસોચ્છ્વાસ	shvaasochchhvaas	breathing	472
સિદ્ધ	siddh	realised, known by an enlightened master; or a liberated unembodied soul	223, 506
સિદ્ધાંત	siddhaant	the Jain canon, or collection of scriptures, doctrine, principle	394, 395, 771
સિદ્ધાંતબોધ	siddhaantbodh	doctrinal wisdom	506
સિદ્ધાત્મા	siddhaatmaa	liberated soul	760
સિદ્ધાવસ્થા	siddhaavasthaa	the state of liberation	760
સિદ્ધિ	siddhi	fulfillment, accomplishment	832
સિદ્ધિ, રિદ્ધિ	siddhi, riddhi	miraculous powers	322
સ્મરણ	smaran	recollection, memory, remembrance	135, 170, 172, 394, 395, 782
સ્મૃતિ	smruti	memory, recollection, rememberance	466, 782
સૂક્ષ્મ	sookshma	subtle	333
સૂઝ્યે	soozye	by understanding, having understood	172
સ્પષ્ટ	spasht	clear	438
સ્પૃહા	spruhaa	desires	213, 385
સૃષ્ટિ	srushti	universe, creation	201
સ્તવીએ	staviye	he praises, we praise	213
સ્થાપન	sthaapan	placing in an act of surrender	572
સ્થિરતા	sthirtaa	stillness, complete stillness	472
સુધારસ	sudhaaras	Nectar of Immortality, the name of an esoteric meditation technique practiced by Shrimad, also an element of the practice itself	472
સુધારસ-સ્થિરતા	sudhaaras-sthirta	meditative stillness	472
સુગમ	sugam	accessible, correct, proper, simple, easy	241, 385, 472
સુગંધ	sugandh	fragrance	472
સુખ	sukh	happiness	395
સુખભાસ	sukhbhaas	experiencing happiness	438
સુલભ	sulabh	easy	47, 572, 609
સુંદર	sundar	beautiful	491
સુંદરપણું	sundarpanun	charm, beauty	438

સુણ્યું	sunyun	heeded	166
સ્વાભાવિક	svaabhaavik	instinctively, naturally	200, 491
સ્વાભાવિક ઉપશમ	svaabhaavik upsham	instinctive suppression	170
સ્વામી	svaamee	master, monk, title for monks and saints	322
સ્વાર્થ	svaarth	personal gain, selfishness, self-interest	430
સ્વભાવ	svabhaav	own nature	710, 913
સ્વભાવપરિણામ	svabhaavpari-naam	experience of one's own nature	710
સ્વભાવવૃત્તિ	svabhaavvrutti	inner state	128
સ્વચ્છંદ	svachchhand	hubris, self-directed, self-righteous egotism	128, 194, 254, 394, 609
સ્વજનકુટુંબ	svajankutumb	family, relatives	194
સ્વપરિણામી	svaparinamee	experiencing itself, self-experiencing, or self-resulting	760
સ્વપ્રાપ્તિભાન	svapraaptibhaan	experience of one's true nature	395
સ્વરૂપ	svaroop	form	213, 431
સ્વરૂપાંતર	svaroopaantar	changing of form	572
સ્વસંવેદન	svasamvedan	sensation of the self	710
સ્વસ્થ	svastha	well	935
સ્વસ્થતા	svasthataa	health, wellness	551
સ્વીકાર	sveekaar	acceptance	331
સ્વરૂપપરિણતિ	swaroopparinati	abiding within the self, or manifesting as pure knowing rather than the knowing of something external. knowing the knower, experiencing and resulting in one's own nature	322

T

તૈજસ શરીર	taijas shareer	energy body	913
તલ્લીનતા	talleenta	immersing of oneself	135
તન્મય	tanmay	absorbed	170
તરંગ	tarang	turbulence, waves	128
તત્ત્વ	tattva	essence, the fundamental truths of Jain philosophy	211
તત્ત્વજ્ઞાની	tattvagnaanee	enlightened souls - more widely it can simply mean someone who knows the fundamental truths of Jain philosophy	47
તીવ્ર	teevra	intense	816
તીવ્રજ્ઞાનદશા	teevragnaan-dashaa	ultimate self-realisation, totally pure enlightenment	572
તિરસ્કાર	tiraskaar	contempt, abhorrence	466
ત્રિલોક	trilok	all three time periods, for all time, past, present and future	213
ત્રિવિધતાપ-અગ્નિ	trividhtaap-agni	three-fold fire, worldly difficulties, health problems and mental worries	213, 238
તૃષ્ણા, તૃષા	trushnaa, trushaa	desires, longing, thirst	213, 466, 706
તુચ્છપણું	tuchchhpanu	triviality, worthlessness, insignificance, baseness	706
તુંહિ તુંહિ	tuhi tuhi	only you, only you	170
તુલ્ય	tulya	equivalent to, just as	135
તુર્યાવસ્થા	turyaavasthaa	high spiritual state (beyond the three common conscious states)	506
ત્વરાથી	tvaraathi	quickly	200
ત્યાગ	tyaag	renunciation, abandonment	170, 334, 431, 438, 609, 745

U

ઉદાસ	udaas	unsupported, detached	466
ઉદાસ પરિણામ	udaas parinaam	state of dispassion	335
ઉદાસીન	udaaseen	indifferent, dispassionate, risen above, detached, distant, separate; see *vairagya*	211, 334, 449, 491, 913
ઉદાસીન જ્ઞાન	udaaseen gnaan	pure witnessing	438
ઉદાસીનભાવ	udaaseenbhaav	dispassion	449
ઉદાસીનપણું	udaaseenpanun	indifference, neutrality	438
ઉદાસીનતા	udaaseentaa	tiredness of worldly life, feelings of detachment, elevation, rising above	128, 172, 334
ઉદય	uday	karmic fruition, circumstances, arising	135, 322, 449, 466
ઉદીરણા	udeernaa	bringing about fruition of karma prematurely	385
ઉજાગર	ujaagar	awakened	431
ઉલ્લાસ	ullaas	joy, enthusiasm	170, 187, 201, 913
ઉન્મત્ત	unmatt	intoxicated in pride	201
ઉન્મત્તતા	unmattataa	intoxication in pride	54, 213
ઉપાધિ	upaadhi	worldly difficulties, engagements and obligations	128, 187, 223, 334, 385, 491, 706
ઉપાધિકાર્ય	upaadhikaarya	activities of worldly engagement	569
ઉપાસવું	upaasvun	to devotedly follow, adhere to, strive, worship	491, 609, 771
ઉપાય	upaay	method, solution, means to, way, path	333, 472, 816
ઉપદેશ	updesh	imparted wisdom, insights imparted by a teacher, preachings	47, 54, 194, 200, 332, 466, 613
ઉપદેશબોધ	updeshbodh	instructive wisdom	506
ઉપદેશધર્મ	updeshdharma	esoteric teaching	394
ઉપકારી	upkaaree	benefactor	394
ઉપસર્ગ	upsarg	external obstacles or torment	128
ઉપશમ	upsham	pacification of the passions, calmness, nectar of tranquillity	194, 506, 706
ઉપશમ સમ્યક્ત્વ	upsham samyak-tva	While the dormant karmas obstructing faith have not yet come to fruition, this is called 'Transitory Self-Realisation'.	710
ઉપશમ શ્રેણી	upsham shreni	route of suppression	170
ઉપયોગ	upyog	attention, consciousness, the soul's distinguishing characteristic of consciousness, ray of consciousness	395, 438, 569, 706, 710, 782, 833, 913, 935
ઉરધતા, ઉર્ધ્વતા	uradhataa, urdhvataa	precedence, being already there, already present	438
ઉઠાવવું	uthaavvun	to adopt, obey	194
ઉત્કૃષ્ટ	utkrusht	great, utmost	833
ઉત્કૃષ્ટપણું	utkrushtpanun	greatness	301
ઉત્પન્ન	utpann	arisen	254
ઉત્પત્તિ	utpatti	arising, birth, origin	472
ઉત્તમ	uttam	greatest	335
ઉત્તેજન	uttejan	the act of kindling	135

V

વાંછા	vaanchhaa	desire	166
વારંવાર	vaaramvaar	repeatedly, again and again	449
વાસના	vaasanaa	impurities, impressions of karma	833
વાસ્તવિક તત્ત્વ	vaastavik tattva	a fundamental truth	254
વાટ	vaat	path	54
વાત	vaat	declaration, statement, impressions (normally means something that is said), feeling	170, 223, 385
વચન	vachan	words, wisdom	135, 194, 322
વહાલપ	vahaalap	love	331
વૈરાગ્ય	vairaagya	state of detachment; see *udaaseen*	128, 223, 506, 551, 816, 856
વર્ધમાન	vardhmaan	strengthening, growing	332
વર્તવું	vartvun	to conduct	779
વશ	vash	won over or overcome by someone, under their spell	201
વસ્તુ	vastu	soul, thing, substance, truth, essence	506
વસ્તુ વિચાર	vastu vichaar	contemplating on a substance (thing)	254
વસ્તુત્વધર્મ	vastutva dharma	the soul residing in its true nature; vastutva is a technical Jain term. It means the capacity for a substance to perform its function.	322
વેદક સમ્યક્ત્વ	vedak samyaktva	When there remain a few karmic particles left to endure at the time when faith has arisen, that is called "Self Realisation with a Small Balance to Endure."	710
વેદક્તા	vedaktaa	sentience	438
વેદનીય કર્મ	vedaneeya karma	sensation-producing karma	722
વેદોદય	vedoday	fruition of sensuality-bearing karma	170
વીર્ય	veerya	courage	913
વીતરાગ	veetraag	totally detached, enlightened souls (free from all attachment)	322, 334, 609, 781, 856
વિભાવ	vibhaav	outward-flowing consciousness, when inclinations focus away from one's true nature, leading to judgment and the duality of like/dislike, to karmic bondage and embodiment	760
વિભાવ પરિણામ	vibhaav parinaam	external engagement	472
વિચાર	vichaar	contemplation, thought, examination	211, 394, 491, 569, 706, 710, 722, 856
વિચારણા	vichaarnaa	contemplation	172, 609
વિચારવાન	vichaarvaan	wise people, contemplative people	722, 913
વિચારજ્ઞાન	vichargnaan	contemplative knowledge	395
વિચિત્ર	vichitra	outlandish, bizarre	165
વિચિત્રતા	vichitrataa	difference, strangeness	254
વિદેહી	videhee	transcendent, without body	223
વિદ્યમાન	vidhyamaan	living, present	172, 438, 779
વિઘટતી	vighatati	uninformed discussion, without understanding the true meaning	333
વિજ્ઞાપન	vignaapan	request, announcement, advertisement	172, 213
વિકલ્પ	vikalp	doubt, thought, idea, wavering of the mind	394, 781, 833
વિકલ્પજ્ઞાન	vikalp gnaan	imperfect knowledge (normally vikalp means doubt, but here it means that the knowledge is incomplete)	745
વિકથા	vikathaa	worldly subjects	522
વિક્ષેપ	vikshep	distraction, tossing of the mind, fluctuation, confusion	395, 449, 472, 833
વિક્ષેપભાવ	vikshepbhaav	distraction	551
વિનય	vinay	humility, obedience, allegiance	47, 254, 331
વિપરીત	vipareet	malefic, adverse	466
વિપરિણામી સ્વભાવ	viparinaamee svabhaav	adverse nature	722
વિપર્યાસ	viparyaas	delusion, distorted thinking	491, 506

વિરહ	virah	longing, separation, the pain of separation	782
વિરક્તપણું	viraktpanun	aloofness	449
વિરત્યાદિ	viratyaadi	refers to the fifth or sixth stage of enlightenment known as Partial and Complete restraint, see *gunasthaanak*	506
વિરલા	virlaa	incomparable	782
વિરોધી	virodhee	obstructive, opponent, adversary	572
વિષાદ	vishaad	despair	727
વિષમ	visham	negative, challenging, arduous	395, 449
વિષય	vishay	senses	438, 832
વિશેષ	vishesh	intense	506
વિશેષપણું	visheshpanun	intensity, depth	472
વિશ્વ	vishva	world, universe	833
વિશ્વાસ	vishvaas	trust	322
વિશ્વાસઘાત	vishvaasghaat	betrayal of trust	466
વિસ્મરણ	vismaran	forgetting, discarding from one's mind	170, 466, 782
વિયોગ	viyog	separation, removal	132, 213, 913
વૃત્તિ	vrutti	inner inclinations, focus	47, 187, 211, 706, 816
વ્યાધિ	vyaadhi	health problems, physical concerns	128, 491
વ્યાકુળતા	vyaakultaa	mental restlessness	254
વ્યાવહારિક કલ્પના	vyaavahaarik kalpanaa	imagination based on a worldly, external perspective	333
વ્યાવૃત્ત	vyaavrut	withdrawn	780
વ્યક્ત	vyakt	explicit	506
વ્યવહાર	vyavahaar	worldly engagement, behaviour, conduct; relative	449, 472, 506, 781
વ્યવહાર ધર્મ	vyavahaar dharma	worldly duties	187
વ્યવહારદ્રષ્ટિ	vyavahaardrashti	conventional, worldly perspective	913
વ્યવસાય	vyavasaay	profession or business	506

Y

યાચના	yaachnaa	yearning	170
યથાર્થ	yathaarth	true, correct	780
યથાતથ્ય	yathaatathya	accurately, as it truly is	833
યોગ	yog	association, activity; or faculties of mind, speech and body	170, 466, 760
યોગાનુયોગ	yogaanuyog	fortunate coincidence	466
યોગબળ	yogbal	spiritual strength gained from striving	170
યોગ્ય	yogya	appropriate, worthy, necessary	166, 301, 332, 779
યોગ્યતા	yogyataa	worthiness	194
યુગલિયા	yugaliyaa	twin	771

Z

ઝાંખપ	zaankhap	dimness, haziness	506

About Shree Raj Saubhag Satsang Mandal

Shree Raj Saubhag is a spiritual organisation rooted in the teachings of Shrimad Rajchandra, a 19th-century mystic and enlightened master from the Jain tradition. Our main centre, or ashram, is located in Sayla, Gujarat, and there is a network of international centres to facilitate satsang. The spiritual head of the organisation is Param Pujya Bhaishree, whose lineage of true Gurus dates back to Shrimad Rajchandra himself. The name "Raj Saubhag" symbolises the profound relationship between Rajchandra and his soulmate, Saubhagbhai, who shared a meditation technique that continues to be practised today. All spiritual activities undertaken by seekers are in support of this primary focus: seeking happiness through the stillness of the mind and ultimately through the realisation of the self. The organisation is dedicated to a number of social impact projects in India, focusing on health, education, poverty relief and disability rehabilitation.

rajsaubhag.org